உப்பு வயல்

(நாவல்)

ஸ்ரீதரகணேசன்

நியூ செஞ்சுரி புக் ஹவுஸ் (பி) லிட்.,
41-பி, சிட்கோ இண்டஸ்டிரியல் எஸ்டேட்,
அம்பத்தூர், சென்னை- 600 050.
☎ : 044 - 26251968, 26258410, 48601884

Language : Tamil
Uppu Vayal (Novel)
Author : Sridharaganesan
First Edition : March, 1995
Fourteenth Edition : November, 2016
Fifteenth Edition : July, 2022
Copyright: Author
No. of pages : iv + 156 = 160
Publisher:
New Century Book House Pvt. Ltd.,
41-B, SIDCO Industrial Estate,
Ambattur, Chennai - 600 050.
Tamilnadu State, India.
email: info@ncbh.in
Online: www.ncbhpublisher.in

ISBN. 978 - 81 - 2340 - 375 - 5
Code No. A 817
₹ 140/-

Branches

Ambattur (H.O.) 044 - 26359906 **Spenzer Plaza (Chennai)** 044-28490027
Trichy 0431-2700885 **Pudukkottai** 04322- 227773 **Thanjavur** 04362-231371
Tirunelveli 0462-4210990, 2323990 **Madurai** 0452 2344106, 4374106
Dindigul 0451-2432172 **Coimbatore** 0422-2380554 **Erode** 0424-2256667
Salem 0427-2450817 **Hosur** 04344-245726 **Krishnagiri** 04343-234387
Ooty 0423 2441743 **Vellore** 0416-2234495 **Villupuram** 04146-227800
Pondicherry 0413-2280101 **Nagercoil** 04652-234990

உப்பு வயல் (நாவல்)
ஆசிரியர் : ஸ்ரீதரகணேசன்
முதல் பதிப்பு : மார்ச், 1995
பதினான்காம் பதிப்பு : நவம்பர், 2016
பதினைந்தாம் பதிப்பு : ஜூலை, 2022

அச்சிட்டோர்: பாவை பிரிண்டர்ஸ் (பி) லிட்.,
16 (142), ஜானி ஜான் கான் சாலை, இராயப்பேட்டை, சென்னை - 14
☎: 044-28482441

All rights reserved. No part of this book may be reprinted or reproduced or utilised in any form or by any electronic, mechanical, or other means, now known or hereafter invented, including photocopying and recording, or in any information storage or retrieval system, without permission in writing from the publishers.

முன்னுரை

தோழர் ஸ்ரீதர கணேசன் தூத்துக்குடிக்காரர். பல நூறு ஆண்டுகளாகத் தங்கள் மீது திணிக்கப்பட்ட ஒடுக்கல்களையும், சுரண்டல்களையும், எதிர்த்துப் புரட்சிப்போர் தொடங்கியுள்ள இந்திய நீக்ரோக்களான தலித் குடியில் பிறந்தவர். இளைஞர், பெரிய படிப்போ, உத்தியோகமோ, வேறு வசதியோ வாய்க்காதவர். தொழிலாளி. தமிழ் இலக்கிய உலகுக்குப் புதியவர்.

உப்புவயல் இவருடைய முதல் நாவல். உப்பளத் தொழிலாளர்களாக உருமாறியுள்ள தூத்துக்குடி வட்டார அரிசன சகோதரர்களின் வாழ்வைச் சித்திரிக்கும் நாவல். ஒதுக்குப்புற விளிம்பில், மக்கிப்போன சேரியில் வாழும் இவர்களின் நம்பிக்கைக் கனவுகளை வேகமாக வளர்ந்து வரும் புதிய முதலாளித்துவம் எப்படியெல்லாம் சிதைத்துச் சின்னாபின்னமாக்குகிறது என்பதைத் சொல்லுகிறது இது.

நாவலின் மையப் பாத்திரமான வடுவச்சியின் குரலாகவே நாவல் வளர்ந்து விரிகிறது. அவளுடைய சொந்தக் குரல் அது. பன்னெடுங்காலம் அடக்கி ஒடுக்கப்பட்ட இனத்தின் அவலம் தோய்ந்த குரல். இருள் விலகுமா, வெளிச்சம் வருமா என்ற ஏக்கம் தொனிக்கும் சோகக் குரல். ஏழு பிள்ளை பெற்ற பின்பும் எவளோ ஒரு சிறுக்கியுடன் ஓடிப்போகும் தந்தைமாருக்கும், சாராயக்கடையே தஞ்சமென்று கிடக்கும் தமையன்மாருக்கும் நடுவே, வாழ்வைச் சுமந்து முழங்காலால் முன்னோக்கி நகரும் பெண்மையின வீரத்தைச் சொல்லும் வீரக்குரலும் இது. தன் கதையைச் சொல்வதன் மூலமே இக் குரல் தன் இனத்தின் கதையைச் சொல்லுகிறது. சமூக ரீதியாகவும், வர்க்க ரீதியாகவும், பண்பாட்டு ரீதியாகவும் சுற்றுச் சூழலால் அது இன்றும் எவ்வாறு சுரண்டி, ஒடுக்கி, மேலும் மேலும் சிறுமைப்படுத்தப்படுகிறது என்பதைச் சொல்லுகிறது. வர்க்கப் போராட்டம் தொய்ந்துபோக, ஆத்திரம் கொள்ளும் புதிய மதுரை வீரர்கள்' மீண்டும் மாறுகை வாங்கப்படுவதையும் சொல்லுகிறது. கேட்போர் மனதைக் கரையவைக்கும், கலங்கவைக்கும், கொதிக்க வைக்கும் குரலில் சொல்லுகிறது.

அடித்தள மக்களின் வாழ்வியல் யதார்த்தத்தை மிக நுட்பமாகச் சித்திரிக்கும் நாவல் இது. எந்த மிகையும் இல்லாமல், எந்த மறைவும் இல்லாமல் வாழ்வை இயல்பாகச் சொல்லுகிறது. அந்த வகையில் இது ஒரு நல்ல யதார்த்த நாவல். வடுவச்சி ஒரு வீரியமான யதார்த்தப் படிமம்.

நாவலின் பொருள் தலித் மக்களின் வாழ்க்கை அவலம். நல்ல வாழ்வை நோக்கி நகரவேண்டும் என்ற அவர்களின் கனவுகள் குரூரமான

புறச் சூழல்களால் எப்படி எப்படி பலாத்காரமாகச் சிதைக்கப்படுகின்றன என்பதை மிக ஆழமாக - நேர்மையாகச் சொல்லுகிறது. தலித் மக்களின் சமூக நிலைப்பாடுகளில் இன்று ஏற்பட்டுவரும் மாற்றங்கள் நுட்பமாகக் காட்டப்படுகின்றன. இந்த வகையில் இது ஒரு அருமையான தலித் நாவல்.

நாவலின் அழகுக்கும், ஆழத்துக்கும், அடர்த்திக்கும் துணை செய்யும் பிரதான அம்சம் மொழி. வட்டார மொழியை ஆசிரியர் லாவகமாகக் கையாளுகிறார். சாதாரண வார்த்தைகள் சாதாரண வாக்கியங்கள், மிகச் சாதாரண சம்பவங்கள். இவைகளின் செறிவான அடுக்குகளினூடே கேட்பதோ சமூகத்தின் உப்பாக இருக்கும் இந்த உப்புச் சப்பற்ற தலித் மக்களின் சோகக்குரல்.

வாழ்வு ஒரே மாதிரியானதல்ல. ஏகப்பட்ட முரண்பாடுகள், மோதல்கள், எதிரும் புதிருமான சக்திகளின் இந்த இடைவிடாத போரிலேயே வாழ்வு நகர்ந்து கொண்டிருக்கிறது. எந்தத் திசையில் நகருகிறது? எல்லாருக்கும் பொதுவான திசை என்று ஒன்று உண்டா? அடிமட்ட மக்களுக்கு வெளிச்சம் தரும் திசையை மேல்பட்ட மக்கள் தங்களுக்கு இருள் தரும் திசையாக உணரலாம். மேல் மக்களின் அனுபூதிகள் அடிமக்களுக்குப் பொய்மையாய் வெறுப்பூட்டலாம். மேலிருந்து கீழே பார்ப்பவர்களுக்கும், கீழிருந்து மேலே பார்ப்பவர்களுக்கும் பார்வை அவரவருக்குச் சரி.

இந்த வகையில் பார்த்தால் நூற்றாண்டு கால ஒடுக்கு முறை, சாதீய அடிமைத் தனம் போன்றவை ஒழிய வேண்டும். மனிதர்கள் சரி நிகர் சமானமாக வாழவேண்டும், செல்வமும் சுதந்திரமும் இன்பமும் சகலருக்கும் கிடைக்கவேண்டும் என்னும் விருப்பமுடையோர் - சேற்றில் உழன்று சுதந்திரத்துக்காக மேல் நோக்கிக் கையுயர்த்திக் கதறுவோர், முஷ்டியை உயர்த்தி முழங்குவோர், சோர்ந்து பெருமூச்செறிவோர், எல்லோருக்கும் இந்த நாவல் பிடிக்கும்.

தோழர் ஸ்ரீதர கணேசன் இந்த நாவல் மூலம் தன்னை ஆழமான சமூகப் பார்வையும், அழகுணர்வும் கொண்ட நல்ல கலைஞர் என இனங்காட்டியுள்ளார். முற்போக்கு இலக்கிய உலகம் இந்த இளைஞரையும், அவருடைய நாவலையும் மிகுந்த அன்போடு வர்வேற்கும்.

மணி கட்டிப் பொட்டல் — வாழ்த்துக்களுடன்,

15.4.93 — **பொன்னீலன்**

பாகம் - 1

அம்மா தட்டி எழுப்பினாள். நான் கண் விழித்தேன். மங்கலான இருட்டு. மூலையில் சிம்னி விளக்கு கொஞ்சமாக எரிந்து கொண்டிருந்தது. உடலெல்லாம் வலி. மூட்டுக்கு மூட்டுக்கு வலித்தது. அசதியா இருந்தது. அப்படியே படுத்துக்கிடக்கலாம் போல இருந்தது. "மணி ஆறாகப் போது, எந்திரி" என்று அம்மா மீண்டும் சொன்னாள். கஷ்டப்பட்டு எழுந்தேன். போர்வையில் இருந்து விலகிப் போய்க்கிடந்த தம்பிமார்களைத் தூக்கி ஒழுங்காய்க் கிடத்தினேன். வெளியில் நன்றாக விடிந்திருந்தது. அம்மா அதிகாலையிலேயே கண் விழித்து, வழக்கம் போல் தெருப் பைப்பில் தண்ணீர் எடுத்து ஊத்தி, அவளும் குளித்து விட்டு, கொடம் சட்டி பெட்டிகளுக்கெல்லாம் தண்ணீர் பிடித்து வைத்துவிட்டு, காப்பியும் போட்டு இறக்கி விட்டாள். அவளும் என்னைப்போலத்தான் வேலை பார்க்கிறாள். உப்புப்பெட்டி சுமக்கிறாள். உப்பு வாருகிறாள். பாத்தி மிதிக்கிறாள். அவள் தலையில் அடிக்கிற வெயில்தான் என் தலையிலும் அடிக்கிறது. ஆனால் எனக்கு அலுப்பு. அசதி. படுத்துக் கிடப்பதில் சுகமாய் இருக்கிறது.

அம்மாவுக்கு அலுப்பு அசதியெல்லாம் கிடையாதா? வேலை முடிந்து வந்து சும்மாவா இருக்கிறாள்? இல்லையே! சாயங்காலம் பொழுது அடையும்போது, அளத்தில் இருந்து வரும்போதே மார்கெட்டுக்கு போய் சாமான்கள் வாங்கி வந்து .... இரவு எட்டு, ஒம்பது மணி வரை வேலை, வேலை, வேலை, ஓயாத வேலை, அம்மாவோடு என்னை ஒப்பிடும்போது எனக்கு வெக்கமாக இருந்தது. என்னை தலை குனிய வேண்டும். அப்படியொரு வெக்கம். இந்த ஐந்தாறு நாட்களாகத்தான் அம்மாவுடன் வேலைக்குப் போய்க்கொண்டிருக்கிறேன். கொஞ்ச நாட்கள் இடைவெளி விட்டு போகிற அசதியோ தெரியவில்லை. இந்த மேல்வலி. அம்மா என்னிடம் எவ்வளவோ சொல்லிப் பார்த்தாள். "நீ வேண்டாம்மா, வயசு பொண்ணு, ஊட்டுல்ல இருந்துக்க. இந்த கையும் காலும் இருக்கிற வரைக்கும் ஒங்களை நான் காப்பாத்துவேன்" என்று. நான் உடனே "அதெல்லாம் முடியாது. நா வூட்டுல்ல உக்கார்ந்து என்ன செய்ய" என்று அன்னைக்குச் சொல்லும்போது, அடுத்த வீட்டு பொலமாடிப்பாட்டிதான் அதைக்கேட்டுக் கொண்டிருந்து அவள் வீட்டில் இருந்தே

சொல்வாள்: "ஆமளா, அவளையும் வேலைக்கி கூட்டிக்கிட்டு போளா. அவதான் வாரேங்காளே. நாலணா காசு கொண்டு வந்தா ஒனக்கும் ஏந்தலாக இருக்கும்?" என்றாள். அப்போதுகூட அம்மா மசியவில்லை.

உடன்குடி அரிசனஹாஸ்டலில் இருந்து தம்பி கடிதம் கிடைத்தவுடன், காசுக்கு ஆலாய் அலைந்தாள் அம்மா. "நான் நன்றாக படிக்கிறேன் அம்மா. என்னைப் பற்றி எந்த கவலையும் படாதீங்க. செப்டம்பர் மாத பரீட்சைக்கு பணம் கட்ட வேணும். முடிந்தால் உடனே பணம் அனுப்பி வைங்க" என்று எழுதியிருந்தான். முனிசாமி சின்ன வயதிலே இருந்து நன்றாக படிப்பான். பஸ்ட் ரேங்காக வருவான். இப்போழுது ஒம்பது படிக்கிறான். அவனை எட்டோடு நிறுத்த வேண்டும் என்றுதான் அம்மா நினைத்தாள்.

கொட்டங்காட்டில் இருந்து சடையன் மாமா வரும்போது நான் விபரத்தை சொன்னேன். உடனே மாமாதான் உடங்குடிக்கு கூட்டிக் கொண்டு போனார். ஹாஸ்டலில் அவன் மார்க்கை பார்த்ததும் எடுத்துக்கொண்டார்கள். அங்கேயே பள்ளியில் சேர்த்துவிட்டார். அவன் ஒரு மாதிரி முன்னுக்கு வந்து விடுவான் என்ற நம்பிக்கை. அந்த கொஞ்ச நம்பிக்கையில்தான் இப்போது அவன் பணம் கேட்டு எழுதியிருந்தான். ஓர் அம்பது ரூபாய் காசுக்காக அம்மா அலை அலை என்று அலைந்தும் கிடைக்கவில்லை. சிட்ட வட்டிக்கு வாங்கலாம் என்று நினைத்து, அதன் கொடூரத்தை கண்டு பயந்து, என் மூக்கில் கிடந்த சின்ன பொட்டு தங்கத்தை கழத்தி, ஈடுவைத்து அனுப்பினாள். நான்தான், "நம்ம குடும்பம் நல்லாயிருக்கனுமுன்னு நானும் வேலைக்கி வரேன்" என்று சொன்னபோது அவளால் தட்ட முடியவில்லை.

எங்க அய்யாவுக்கு ஏன்தான் இப்படி புத்தி போச்சோ தெரியவில்லை. ஏழு பிள்ளைகளையும் பொண்டாட்டியையும் விட்டுட்டு, எவளோ ஒருத்தியை சேர்த்துக்கொண்டு சோட்டைன் தோப்பில் போய் உக்கார்ந்துக் கொண்டார். அம்மாவை பாராட்ட வேண்டும். அதற்காக அவள் கலங்கவில்லை. பயப்படவில்லை. ஒரு சொட்டு கண்ணீர்கூட விடவில்லை. நான்தான் மூன்று நாட்களாக அழுது கொண்டிருந்தேன். சரியாக சாப்பிட வில்லை. அம்மாதான் என்னை தேத்தினாள். ஊரில் சொல்லிப் பார்த்தாள். ஊர்க்காரர்கள் அவருக்கு இரண்டு மூன்று தடவைகள் ஆட்கள் சொல்லி அனுப்பியும், ஆள் வரவேயில்லை. அம்மாவை எல்லோரும் போலீசில் சொல்லச் சொன்னார்கள். போலீஸ்

என்றதும் அம்மாவுக்கு பயம். போலீஸ்ல போனால் நியாயம் கிடைக்குமா என்று கூட நினைத்து பார்த்தாள். பிறகு போகவில்லை. எங்க அண்ணன் "கோர்டுக்கு போகலாம். ஒரு முடிவு கிடைக்கும்" என்று வீர வசனம் பேசியதோடு சரி. எல்லாத்தையும் மறந்து போனான். அவன் ஜோலியை அவன் பார்க்க போய்விட்டான். அய்யா பிரிந்து போய் வ்ருசம் ஒண்ணாகுது. அண்ணன் எப்போதாவது வேலை செய்த கூலி 'இந்தா' என்று கொடுத்தால்தான் உண்டு. இல்லை என்றால் இல்லை. அவனிடம் கடிந்து கேட்டால் சண்டைதான். இன்னொரு அண்ணன் மெட்றாசுக்கு ஓடிப்போய் விட்டான். எப்போதாவது அவனிடம் இருந்து பணம் வந்தால் ஆச்சரியம்தான். இன்னும் எனக்கு கீழ இரு தம்பிகளையும் ஒரு தங்கையும் அம்மா காப்பாத்தவேண்டும். என்ன செய்வாள்?

நானும் இந்த ஒரு வருடமாக "வேலைக்கு வருகிறேன். வேலைக்கி வருகிறேன்" என்று சொல்லி பார்த்தும், அவள் ஒரே சாதனைக்கி மறுத்து விட்டாள். எக்காரணத்தைக் கொண்டும் என்னை அளத்துக்கு கூட்டிக்கொண்டு போகமாட்டாளாம். எனக்குக் கலியாணம் செய்துவைக்கப் போகிறாளாம். வைக்கட்டும். அப்படியாவது அவள் பாரம் கொஞ்சம் குறைந்தால் எனக்கு மகிழ்ச்சிதான். மாப்பிள்ளை எங்கே இருக்கு? யார் யாரிடமெல்லாமோ சொல்லி வைத்தாள். இரட்சண்யபுரத்தில் இருந்து எஸ்.எஸ். மாணிக்கபுரத்தில் இருந்து, தாழைமுத்து நகரில் இருந்தெல்லாம் மாப்பிள்ளை வீட்டுக்காரர்கள் வந்தார்கள். கட்டிட வேலை செய்பவர்கள், டிரை வண்டி ஓட்டுபவர்கள், ரிக்ஷாக்காரர்கள் வந்தார்கள். கருவாடு பண்டாலைகளில் வேலை செய்பவர்கள், எங்களை மாதிரி உப்பளங்களுக்கு வேலைக்கி போகிறவர்கள் என்று ஒருவர் மாற்றி ஒருவர் வந்து என்னை பார்த்துவிட்டுப் போனார்கள். வந்தவர்களுக்கு என்னை பிடித்திருந்தாலும், ஏனோ அம்மாவுக்குத்தான் அவர்களைப் பிடிக்காமல் போயிற்று. காரணம், பார்த்துவிட்டுப் போனவர்களை பற்றி நாலுபேர்களிடம் கேட்டு விசாரித்ததில் எல்லோரும் குடிகாரர்களாக இருந்தார்களாம். அம்மாவின் ஆசை இதுதான். ஒண்ணு குடிக்காத பையனாக இருக்கனும். அவளுக்கு வேலை வெட்டி கூட பெருசு கிடையாது. வாயக்கட்டி, வைத்தக் கட்டி ஒரு பவுனுக்குப் போட்டு விடுகிறேன் என்றாள். எனக்கு அவள் தேடும் மாப்பிள்ளை இதுவரை கிடைக்கவில்லை. குடிகாரனுக்கு வாழ்க்கைப்பட்டு நிறையவே பலனை அனுபவித்திருக்கிறாள்.

என்னை வேலைக்கி கூட்டிக்கொண்டு போகாததுக்கு அவள் சொல்லும் காரணம் - வெனா வெயிலுலே வேலை செஞ்சி கருத்து போகுமாம். என்னமோ நான் குரியக்குஞ்சு மாதிரி? அடுத்த வீட்டுக்குப் போகப்போகிற புள்ளையாம். அதிகமா வேலை வாங்கக் கூடாதாம். அவள் தாய், அவளுக்குப் பட்டதைச் சொல்லி விட்டாள். என்னால் பார்த்துக் கொண்டிருக்க முடியும்மா? காலையிலே எட்டு மணிக்கெல்லாம் போய், அந்தி அடையமுட்டும் பாத்தி மிதித்து, உப்பு வாரி, உப்புப் பெட்டி சுமந்து, மேல உப்பு பொரியலோடு வேலை முடிந்து வரும்போது அவள் சும்மாவா வருவாள்? தலையில் பெரிய பாரம் இருக்கும். உடங்காட்டு முள். அதைத் துண்டு துண்டாக வெட்டி, கட்டுக் கட்டாகக் கட்டி, காயப்போட்டு வைத்துக்கொள்வாள். ஒரு நாளும் விறகு துட்டு கொடுத்து வாங்கமாட்டாள். அம்மா படுகிற கஷ்டத்தைப் பார்த்த நானும் வேலைக்கி போனால் என்ன என்று நினைத்தேன். எனக்கு வேற கைத்தொழிலும் தெரியாது. எட்டு வரை படிச்சதுதான் மிச்சம். தமிழ் எழுதப் படிக்கத் தெரியும். அவ்வளவுதான். தையல் அடிக்கத் தெரிந்தால் கூட எப்படியாவது ஒரு மிசினை லோனுக்கு வாங்கி, வீட்டில் போட்டு அடிக்கலாம். அதுவும் வீடு தேடி துணி வர வேண்டும். இந்த பரக்குடியைத் தேடி யார் துணி கொண்டு வருவா? நானாகவேதான் அம்மா கூட அளத்துக்கு திரும்பவும் வேலைக்கு போக முடிவு செய்து கொண்டேன். எந்த வேலையானாலும் சரி, அதைச்செய்து அம்மாவின் கஷ்டங்களைத் தாங்க என்னால் முடியும் என்கிற முழு நம்பிக்கை எனக்கிருக்கிறது. நானும் வேலைக்கு வாரேன், வேலைக்கி வாரேன் என்கிற போதெல்லாம் அவளும் இந்தா அந்தா என்று காலத்தைக் கடத்திக் கொண்டிருந்தாள்.

இப்படிப்பட்டவள்தான் அன்னைக்கு ராத்திரி, "நாளைக்கு வேலைக்கு வரியா வடிவச்சி" என்று என்னிடம் கேட்ட போது நான் திகைத்துப் போனேன். ஒரே ஆச்சரியம், அம்மாவா இப்படி கூப்பிடுகிறாள்? என்று நினைத்து உடனே "சரி" என்றேன். ராத்திரி வெகுநேரம் வரை அம்மா என்னிடம் பேசிக் கொண்டே இருந்தாள். வேலை நிலைமையை எடுத்துச் சொன்னாள். என்னமோ நான் புதுசாக அளத்துக்கு வேலைக்கிப் போகிற மாதிரி, அங்கே என்ன என்ன எல்லாம் நடக்கும், எப்படியெல்லாம் நடந்துகொள்ள வேண்டும், என்பதைப் பற்றி எல்லாம் சொன்னாள். எல்லாவற்றையும் ஆவலுடன் கேட்டேன். அந்த இரவில் நான் நிம்மதியாகத் தூங்கினேன்.

அம்மாவின் இரண்டாவது அதட்டலோடு நான் எழுந்து கொண்டேன். “பொம்பள்ளப் புள்ள இப்படியா வெயிலு அடிக்கும் தட்டியும் தூங்கிறது? “ என்றாள். என்னைக் கடந்து போய், தெரு பைப்பில் பிடித்துக் கொண்டு வந்த குடி தண்ணீரை பானையில் ஊத்திக்கிட்டுத் திரும்பி வந்தாள். அவள் அதிகாலையிலேயே இருந்து தண்ணீர் எடுத்து ஊத்திக் கொண்டிருக்க வேண்டும். பானைகளும் தொட்டியும் நிறைந்திருந்தது. பக் பக் என்று எரிந்து கொண்டிருந்த லாம்பை அணைத்தாள். விலகிக்கிடந்த தங்கை பாவாடையை இழுத்துப் போட்டாள். வெளியில் இருள் விலகி, வெளிச்சம் குடி கொண்டிருந்தது புதிய காலை மலர்ந்திருந்தது. வானம் எங்கும் படர்ந்திருந்தது. இன்னும் கொஞ்ச நேரத்தில் நன்றாக விடிந்துவிடும். நான் அடுப்பாங்கரையில் இருந்து எடுத்து வந்த எரிச்சாம்பலைக் கொண்டு பல் விளக்கினேன். செத்தை வழியாகத் தெரு பைப் தெரிந்தது. தண்ணீர் பிடிப்பதற்கு பொம்பளைகள் குத்த வைத்துக் கொண்டிருந்தார்கள். மண்பானை குடங்கள் வரிசையாகக் கிடந்தன. அம்மா, “அடுப்பப்பாரு” என்று சொல்லிக் கொண்டே போனாள். வெளியே எரிந்து கொண்டிருந்த சுள்ளியை உள்ள தள்ளி விட்டேன். வீடு பிரகாசமாக இருந்தது. கொஞ்ச நேரத்தில் காப்பி கொதித்தது. ஆவி பறக்க இறக்கி வைத்தேன். கொஞ்சம் தண்ணீர் விட்டு ஆறிய காப்பியை முதலில், வெளித்திருனையில் சாக்கு கொட்டாரத்தில் படுத்திருக்கும் ஆச்சிக்கு கொண்டுபோய் கொடுத்தாள். ஆச்சிக்கு கண்ணு தெரியாது. காது கேட்காது. அந்த திண்ணை தான் எல்லாம். நல்லவேளை வளவுக்கரைக்கி தடவிப் தடவிப் போயிட்டு வந்து விடுவாள். அம்மா, ஆச்சை எழுப்பி காப்பி கொடுத்து விட்டு வந்தாள். பிறகு நானும் அம்மாவும் காலைக் கடனை முடிப்பதற்காக உடங்காட்டுக்கு போனோம். வானம் செக்கசெவேரென்று இருந்தது. உடங்காமரங்களில் எல்லாம் குருவிகளின் சத்தம் ரீங்காரமாகக் கேட்டது. இந்தப் புதிய பகல்ப்பொழுது மனதுக்கு உற்சாகத்தைக் கொடுத்தது. மனம் மகிழ்ச்சியால் பூத்தது.

எல்லாமே கொஞ்ச நேரம் தான். ஏனோ இனம் தெரியாத சோகம். உடனே மனத்தில் நிறைந்தது. இன்று முழுவதும் வெயிலில் நிற்க வேண்டிய நிலை. அளத்து வெக்கை, அந்தச் சூழ்நிலை, எல்லாமே ஓர் நொடிதான். மனதுக்குள் சிரித்துக் கொண்டேன். அம்மா படும் கஷ்டங்களும், தம்பிமார், தங்கை, வருங்கால நிலைமைகளை நினைத்தபோது, எந்த கஷ்ட நஷ்டங்கள் வந்தாலும் தாங்கிக் கொள்ள வேண்டும் என்ற துணிவு

எனக்கு வந்தது. புத்துணர்ச்சியூட்டும் காலையை வரவேற்றேன். வீட்டுக்கு வந்தவுடன், "பானையிலே புடிச்ச தண்ணீர் இருக்கு. குளி" என்றாள். முழித்து வந்த தம்பிமார்களுக்கு காப்பி ஊத்தி கொடுத்தாள். குடித்துவிட்டு 'வெளிக்கு' இருக்க ஓடினார்கள். வெளிக்கு இருந்துவிட்டு வந்தவர்களை, குண்டி கழுவி குளுப்பாட்டினாள். தங்கச்சியும் குளிக்க வந்து விட்டாள். இரண்டு சிமெண்ட் தொட்டியிலும் அம்மா பிடித்து வைத்த தண்ணீர் தளும்பியது. அண்ணனை இன்னும காணம். ராத்திரி குடித்துவிட்டு எங்கே மலந்து கிடக்கிறானோ தெரியாது?

அம்மா எல்லோருக்கும் கஞ்சி ஊத்தி வைத்தாள். நான் தொவையல் அரைத்து கொண்டு வந் கொடுத்தேன். வட்டமாக இருந்து சாப்பிட்டோம். துவைத்துப் போட்ட சட்டைகளை எடுத்துக் கொடுத்தேன். தம்பிமார்களும் தங்கையும் போட்ட சட்டைகளை எடுத்துக் கொடுத்தேன். தம்பிமார்களும் தங்கையும் போட்டுக் கொண்டார்கள். அவர்கள் சிவந்தாகுளம் வரை நடக்க வேண்டும். அங்குதான் அவர்கள் படிக்கு முனிசிபல் நடுநிலைப்பள்ளி இருக்கிறது. அங்குதான் நான் படித்தேன். அண்ணன் படித்தான். தம்பி படித்தான். இப்போது இவர்கள் படிக்கிறார்கள். மத்தியான சாப்பாடு அங்கே. தங்கச்சி ஏதோ நோட்டு இல்லை என்றாள். உடனே அம்மாவுக்கு எரிச்சல். கோபப்பட்டாள். எங்கே அடித்துவிடுவாளோ என்றியிருந்தது. நான் சமாளித்து "இன்னைக்கு போயிட்டு வா, சாயிங்காலம் வந்து அம்மா வாங்கி தரும்" என்றேன். அவர்கள் பைக்கட்டை தோளில் மாட்டிக்கொண்டு புறப்பட்டு விட்டார்கள்.

பெரிய அலுமினிய தூக்குச் சட்டியில் கஞ்சி ஊத்தச் சொன்னாள் அம்மா. நல்லவேளை அவள் தினமும் கொண்டு போகும் அந்த சின்ன தூக்கு சட்டியில் கஞ்சி ஊத்தச் சொல்லவில்லை. அது உப்புக்கரைசலால், அடியில் மஞ்சள் மஞ்சளாகப் பூத்து அசிங்கமாய் புள்ளிகள் விழுந்து இருக்கும். என்னதான் சாம்பலால் தேய் தேய் என்று தேய்த்தாலும் அது போகாது. அதன் தலை எழுத்தே அப்படித்தான். நானும் இரண்டு மூன்று தடவை அதை மாற்றச்சொல்லி விட்டேன். அம்மா செவியில் ஏற மாட்டேங்கு. புதுசு வாங்க மாட்டங்கள். அவளைச் சொல்லிக் குற்றங்கிடையாது. வீட்டுச் செலவு கறி, புளி என்று எல்லாம் சரியாகத்தான் இருக்கிறது. மிச்சமாவது மீதியாவது, பெரிய தூக்குச் சட்டியில் கஞ்சி வைக்கச் சொன்னது ஒரு வகையில் சந்தோஷம். புதுசா வாங்கின்ன தூக்குச் சட்டி அது. "நெறைய வைவி" என்றாள். எனக்கும் அம்மாவுக்கும் அமுக்கி அமுக்கி வைத்தேன். மீதியிருந்த தொவையலை அந்த

பழையது மேல வைத்தேன். சங்குவழி பெரியம்மாவுக்காக அம்மா எதிர் பார்த்து நின்றாள். என்னைககும் மொதல் ஆளாக வந்துவிடும் பெரியம்மாவை இன்னும் காணவில்லை. என்ன, இன்னும் அவள காங்கலே என்று மொனங்கிக் கொண்டே தெருவை எட்டிப் பார்த்தாள் அம்மா.

தெருவில் கொத்தனார் வேலைக்கு சித்தாட்கள் போய்க் கொண்டிருந்தார்கள். தலையில் சும்மாடு கட்டி, வட்டுப் பெட்டிகளும் மட்டக்கம்புகளும் இருந்தன. வீடுகளுக்கு வெள்ளையடிக்க கம்பு மட்டைகளை வைத்துக்கொண்டு பையமார்கள் நின்று கொண்டிருந்தார்கள். கை விரல்களில் பீடிகள் புகைந்து கொண்டிருந்தன. தலையில் முண்டாசு கட்டிக் கொண்டிருந்தார்கள். தெரு பைப்பில் தண்ணீர் போய் இருந்தது. ஒரு ஆளணயும் காணும். வெறிச்சென்று கிடந்தது பைப். வரிசையாக உடைந்த சட்டி, பானைகள், தகரடப்பாக்கள் ஒரு சொறி நாய் யாரையோ பார்த்து கொலைத்தது. இந்நேரமெல்லாம் பெரியம்மா வந்திருப்பாள். இன்னும் காங்கல, என்னாச்சோ தெரியவில்லை. மணி எட்டரைக்கெல்லாம் பீங்கான் ஆபிஸ் ரோட்டுமேல நிக்கணும். அப்போதுதான் அளங்களுக்குப் போகிற லாரிகளைப் பிடிக்கலாம். ஒழுங்கா வேலைக்கி போய் சேர முடியும். ஒம்பது மணிக்கு மேலே போனால் வேலை போச்சு. ஒரு நாள் சம்பள இழப்பு. காலையில் இருந்து சாயங்காலம் வரைக்கும் உப்புப்பெட்டி சுமக்கணும். இதற்குள்ள நூறுதடவையாவது கங்காணி ஏச்சையும் பேச்சையும் கேட்டாகணும். விடாதே. விடாதே என்று வேளா வெயில்லே ஓடி ஓடி உப்புப் பெட்டி சுமந்தால், பிட்டி எலும்பு உடைஞ்சு போன மாதிரி வலிக்கும். சோர்ந்து போய் வீடு திரும்பும்போது 10 ரூபாய் காசு கிடைக்கும். இந்தக் காசுக்காகத்தான் இந்தப் பாடு இந்தக் காசு ஒரு நாள் கிடைக்காட்டியும் வீடு பாடு கஷ்டம் தான். ஒண்ணு ரெண்டு என்று சேர்த்து வைச்ச காசுக எத்தனை நாளைக்கிக் காணும்? அளத்து வேலை செய்கிறவங்க வீடுகளுல்லே, மழைக்காலம் வந்துட்டா அவுங்க படுகிற கஷ்டத்தைப் பார்க்கப் பொறுக்காது. சொல்லி முடியாது. அடுபில்ல உலைப்பானை ஏறாது. மூணு நாளு நாலு நாளு என்று பொங்காமல் கிடப்பார்கள். ஒட்டோ ஒட்டு என்று வயிறு ஒட்டிப் போகும். ஏன் பிறந்தோம் என்று இருக்கும். படு பயங்கரம். அம்மா மாதிரி ஆட்க பாடு கேட்கவே வேண்டாம். பொறுப்பான ஆள் இல்லாமல், ஒருத்தியாக் கஷ்டப்பட்டு சாக வேண்டியது. படுகிற கஷ்டகாலங்களில் ஓடுவார்கள். ஓட்டம்.... கங்காணிகளைத் தேடிக்கொண்டு, கங்காணிகளின் கையைக்

காலைப் பிடித்து, கெஞ்சாத குறையாக கெஞ்சி, "அடுத்த தீபாவளி மட்டும் ஒங்கிட்டதான் பெட்டி சுமப்பேன். உப்பு வாருவேன்" என்று எவ்வளவோ சொல்லியும் கங்காணிமாருக கேட்கமாட்டாங்க. "போம்மா ... போ' என்பான். உதறி விட்டுப் போய் விடுவான். அதற்கு ஓராளை சிபாரிசு பிடிக்க வேண்டும். அவரு .. 'ஏல ... மக்கா கொடுலே, மவளுக்கு கல்யாணம், மவனுக்கு கல்யாணம். அவ ஒங்கையில்லதான் வேலை செய்வா, வேற எங்கையும் போக மாட்டா...' என்று எதையாவது ஒண்ண சொல்லி, சிபாரிசு செய்த பிறகு, கங்காணி மனம் இரங்கும். அவன் அளத்து முதலாளிக்கிட்டே கூட்டிக் கொண்டு போவான். முதலாளி ஏற இறங்க பார்ப்பான். "யம்மா ... ஒழுங்கா வேலை செய்வியா?" என்று ஒரு அதட்டு அதட்டி கேட்பான். "ஆம்மய்யா ... ஒழுங்கா வேல செய்வேன் ..." எங்கணும் பணிவாக. 'நோட்டு' எழுதுவான் கங்காணி. ஓடிப்போய் மனு ஸ்டாம்பு வாங்கிக் கொண்டு வருவான். சாட்சி கையெழுத்துக்கு ஓராளைத் தேடணும். முதலாளி, கங்காணி கையில்ல ஐன்னூறு ரூபாய் கொடுத்தால், அதுல அதுக்கு இதுக்கு என்று அம்பது ரூபாய், நூறு ரூபாய் என்று பிடித்துக் கொண்டு, மீதி பணத்தை கையில் கொடுப்பான். இனிமே வருகிற நாட்கள் செய்யப் போகும் உழைப்பை ஈடு வைத்த இந்தப் பணத்தை வாங்கி கொள்ள வேண்டும். இந்தப் பணத்தை சிக்கனமாக வைத்து மழை காலத்தை ஓட்டணும். ஒண்ணுக்கும் வழியில்லை என்றால் இருக்கவே இருக்கு 'சிட்ட வட்டி'. சிட்ட வட்டி ரொம்பவும் மோசமானது. எல்லோருக்கும் நல்லா தெரியத்தான் செய்யும். என்ன செய்வது? நூறு ரூபாய் சிட்டைக்கு வாங்கினால் முதலில் பத்து ரூபாய் எடுத்துக் கொண்டு தான் தொன்னூறு ரூபாயை கொடுப்பார்கள். வாரம் வாரம் பத்து பத்து ரூபாயாக பனிரெண்டு வாரங்கள் கட்ட வேண்டும். ஒரு வாரம் கட்டவில்லை என்றாலும் அடியாளூ வந்து நிற்பான். 'அய்யா இந்த வாரம் சரியாக வேலையில்லே .... அடுத்த வாரம் சேத்துகொடுக்கேன்' என்றால், "சரி சரி அடுத்த வாரம் சேர்த்து கொடு, இல்ல ..." என்று கண்ணை உருட்டிக் கொண்டு போவான். அடுத்த வாரமும் கொடுக்கல்லன்னா அவ்வளவுதான். வீட்டுப் பொருள்களை தூக்கிக் கொண்டு போய் விடுவான். சிட்ட வட்டிக்கு முதல் வேண்டியதில்லை. இதற்கும் திரேகத்தை வளைக்கணும்.

சங்குவழி பெரியம்மா வந்துவிட்டாள். "என்னக்கா, இவ்வளவு நேரம்?" என்றாள் அம்மா. "காலங்காத்தாலே ஒங்க மச்சான் குடிச்சிக்கிட்டு வந்து, வூட்டுலே ஒரே சண்டை ...! என்றாள். கை

இடுக்கில் சும்மாட்டு துணி, ஒரு கையில் ஈயத்தூக்கி சட்டியை தூக்கி கொண்டேன். அம்மா என் சும்மாட்டுத் துணியைச் சேர்த்து வைத்துக் கொண்டாள். அது அட்டு அட்டாக அழுக்கும் எண்ணைக்கசிவும், அப்பிப்போய் கன்னங்கரேலுன்னு இருந்தது. அம்மா கதவை சாத்தி, பூட்டை வைத்துப் பூட்டிக் கொண்டாள். சாவியை ஆச்சி கையில் கொடுத்தாள். "எம்மா ... இந்த சாவி. ஓம் பேரமாரு வந்தா கொடு . . . தலமாட்டுல கஞ்சி ஊத்தி வைக்கிருக்கேன். பசி எடுத்தா குடிச்சுக்க" என்று சொல்லிக் கொண்டே வெளியில் வந்தாள். நாங்கள் தெருவில் இறங்கி நடந்தோம்.

அதிகாலை 5 மணிக்கெல்லாம் வேலைக்கிப் போக வேண்டுமானால் போல்டன்புரத்து கக்கன் பூங்கா மெயின்ரோட்டிலே லாரிகள் வந்து நிற்கும். ஐந்து மணிக்கெல்லாம் வேலைக்குப் போகிறவர்கள் மத்தியானம் இரண்டு மணிக்கெல்லாம் வீடு வந்துவிடுவார்கள். நாங்கள் போல்டன்புரத்தைக் கடந்து சுப்பையா முதலியார்புரம் முக்கைத் திரும்பி நடந்தோம். செவந்தாகுளம் வழியாக, பீங்கான் ஆபிஸ் மெயின் ரோட்டை வந்து அடைந்தோம். பெண்களும், ஆண்களும் சிறுகுழந்தைகளுமாய் எங்களைப் போல் அளங்களுக்குப் போக லாரிகளை எதிர்பார்த்துக் கொண்டிருந்தனர். ரோட்டோரம் சரித்து வைக்கப்பட்ட வார்பலகைகன், கடைகள், வட்டுப்பெட்டிகள், மம்மெட்டிகள், இருந்தன. செம்பட்டை தலைகளை விரித்து பெண்கள் பேன் பார்க்கத் துவங்கிவிட்டார்கள். எல்லார் திரேகமும் கொஞ்சம் மெலிந்த மாதிரி தோன்றினாலும், அதில் இறுக்கம் கண்டிருக்கும். பொதுவாக எல்லா ஆண்கள் கைகளிலும் பீடிகள் புகைந்தன. பெரியவர்கள் தாயம் விளையாண்டனர். குழந்தைகள் ஓடிப் பிடித்து விளையாண்டனர். திருச்செந்தூரில் இருந்து வரும் பஸ் நின்று, திரும்பியது. ஆட்கள் இறங்கி கடந்து போனார்கள். ஒரு டவுன் பஸ் வேகமாகப் போனது. எதிர்த்த சுவரில் கொச கொச வென்று சினிமா சுவரொட்டிகள். ஒரு நடிகை ஒண்ணுமே உடுக்காமல் மல்லாக்காக படுத்திருந்தாள். பார்க்கவே அசிங்கமாக இருந்தது. கண்ணை திருப்பி லாரியை எதிர்பார்த்தேன். அம்மா யாரிடமோ விசனத்தோடு நின்று பேசிக் கொண்டிருந்தாள்.

கொஞ்சநேரம் நிற்க வேண்டியதாய் இருந்தது. அளங்களுக்குப்போக லாரிகள் வந்தன. யார் யார் எந்த எந்த அளங்களுக்குப் போக வேண்டுமோ, அந்த அந்த லாரிகளைப்

பார்த்து ஏறிக் கொண்டார்கள். ரோட்டில் போக்குவரத்து அதிகரித்துக் கொண்டே இருந்தது. வசதி உள்ள வீட்டுப்பிள்ளைகளை அடைத்திக் கொண்டு போன ரிக்ஷாக்கள். ரிக்ஷா ஓட்டுபவர்களைப் பார்த்து அளத்துக்கு வேலைக்கிப் போகிற பிள்ளைகள் கைகாட்டிச் சிரித்தனர். அந்த ரிக்ஷா ஓட்டிக் கொண்டு போபவர்கள் எல்லாம் எங்களுக்குச் சொந்தக்காரர்களாகத்தான் இருப்பார்கள். அனேகமாக எல்லோரும் மாமனாக, மச்சனாக, அண்ணன், தம்பியாகத்தான் இருக்கும். இன்னொரு பஸ் வேகமாக கடந்து போனது. அது கக்கி விட்டுப்போன புகையும் தூசியும் முகத்தில் அடித்தது. வெயில் சுள்ளென்று உறைத்தது. என்தோளை யாரோ தொடுவதை உணர்ந்து திரும்பி பார்த்தேன். உடனே புன்னகை என் முகத்தில் தோன்றியது. சிரித்த முகமாய் மல்லிகா நின்றாள். "என்ன ரொம்ப நாட்களாக இந்த பக்கமே ஆளைக் காணும்?" என்றாள். நான் பதில் சொல்லவில்லை. சிரித்துக்கொண்டே நின்றேன். மல்லிகாவுக்கு எங்களை மாதிரி அளத்தில் உப்பு வாரவோ பாத்தி மிதிக்கவோ வேண்டாம். பெரிய உப்புப்பெட்டிகளை மட்டும் சுமந்தால் போதும். தட்டு மேட்டில் இருந்து லாரிகளுக்கும், லாரிகளில் ஏற்றப்படும் மூடைகளுக்கும் உப்பு சுமந்து கொட்டும் வேலை. வேலை கொஞ்சம் கஷ்டமாகத்தான் இருக்கும். ஓய்வு ஒழிச்சல் இருக்காது. ஆனாலும் உழைப்புக்கேற்ற ஊதியம் கிடைக்கும். கங்காணிக்கு பயப்பட வேண்டியதில்லை. அது இல்லாமல் இருந்தாலே சுதந்திரம் தானே?

ரொம்ப நாளைக்கு பிறகு சந்தித்துப் பேசிக் கொண்டோம். எனக்கு மாப்பிள்ளை பார்த்ததைப் பற்றி கேட்டாள். வெக்கமாக இருந்தது. ஏதோ சொல்லி வைத்தேன். ஹை ஹை என்று கேலி செய்து சிரித்தாள். "போடி" என்றேன். "அந்தா லாரி வந்தாச்சு" என்றாள் ஒருத்தி. அங்கன இங்கன்ன என்று கதைகளை பேசிக் கொண்டிருந்தவர்கள் எல்லாம் அந்த லாரி முன்னே வந்து கூடினோம். அ ணா. ச ணா. அளத்துக்கு போகும் லாரி அது. அங்கேதான் எங்க எல்லாத்துக்கும் வேலை. அந்த அளத்துக்கு வேலைக்கு போகிறவர்கள் மட்டும் லாரியில் ஏறிக்கொண்டோம். முதலில் ஏறிக்கொண்ட ஆண்களிடம், கீழே இருந்தவர் பலகை, கூடை, பெட்டி, மம்மெட்டி என்று ஒவ்வொன்றாக எடுத்துக் கொடுத்தோம். மேலே உள்ளவர்கள் வாங்கி லாரியில் போட்டார்கள். பெண்கள் ஏறிக் கொண்டோம். அடிக்கடி லாரியில் ஏறி பழக்கப்பட்டதால் அவ்வளவு கஷ்ட்டமாக தெரியவில்லை. உடனே லாரி புறப்பட்டு விட்டது. கீழே நின்ற

மல்லிகாவை நோக்கி கையை அசைத்தேன். லாரியில் உள்ள வயசான பெரியவர்கள் என்னை கேலி செய்தார்கள். 'புது பொண்ணு வேலைக்கி வரலாமா?' என்றார்கள். சிரித்துக் கொண்டேன். பதில் பேசவில்லை.

லாரி போய் கொண்டிருந்தது. வழி நெடுக்கிலும் படபடவென்று அலறும் சத்தம். லாரியின் குலுக்கல் ஒருவரை ஒவர் அடித்துக் கொள்ள வைத்தது. இப்படிப்பட்ட நேரம் சில சமயங்களில் ரொம்ப மோசமானதாக அமைந்து விடும். எல்லா ஆம்பளைகளையும் ஒரே மாதிரி நினைக்க முடியாது. இவர்களுக்கு கொமறுப்பிள்ளைகள் என்றால். கேட்கவே வேண்டாம். அளங்களில் பெண்கள் பாடு படுமோசம். கொஞ்சம் பல்லை கிழித்துக் காட்டினால் கூட போதும். அவ்வளவுதான், கைக்குள் வளைத்துப் போட்டுவிடுவார்கள். இந்த விஷயங்களில் ரொம்பவும் கவனமாக இருந்தால் தான் தப்ப முடியும். அதுதான் என்னை வேலைக்கு வரவேண்டாம் என்று சொல்லுகிறாள் அம்மா.

லாரி ஒரே சீராக போய்க் கொண்டிருந்தது. பின்னால் வந்த பஸ்கள் எல்லாம் ஹாரன் அடித்து முந்திக் கொண்டிருந்தன. முந்திப் போன பஸ்களில் இருந்த சிறு குழந்தைகள், எங்களை வேடிக்கைப் பொருளாக நினைத்துக் கைகளை அசைத்துக் கொண்டனர். தூரத்தில் உரத்தொழிற்சாலை தெரிந்தது. புகை குப் குப் என்று வந்தது. ரோட்டில் இரு பக்கங்களிலும் வெள்ளை வெள்ளேரென்று உப்பளங்கள். புதிதாக 'செய்நேர்த்தி' நடந்த பாத்திகள். பாத்திகளில் தளும்பும் உப்புநீர். நான் லாரியின் ஓரத்தைக் கெட்டியாகப் பிடித்துக் கொண்டு வெளியே வேடிக்கை பார்த்துக் கொண்டே இருந்தேன். மேம்பாலத்தை லாரி ஏறி இறங்கியது. உப்பாத்து ஓடையைக் கடந்தது. இனி முத்தையாபுரம் வந்துவிடும். ஸ்பிக்கைக் கடந்தால் அடுத்தது முள்ளக்காடு. அந்த ஊர்க்குள்ளே கூடி போகும் சரல் ரோட்டு வழியாகப் போனால் கண் காணாத தூரம் வரை தெரியும் அளத்துக்காட்டுக்கு வந்துவிடலாம். நாங்கள் வேலை செய்யும் அணா. சணா.. அளத்துக்கு மற்ற அளங்களில் பாத்தி வரப்பு வழியாக ஒரு பர்லாங்கு தூரம் நடக்க வேண்டும். அணா. சணா... அளத்தையும் சும்மா சொல்லக்கூடாது. அதுவும் பல பர்லாங்கு சுற்றளவைக் கொண்டது. ஏகப்பட்ட ஏக்கரில் உப்பளங்கள். அதே மாதிரி கங்காணிகள். ஒவ்வொரு கங்காணி கையிலும் ஜாஸ்தியாக தொழிலாளர்கள் வேலை பார்க்கிறார்கள்.

லாரி முள்ளக்காட்டு தொங்கலுக்கு வந்து நின்றவுடன் நாங்கள் இறங்கினோம். லாரியில் இருந்து போடப்பட்ட சாமான்களைத் தூக்கி கொண்டோம். வெயில் சுள்ளென்று உறைத்தது. உப்பும், உப்பு நீரும் மினு மினுத்தன. நாங்கள் பாத்தி வரப்பு வழியாக நடந்தோம். வயசானவர்கள் போகும்போதே பைக்குள் இருந்து கருப்பு கண்ணாடிகளை எடுத்துப் போட்டுக் கொண்டார்கள். "அசையாமணி பெரியப்பா, நீ இன்னும் கண்ணாடி போடலையே என்னத்துக்கு..?" என்று கேட்டேன். "நேத்து கண்ணாடி உடைஞ்சு போச்சு"... அய்யையோ இனுமே கண்ணாடி வாங்கனும்முன்ன பெரிய பாடே ...." என்றேன். உள்ளபடியே அப்படித்தான் கண்ணாடி அளத்து முதலாளிதான் தர வேண்டும். எப்போமாவது ஒரு தடவைதான் கண்ணாடியே தருவார்கள். பாவம் அசையாமணி பெரியப்பா. கொஞ்சம் வயசானவர். கொஞ்ச வயதுக்காரங்களுக்கே, உப்பு வாரி வாரி கண் பார்வை குறைஞ்சு விடுகிறது. பெரியாளுங்களுக்கு கேக்கவா செய்யனும்? உப்பு ஒரு மருந்துப் பொருளா? நான், "ஒனக்கு கண்ணாடி தரட்டா பெரியப்பா?" என்றேன். "ஒனக்கு?" என்றார். "நான் உப்பு பெட்டிதானே சுமக்கப் போகிறேன்" என்றேன்.

நாங்கள் அளத்தை அடைய எட்டேமுக்காலாகி விட்டது. தூத்துக்குடி ஊர்ப்புறங்களில் இருந்து ஆட்கள் அளத்து வேலைகளுக்கு லாரிகளில் வந்து இறங்கிக் கொண்டிருந்தார்கள். பாத்திகளில் வேலையும் துவங்கி விட்டது. அளத்து செட்டுகளில். இருந்து வேலை சாமான்களை வெளியில் எடுத்து வைத்துக் கொண்டிருந்தார்கள். நாள் முழுவதும் உழைக்க வேண்டும். அந்த உழைப்பில் படர்ந்த முகங்கள் என்ன வந்தாலும் எதிர்த்து நிற்கும் முகங்கள். வேலைக்கு வந்திருக்கும் குழந்தைகள் முகங்களில் கூட ஓர் சுவராஜ்யம் குடி கொண்டிருந்தது. இந்த சுவாரிசங்கள் எல்லாம் வெயில் ஏற ஏறத்தான் குறையும். சின்ன மகிழ்ச்சி கூட அப்போது இருக்காது. வேர்வையில் வேர்த்து திரேகம் உப்பு நீராய் ஓடும். நிலத்தில்தான் உப்பு வாரவேண்டும் என்பதில்லை. எங்கள் உடப்பிலும் உப்பு திட்டு திட்டாக பொரிந்து நிற்கும். நாக்கு தண்ணீர்க்கு ஏங்கும். அளத்து மேட்டில் தண்ணீர் அளவோடு தான் குடிக்க வேண்டும். ஒரு குடம் தண்ணீர், இரண்டு குடம் தண்ணீர் என்று காலையில் முதல் வேலையாக முள்ளக்காட்டு ஊருக்குள் போய் கொண்டு வருவார்கள். அடிக்கடி தண்ணீர்க்கு குடத்தைக் கொண்டு போக முடியாது. கங்காணிமார்கள் கண்டால் திட்டுவார்கள். கெட்ட வார்த்தைகளை சொல்லி ஏசுவார்கள். வேலை மெனக்கிட்டுப் போகிறது என்பார்கள். இதற்காக

12

காலையில் பிடித்து வைக்கிற தண்ணீர்தான். மத்தியான சாப்பாட்டுக்கு மிச்சப்படுத்தி வைக்க வேண்டும். நாள் முழுவதும் களைப்பாகவே இருக்கும். மாலையில் சூரியன் மேற்கில் முழுவதும் இறங்கியவுடன் அன்னக்கி கூலி கையில் கிடைக்கும் போதுதான் போன தெம்பு திரும்பும்.

முன்ன போன தடியந்தாத்தாதான் எங்க அளத்து கங்காணி. அவர் கையில்தான் செட்டு சாவி இருந்தது. முன்னபோயி செட்டைத்திறந்தார். எல்லாத்தையும் நாங்கள் எடுத்து வெளியில் தூக்கி கொண்டு வைத்தோம். அந்த சின்ன நோட்டில் என்னமோ தாத்தா எழுதினார். பிறகு வேலை துடங்கி விட்டது. நான், நேத்து சாயங்காலமாய் பாத்தி ஓரத்தில் வாரி வைத்த உப்பை சுமக்க போய்விட்டேன். எங்கூட என்னை மாதிரி ஒரு பொம்பளையாளு. இன்னொரு சின்னப் பிள்ளை, எங்க மூணு பேருக்கும் உப்பை அள்ளி தூக்கி விட ஒரு ஆம்பளையாளு, வட்டுப் பெட்டியில் அள்ளி தூக்கி விட்ட உப்பை, அளத்து மேட்டு அம்பாரத்தில் ஏறி தட்டினோம். என் தலையில் முதல் பெட்டி ஏற்றிவிடும்போது தலை சுருக்கென்று பிடித்தது. பிறகு சரியாகிப் போயிற்று. முதலில் கொஞ்சம் விரைவாகத்தான் சுமந்தோம். வெயில் ஏற ஏற ஓட்டம் குறைந்து நடையாக மாறியது. அம்மாவும் மற்ற பொம்பளையாட்களும் கூட இரண்டு ஆம்பளையாட்களுடன் சேர்ந்து பாத்தி மிதித்தார்கள். ஒருவர் பின் ஒருவராக "V" வடிவில் குதிங்கால்களை வைத்துக் கொண்டு சதக் சதக் கென்று நடனம் ஆடுவது போல பாத்தி மிதித்தார்கள். பக்கத்து பக்கத்து அளங்களில் எல்லாம் பாத்தி மிதிப்பு செய்நேர்த்திகள் நடக்கத் தொடங்கிற்று. உப்புக் கிணற்றில் இருந்து நீரை இறைக்க மோட்டார் பம்புகள் தடதட வென்று ஓடத் தொடங்கி விட்டன. ஒரே இரைச்சல். உப்பு முழுவதும் வாரி முடிந்த அளங்களில் திரும்பவும் நீர் விடும் வேலைகள் நடந்தன. ரெண்டு, மூணு நாட்களுக்கு முன்னாலே தண்ணீர் விடப்பட்ட பாத்திகளில் விளைந்திருக்கும் உப்பு அட்டுக்களை வார் பலகையில் கிளறிவிடும் வேலைகள் ஒரு பக்கம். நீர் குறைந்து வெள்ளை வெளேர் என்று உப்பு விளைந்து விட்ட பாத்திகளில் நீளமான வார் பலகைகளை கொண்டு, கிளறி விட்டுக் கொண்டும் பதம் கொண்ட உப்பை வரப்பில் இழுத்துக்கொண்டும்... வேலைகள் மும்முரமாய் நடக்கத் தொடங்கிற்று.

குடி தண்ணீர் பிடிக்கப் போனவர்கள், நிறைகுடங்கள் தளும்பத்தளும்ப மெதுவாக வரப்பு வழியாக நடந்து வருவது

தெரிந்தது. முன்னால் எல்லாம் அளத்து பாத்திக்கட்டில் வேலை செய்பவர்கள் ஒரு குடம் தண்ணீர்க்காக அலைய வேண்டியதிருக்கும். நாய் படாத பாடுதான். புதிய துறைமுகம் வந்தவுடன் நிறைய தொழிற்சாலைகள் வந்தன. அந்த உரத்தொழிற்சாலை வந்தவுடன், அந்த புண்ணியத்தில் முள்ளக்காட்டு ஊரில் ஒரு நல்ல தண்ணீர் பைப்பும் வந்துவிட்டது. இருபத்து நாலு மணி நேரமும் குடிதண்ணீர்க்கு பஞ்சமில்லை. இல்லை என்றால் அளத்துக் காட்டில் வேலை செய்யும் பரைச்சிகளுக்கு யார் குடி தண்ணீர் கொடுக்கப் போறா?

அம்மாவும் நானும் தடியந்தாத்தா கையில் வேலை செய்வதில் ஒரு வகையில் சந்தோஷம். என்னை பேத்தி என்ற முறையில் ஓரளவுக்கு மரியாதையாக வைத்துக் கொள்வார். ஒவ்வொரு சனிக்கிழமையும் மத்தியானத்துக்குமேல் கணக்கு எழுத உக்கார வைத்து விடுவார். தாளு, நோட்டு, பென்சில், பவுண்டன் எல்லாம் கொடுப்பார். நான், அந்த வாரம் முழுவதும் வேலை செய்தவர்கள் பெயரை எழுதி, ஒரு முறைக்கு இருமுறை கூட்டி, கழித்து, எல்லோர் கணக்கையும் ஒழுங்காக எழுதி கொடுத்து விடுவேன். அதை வாங்கிக் கொண்டு உடனே டவுனுக்கு போய் விடுவார். அம்மா, தாத்தா கைக்குள் வேலைக்கு வருவதற்கு முன்னால் எங்கையா கைக்குள்தாள் வேலை செய்தாள். என்னைக்கு அந்த ஆளு வேறு ஒருத்தியைக் கூட்டிக் கொண்டு போனாரோ, அன்னையில் இருந்து தாத்தா கங்காணி பார்க்கிற அணா. சணா... அளத்தில் தான் வேலை. தாத்தாகிட்ட வாரக் கூலி டான்னு சனிக்கிழமை ராத்திரியில்லாம் வீடு தேடி வந்து விடும். உழைச்ச கூலியை வாங்குவதற்காக காலைப் பிடித்தேன் கையைப் பிடித்தேன். என்பதெல்லாம் இருக்காது. இருக்கிய கங்காணிகளில் தாத்தா எவ்வளவோ மேல. ரொம்பவும் அதட்ட மாட்டார். ரொம்ப வம்புக்கும் வரமாட்டார். அளத்துக் காட்டு கங்காணிகள் எல்லாம் படுமோசம். கொஞ்சம் நல்ல பொம்பளைகளைக் கண்டால் விட மாட்டார்கள். இல்லை என்றால் எங்கைய்யா எங்கம்மையை விட்டுட்டு வேற ஒருத்தியை சேர்த்துக் கொள்வாரா?

உச்சி வெயில் தலைக்கு மேல் அடித்தது. சித்திரை பிறக்க இன்னும் பதினைந்து, பதினாறு நாள் கிடக்கிறது. ஏப்ரல் மாத வெயில் கண்ணை கூச வைத்தது. வேர்வை ஆறாக வழிந்தோடியது. சோர்வு ஏற்பட்டது. கங்காணிமார்கள் ஏசத்துடங்கிவிட்டனர். பச்சை பச்சையாக சில கங்காணிகள் கெட்ட வார்த்தைகளைச் சொல்லியே ஏசினார்கள். இப்படி

கங்காணிமார்களின் ஏச்சையும் பேச்சையும் கேட்கப் பொறுக்காமல் வேலையாட்கள் ஓடி ஓடி வேலைகளைச் செய்ய தொடங்கிவிட்டனர். சில பொம்பளைகள் பல்லை 'ஈ' ன்று இளித்துக் காட்டிச் சிரித்துக் கொண்டே வேலையில் தங்கள் 'தெம்மாடி'த் தன்மையைக் காட்டினார்கள். பதிலுக்கு இவர்களும் பச்சை பச்சையாய் வாய் குமட்டும்படி கெட்ட வார்த்தைகளைச் சொன்னார்கள். திரேகம் புல்லரிக்கும்படி நக்கல்கள், கேலி, கிண்டல்கள் நடந்தன. 'செட்டுக்குள்ள வாரியா?" என்று கூட சில பொம்பளைகளை கண்சிமிட்டி கங்காணிமார்கள் அழைத்தார்கள். அப்போதும் இவர்கள் ஈன்னு பல்லைக் காட்ட, கோபமாக இருந்த காங்காணிகள் கூட சிரித்து விட்டனர். அவ்வளவுதான். அதட்டலும் உருட்டலும் குறைந்தது. அவர்களுக்கு வேகமாக ஏறிக் கொண்டிருந்த வெயில் வெக்கையிலும், கூட குளிர் வந்த மாதிரி இருந்தது. கிண்டலும் கேலியுமாக வேலைகள் நடந்தன. பாட்டும் கிளம்பியது.

பாட்டோடு பாட்டாக வேலையும் மும்முரமாக நடந்தது. நான் உப்புப் பெட்டியை அளத்து மேட்டில் தட்டி விட்டு வரும்போது என் கண்ணை என்னால் நம்ப முடியவில்லை. அவ்வளவு ஆச்சரியம். இவன் கங்காணியாகிவிட்டானா?" என்று முணு முணுத்துக் கொண்டேன். சொள்ளமுத்து நின்று என்னை விழுங்கிற மாதிரி பார்த்தான். போயா போ என்கிற மாதிரி நான் உப்பு பெட்டி சுமந்து கொண்டிருந்தேன். சின்ன வயசுல்லே கங்காணியான ஆட்களில் சொள்ளமுத்தும், ஓராளாக இருக்க வேண்டும். இல்லை என்றால் இவ்வளவு சீக்கிரம் கங்காணியாகியிருக்க முடியுமா. மோசமான ஆட்களுக்குத் தானே கங்காணி வேலையே கிடைக்கும்? காட்டிக் கொடுக்கத் தெரிந்திருக்க வேண்டும். சமையம் வந்தால் பெண்களை வசியப் படுத்தத் தெரிந்திருக்க வேண்டும். எத்திப் பிழைக்கத் தெரிந்திருக்க வேண்டும். ஏமாத்தத் தெரிந்திருக்க வேண்டும். இவ்வளவு வேலைகளிலும் சொள்ளமுத்து கை தேர்ந்தவன்.

அளத்து ஆட்களை அதட்டி உருட்டி வேலை வாங்கி கொண்டிருந்தான். என்னையும் ஒரு கண் பார்த்துக் கொண்டான். பல்லைக் காட்டிச் சிரித்துக் கொண்டான். எனக்கு பகிரென்று இருந்தது. அவனைப் பார்க்கக் கூடாது என்ற கட்டாயத்தில் முகத்தைத் திருப்பிக் கொண்டேன். என்னமோ பயம், எல்லாமே கொஞ்சம் நேரம்தான். ஏன் இவனுக்குப் பயப்படவேண்டும்? என்னை நானே கேட்டுக் கொண்டு, நிமிர்ந்து கொண்டே உப்புபெட்டி சுமந்தேன். திடீரென்று எங்கம்மா அருகில் வந்தான்.

நிமிர்ந்த உடல் நடுங்கியது. வரப்பு மேல் நின்று அம்மாகிட்ட என்னமோ பேசினான். அவன் சிரித்துப் பேசுவது எனக்கு திக்கென்று இருந்தது. அப்படி என்ன பேசிருப்பான் என்று நினைப்பதற்குள், அம்மாவிடம் பேசிக் கொண்டிருந்தவன், என்னருகில் வந்து விட்டான். “என்ன இப்பம்தான் பாதை தெரிந்ததா?” என்றான். ‘என்ன பாதை’ என்று திருப்பிக்கேட்டிருக்கலாம். இவனிடம் நமக்கு என்ன பேச்சு என்று கம்மென்று இருந்துவிட்டேன். போடா பிஸ்கே என்பதைப் போல் நான் உப்பு பெட்டி சுமக்க ஆரம்பித்து விட்டேன். அவன் போய் விட்டான். அதற்கு பிறகு நான் அவனை கவனிக்கவே இல்லை.

மத்தியான, சாப்பாட்டுக்கு மேல் கொஞ்சம் தெம்பாக இருந்தது. மிளகாயையும் தொவையலையும் தொட்டு கஞ்சை குடித்தோம். கை குழந்தைகளை கொண்டு வந்தவர்கள் அழுத பிள்ளைகளுக்கெல்லாம் பால் கொடுத்து அமத்தினார்கள். உடமரத்து நிழலில் கால்களை நீட்டி, வெற்றிலை போட்டுக் கொண்டார்கள். கதைகளை பேசினோம். அந்த ஒன்றரை மணி நேரம் போன போக்கு தெரியவில்லை. இரண்டு மணி சுமார்க்கு கண்காணிகள் “வா... வா” என்று கூப்பிட்டார்கள். இடைப்பட்ட ஓய்வில் மனதில் சிறிது மகிழ்ச்சி நிலவியது. இந்த மகிழ்ச்சி தெம்பு எல்லாம் கொஞ்சம் நேரம்தான். வேனாவெயில் எல்லாத்துக்குமே கிரக்கமாகிவிட்டது.

முதலில் மொத்தமாக நின்று பாத்தி மிதித்தோம். பிறகு ஆண்கள் வார்பலகைகளை கொண்டு உப்பு வாரினார்கள். நான் மற்ற பெண்களுடன் சேர்ந்து காலையில் மாதிரி உப்பு பெட்டி சுமந்தேன். ஓடி ஓடி சுமந்தோம். மத்தியானத்துக்கு மேல் உப்பு பெட்டி சுமந்துகொண்டிருந்த நாங்கள் நாலு பேரும் கொமருபிள்ளை என்றவுடன், வேலையில் ஒருவேகம் இருந்தது. பத்து பதினைந்து பெட்டி வேகமாக சுமந்து பிறகு, அப்படியே ‘அக்கடா’ என்று நின்று கொண்டோம். பிறகு ஓடி ஓடி உப்பு சுமந்தோம். அப்போது தூரத்தில் இருந்து ஒரு பொம்பளை இப்படி குரல் கொடுத்தாள். “ஏனா... பேச்சியை மாதிரி கீழ விழுந்துப்புடாதிங்க ... காலு கையி உடைஞ்சா யாரும் ஒண்ணும் தரமாட்டான்?...?” அவள் இதை சிரித்துக் கொண்டு கேலியாகத்தான் சொன்னாலும் எனக்கு சுருக்கென்றது. வாஸ்தவம் தான், கீழே விழுந்தாலும் யார் என்ன கொடுக்க போகிறார்கள்?

கொஞ்ச நேரம் கழித்து, செட்டில் நின்ற அரவை மிஷினை அஞ்சாறு ஆட்கள் இழுத்துக் கொண்டு வந்து தட்டு மேட்டில் நிறுத்தினார்கள். என்னையும் இன்னொரு பெண்ணையும் மிஷினுக்கு உப்பு அள்ளிப் போடச் சொன்னார். மிஷினை ஓட்டி விட்டார்கள். அது தட தட வென்று ஓடியது. உப்பை பெட்டியில் அள்ளி, கொஞ்சம் கொஞ்சமாக அதன்மேல் வாயில் தட்ட, ஒருவர் ஒரு கம்பை வைத்து குத்தி விட்டார். உப்பு மணலாக அரைத்து விழுந்தது.

மாலை மூணு மணி சுமார்க்கு ஒரு புது அளத்தை செய்நேர்த்தி செய்வதற்காக தாத்தா ஆட்களை அழைத்து சென்றார். மேற்கு தொங்கலில் புதிதாக செப்பனை விட பட்டும் அளம் அது. புதிய வரப்பில் பனையோலைகள்ள முதலில் அடுக்க வேண்டும். முதல் முறையாக தண்ணீர் விடும்போது கரை அரிக்காது. வரப்புமணல் நீரை உறியாது. எல்லோருமே ஒட்டு மொத்தமாக நின்று பாத்தி மிதிக்க வேண்டும். அங்கண்ண இங்கண்ண நின்ற ஆட்களை எல்லாம் திரட்டிக் கொண்டு போய் விட்டார்கள். அரவை மிஷின் நின்று விட்டது. செட்டுக்குள் இழுத்து விட்டாயிற்று. மாலை ஐந்து நெருங்க, என்னை எல்லா சாமான்களையும் தூக்கிச் செட்டுக்குள் வைக்கச் சொன்னார்கள். அந்த புதிய அளத்துக்கு நீர் பாய்ச்ச அன்னா இன்னா என்று மணி ஆறாகிவிடும். அதோடு வேலையும் முடியும். நான் ஒத்தையில் நின்று சாமான்களைத் தூக்கி வைத்தேன். தூரத்தில் வேலைகள் மும்முரமாக நடந்து கொண்டிருந்தன. நான் கடைசியாக ஒரு மம்மெட்டியையும் சட்டிகளையும் தூக்கிக் கொண்டு போய் செட்டுக்குள் நுழையவும், யாரோ உள்ளே இருப்பது போல நிழலாடியது. திக்கென்றுயிருந்தது. பயந்து போனேன். உள்ளே போய் விடவில்லை. கையில் உள்ள சாமான்கள் பொத்தென்று விழுந்தன. அந்த சத்தம் தான் பெரிதாகக் கேட்டது. வேர்க்க வேர்க்க அந்தாளைப் பார்த்தேன். வாட்டசாட்டமாக இருந்தான். தும்பைப்பூ போன்ற வேஸ்டி, பாலீஸ்டரில் கட்டம் போட்ட சட்டை, சுருள் சுருளான முடி, நல்ல வளர்த்தி. அளத்து முதலாளியா? எந்த அளத்து முதலாளி? இங்க எப்படி முளைத்தான்? திட்டம் போட்ட சதியா? எலிப்பொறியில் அகப்பட்டுக் கொண்டோமா? எல்லாமே ஓர் மின்னல் போல நினைவுக்கு வந்தன. நான் மறு கணமே சுதாரித்துக் கொண்டேன். படங்களில் வருகிற வில்லன் போல சிரித்தான். “எங்கப் போறே வா” என்றான். சில பச்சை நோட்டுகளைத் தூக்கி விரித்து ஆட்டினான்.

எனக்குப் பொறுக்க முடியவில்லை. தப்பித்து வந்ததே பெரிய விஷயம். அதுவே போதும் போதும் என்று இருந்தது. கொஞ்சம் விரைவாய் நடந்தேன். இனி அவன் என்ன செய்ய முடியும். அசட்டுத் தைரியம் நெஞ்சில். நான் திரும்பிப் பார்த்தேன். பயத்தாளி, திரும்பி வரவில்லை. அந்த பக்க வரப்பு வழியாக என்னைத் திரும்பிப் பார்த்துக் கொண்டே நடந்து போகிறான். அதோ அந்த அளத்து மேட்டுப்பக்கம் ஓர் சின்னகார். அழகாலன கிளிப்பச்சைக்கலரில் அது அவனுடையதாகத்தான் இருக்க வேண்டும்.

அம்மாதான் என்னை முதலில் பார்த்தாள். அவளைக் கண்டவுடனே என் கண்கள் ஏனோ கலங்கி விட்டன. நீர் முட்டிக் கொண்டு வந்தது. பாத்தி மிதித்துக் கொண்டிருந்த அம்மா என்னைக்கண்டு ஓடி வந்தாள். "என்ன... என்ன?" என்று பதறி போய் கேட்டாள். முதலில் நான் "தலைவலி" என்றேன். பிறகு அவளைத் தனியாகக் கூப்பிட்டுக் கொண்டு போய், நடந்ததை அப்படியே சொன்னேன். "கடவுளே" என்றாள். என்ன நினைத்தாளோ, சத்தத்தை அடக்கிக் கொண்டாள். "இது யாருக்கும் தெரியாதுல்ல" என்றாள். "தெரியாது" என்றேன். "இரு, வீட்டுக்கு போகலாம்?" என்று சொல்லி விட்டுத் தடியந்தாத்தாவிடம் ஓடினாள். ஓடின அவசரத்துலே திரும்பி வந்தாள். 'என்னமோ யாரோ' என்று அளத்தில் வேலை செய்து கொண்டிருந்தவர்கள் எல்லாம் ஓடி வந்து விட்டார்கள். அம்மாதான் முந்திக் கொண்டு "ஒண்ணுமில்லை தலைவலி" என்றாள். வந்தவர்கள். "என்னமோ யாதோவென்று பயந்து விட்டோம்" என்று, பூ இவ்வளவு தானே என்பதை போல திரும்பி போனார்கள். அம்மா போய் தூக்குச் சட்டிகளை தூக்கிக்கொண்டு வந்தாள். "நட, வீட்டுக்குப் போவோம்?' என்றாள்.

நாங்கள் முள்ளுக்காட்டை, தாண்டி, மெயின்ரோட்டுக்கு வந்தோம். டவுன்பஸ், ரூட் பஸ் எது வந்தாலும் ஏறியாக வேண்டும் என்று பரபரப்பு. பாதிப்புக்குள்ளான என்னை விட என் அம்மா தான் ரொம்பவும் கதி கலங்கிப் போனாள். ஒரு வேளை அது தாய்ப்பாசமாக இருக்கலாம். வந்த பஸ்களை எல்லாம் அம்மா நிற்க சொல்லி கை காட்டியும், ஒரு பஸ்சும் நிற்காமலேயே போயிற்று. எல்லா பஸ்களிலும் சரியான கூட்டம். கடைசியாக ஒரு டவுன் பஸ் வந்து நின்றது. ஏறிக் கொண்டோம். எனக்கு இடம் கிடைத்தது. அதை அம்மாவுக்குக் கொடுத்துவிட்டு, நான் நின்றுக் கொண்டேன். அம்மா முந்திப்பையை திறந்து பணத்தை எடுத்து டிக்கட் வாங்கினாள். அடுத்த ஸ்டாப்பில் ஆட்கள் இறங்கவும், எனக்கு அம்மா அருகில் இடம் கிடைத்தது.

பஸ் போய்க்கொண்டிருந்தது. மேம்பாலத்தை ஏறி இறங்கியதும், காமராஜர் கல்லூரியை தாண்டியது. பீங்கான் ஆபிஸில் நின்றது. போல்டன்புரம் வந்ததும் நாங்கள் இறங்கிக் கொண்டோம். ரோட்டிலிருந்து குருத்து மணல் தேரி வழியாக நடந்தோம். கிட்ட தட்ட எழுநூறு வீடுகளை ஒரே மாதிரி குடிசைகளாகக் கொண்ட தேரி. குடிசையின் செம்மன் பூசிகளில் 'நினைத்ததை முடிப்பவன்' போஸ்டர்கள் அரசியல் பொதுக்கூட்ட தட்டிப் போர்டுகள். முடிந்த தேர்தலை நினைவுபடுத்திய 'எங்கள் ஓட்டு' என்று எழுதின எழுத்துக்கள், எல்லாம் மழையிலும் வெயிலிலும் நிறமிழந்து போய் இருந்தது. அம்மா யார் முகத்தையும் பார்க்காமல் வேகவேகமாக நடந்தாள். யாரும் என்னமும் கேட்டு விடுவார்களோ என்ற பயமோ என்னமோ? நான் எதுவும் நடக்காதது மாதிரி, எப்பவும் நடந்தது மாதிரியே நடந்தேன். அப்படியே கேட்டால் தான் என்ன என்றிருந்தது.

வீட்டுக்குப் போனதும் முதலில் என்னை அம்மா குளிக்கச் சொன்னாள். தானாகவே வாளியை எடுத்து, அதில் கயிறை கட்டி தந்தாள். "போ சீக்கிரம் போ..." என்றாள். ஏன் ... இப்படி பயந்து சாவுகிறாள்?' என்று முணு முணுத்துக் கொண்டேன். குளிக்கப்போனேன். கிணத்தடிக்கும் போய் எண்ணி பத்து பதினைந்து வாளி ஊத்திவிட்டு வீட்டுக்கு வந்தேன். நான் சேலையை மாத்தும்போது. "இது யாருக்கும் தெரிய வேண்டாம். வெளிலே தெரிஞ்சா நமக்குத்தான் கேவலம்" என்று அம்மா திரும்பத் திரும்பச் சொன்னாள். எனக்கு எரிச்சலாக வந்தது. இருந்தாலும் பதில் பேசவில்லை. மனசை சமாதானப்படுத்திக் கொண்டேன். ராத்திரி சாப்பிடும்போதும், தூங்கும்போதும் "இனிமே நீ வேலைக்கு வரவேண்டாம்" என்று அவள் மெதுவாகச் சொல்லும்போது, நான் குழம்பிப்போனேன். ஒன்றும் பதில் பேசவில்லை. ரொம்ப நேரத்திற்குப் பிறகு "இதுக்கெல்லாம் பயந்தா எப்படியம்மா?" என்றேன். "இந்த மட்டுக்கு நீ வந்ததே நம்ம செய்த கடவுள் புண்ணியம்" என்றாள்.

மறுநாள், "நீ வேலைக்கி வர வேண்டாம், வீட்ட பார்த்துக்க" என்று விடாப் பிடியாக சொல்லிவிட்டு, அவளாகவே புறப்பட்டு போய் விட்டாள். என்ன செய்வது? ஒன்றும் ஓடவில்லை. அம்மா போன பிறகு மனக் குழப்பத்தோடு உட்கார்ந்திருந்தேன். ஆச்சி வெத்திலை இடிக்கும் சத்தம் கேட்டது.

அன்று பகல் முழுவதும் குழப்பத்தோடு கழித்தேன். பள்ளிக்கூடம் விட்டு வந்த தம்பிமார்களுக்கும் தங்கைக்கும் கஞ்சி

ஊத்தி கொடுத்தேன். இரண்டு முறை ஆச்சிக்கு வெற்றிலை இடித்து கொடுத்தேன். மத்தியானம் அண்ணன் ரிக்ஷா ஓட்டிக் கொண்டு வந்தான். என்னிடம் விஷயம் இல்லாத விஷயத்துக்கு சண்டை போட்டான். அவனை சமாதானப்படுத்தி, பழையது கொடுத்து அனுப்பி வைத்தேன். மத்தியானம் தெரு வெறிச் சென்று கிடந்த. குழப்பத்தோடு குழப்பமாக பகல் கழிந்தது. மாலை வந்தது. சிம்னியைத் துடைத்து, லாம்பைப் பொருத்தி வைத்தேன். தம்பிமார், தங்கைக்கு பாடம் சொல்லிக் கொடுத்தேன். ஆறரை மணிக்கு மேல் அம்மா வந்தாள். "சாப்பிட்டியா" என்றாள். வேற எதையும் கேட்கவில்லை. அவள் குளித்துவிட்டுப்போய் அரிசி வாங்கி கொண்டு வந்தாள். நான் உலை ஊத்தி வைத்து, அடுப்பை பத்த வைத்தேன். கஞ்சி காய்ச்சி, சாப்பிட்டு விட்டுப் படுப்பதற்குள் மணி பத்துக்கு மேலாகி விட்டது.

அப்பந்தான் படுத்திருப்போம். தெருவில் ஒரே சலசலப்பு.- நானும், அம்மாவும், "என்ன"? என்று வெளியில் போய் பார்த்தபோது ஆட்கள் எல்லாம் தெருவில் கூடி நின்றார்கள். எல்லோருமே பரபரப்பாக காணப்பட்டார்கள். கூட்டத்தோடு கூட்டமாக அண்ணனும் நின்றான். அவனை அம்மா கை காட்டி கூப்பிட்டாள். உடனே அவனும் வந்து விட்டான். "என்ன விஷயம்?" என்று கேட்டாள். "சொள்ளமுத்தை யாரோ பீங்கான் ஆபிஸ் முக்குல வைச்சு அடிச்சி போட்டுட்டாங்களாம்?" என்று அண்ணன் ரொம்பவும் சாதாரணமாகத்தான் சொன்னான். எனக்கு பகீர்ரென்று இருந்தது. ஏனோ உடலில் நடுக்கம். அவனை அடித்துப் போட்டதில் ஓர் வகையில் மகிழ்ச்சி. மனதைத் தேற்றிக் கொள்ளும் ஆறுதல் ....'ஏலே ... இரு .... ஒன்ன ஒரு நாளு .... என்று கருவிக் கொண்டிருந்த மனதுக்கு சந்தோஷமான சேதி இது, அதற்காக வருத்தப்படமுடியவில்லை. நானும் சேர்ந்து அவனை நாலு அடி வைத்தது போல் பிரமை. "நல்ல அடியா" என்றேன். உடனே அம்மா, "நல்ல அடியா இருந்தா என்ன... இல்லாட்ட உனக்கென்ன? ... உள்ளப்போ?" என்றாள். நான் கம்மென்றாகிவிட்டேன். "நல்ல அடியில்லாமையா ஆஸ்பத்திரிக்கு தூக்கிக் கொண்டுபோய் இருக்காங்க? என்றான், அண்ணன், "யார் அடித்தாங்க?" "யார்க்கு தெரியும்?" என்று சொல்லிக்கொண்டே அவன் திரும்பிப் பாராமலே போய் விட்டான். "ஏலே... நீ எங்கலே போற ...? இங்க இரி...." என்று அம்மா சப்தம் போட்டுச் சொல்லியும் அவன் கேட்கவில்லை. தெரு ஆட்கள் ராத்திரியோடு ராத்திரியாக ஆஸ்பத்திரிக்கு ஓடினார்கள். அம்மா வெளியில் நின்றாள். நான் படுக்கப் போய் விட்டேன். ரொம்ப நேரம் தூக்கம் வரவில்லை.

காலையில் கண் விழித்தபோது ஏனோ உடம்பு எல்லாம் வலித்தது. தலை வேறு கனத்தது. அம்மா வேலைக்கிப்புறப்பட்டு போய்விட்டாள். தம்பிமார், தங்கை எல்லாம் சாப்பிட்டுவிட்டு பள்ளிக்கு போய் விட்டார்கள். ராத்திரி பார்த்தது தான் அண்ணனை. அம்மாவை நினைக்கும்போதுதான் எனக்கு பாவமாக இருந்தது. வீட்டுக்கு வரும் அவளுக்கு நிம்மதி இல்லை. நான் அவளுக்கு மகளாக இல்லாமல், அண்ணனை மாதிரி ஒரு ஆண் பிள்ளையாக இருந்தால், ஒரு வேளை அவளுக்கு பாரம் குறைந்தாலும் குறைந்திருக்கும். எக்கேடு கெட்டும் போகட்டும் என்றிருந்திருப்பாள். இப்போது அவளுக்கு என்னை நினைத்துதான் கவலை எல்லாம்.

நான் வீட்டு வேலைகளை செய்வதில் கொஞ்சம் கவலைகளை மறந்தேன். ஆச்சிக்கு பழையதை ஊத்தி கொடுத்துவிட்டு, வெற்றிலை இடித்துக் கொடுத்தேன். பத்து மணி வரைக்கும் ஒன்றும் நினைக்கத் தோன்றவில்லை. நேரமாக நேரமாக தனிமையில் இருக்கும் போது மனக்குழப்பம் அதிகரித்தது. "ஏன் இப்படி குழம்புகிறோம்" என்று என்னை நானே சமாதானப்படுத்திக் கொண்டேன். தெருவில் அந்தப் பேச்சு இன்னும் இருந்தது. சொள்ள முத்துக்கு இரண்டு காலும் விளங்காது என்று பேசிக் கொண்டார்கள். மன அமைதியாக தெரு வாசலுக்கு நின்று வேடிக்கை பார்த்தேன். தூரத்தில் மல்லிகா வருவது மாதிரி தெரிந்தது. மல்லிகாவா என்று பார்ப்பதற்குள், தூரத்தில் தெரியும் மெயின் ரோட்டில் ஒரு சைக்கிள்காரன் ஒரு ஆட்டுக்குட்டியை இடித்துவிட்டான் போலும், கூட்டம் கூடி விட்டது. இரண்டு நிமிடங்கள் கழித்து மல்லிகா வந்தாள். அவளைப் பார்த்ததும் குழப்பம் குறைந்து போனது. மனம் மகிழ்ச்சியால் நிரம்பியது. மல்லிகா அம்மங்கோவிலை கடந்து வந்தாள். என்னைப் பார்த்ததும் புன்னகைத்து கொண்டாள். அருகில் வரும்போதே "என்ன ஒண்ண வேலைக்கு காங்கலே?" என்றாள். நான் சிரித்துக் கொண்டேன். அவளிடம் உண்மையை சொல்லலாமா என்ற தயக்கம். "உள்ளே வா?" என்று அவளை அழைத்துக் கொண்டு வீட்டுக்குள் சென்றேன். "உனக்கு இன்னைக்கு வேலை இல்லையா?" என்றேன். சேலை முந்தாணியால் நெற்றி வேர்வையை தொடைத்துக் கொண்டே "இல்ல" என்றாள். இருவருமே வீட்டுக்குள் வந்து உட்கார்ந்தோம்.

"நான் ஒண்ணு சொல்வேன். அத யார் கிட்டையும் நீ சொல்லமாட்டேன்னா ஒங்கிட்ட அதை சொல்வேன்...? என்ற பிடிப்போடு அவளை பார்த்து சொன்னேன். உடனே அவள்

ஆர்வத்தோடு, "என்னது? எங்கிட்ட சொல்லு. உன்ன அறியாமையா, நா வேற யார் கிட்டையும் சொல்வேன்?" என்றாள். நான் நடந்ததை எல்லாம் ஒன்றும் மறைக்காமல் அப்படியே அவளிடம் சொன்னேன். "அப்படியா?" என்றாள். "இவனை எல்லாம் சும்மா விடக்கூடாது" என்று அவள் சொல்லி கண்கள் சிவக்க, என்னை பார்த்த போது, நான் பயந்து போய் விட்டேன். ஏன் சொன்னோம் என்று இருந்தது. இதை யாருக்கும் தெரியப்படுத்த வேண்டாம் என்று கேட்டுக் கொண்டேன். "நீ சரியான பயந்தாங்கொள்ளியா இருப்பா போல இருக்கே?" என்று என்னை கிண்டலாக கடிந்து கொண்டாள். "நீயே இதற்கு போய் இப்படி பயந்தால் எப்படி?" என்றாள். உடனே நான், "மல்லிகா, நா ஒண்ணும் பயப்படலே? பாவம் எங்க அம்மாதான் பிள்ளைக்கு ஒரு கெட்ட பெயர் ஒண்ணு ஏற்பட்டா நம் கெதியென்னனு பயப்படுகிறாள்?" என்றேன். "வடுவச்சி, இன்னைக்கு ஒனக்கு நடக்கப்பார்த்த மாதிரி நாளைக்கு உனக்கும் எனக்கும் உண்மையிலே நடக்கும். இந்த கொடுமைகளை எல்லாம் நாமே பார்த்துக் கொண்டிருந்தா, அத மாதிரி வேற முட்டாள்தனம் இருக்கவே முடியாது, இது நாலு பேருக்கு தெரிஞ்சி, இதற்கு சரியான ஓர் முடிவு ஏற்படணும். இல்லைன்னா தெனசரி நம்ம மானம் போய்கிட்டுத் தான் இருக்கும." அவள் சொல்வதை எல்லாம் பதில் பேசாமல் கேட்டுக் கொண்டு இருந்தேன். அவள் சொல்வது எல்லாம் வாஸ்தவமாகத்தான் பட்டது. இதை, என்னை ஒருத்தன் பலாத்காரம் செய்ய வந்தான். நான் தப்பித்து விட்டேன். என்பதை எப்படி வெளியில் சொல்ல முடியும்? எப்படியோ சொன்னாலும் நியாயம் கிடைக்குமா, ஏழையின் சொல் அம்பலத்துக்கு ஏறுமா? அளத்துலே வேலை செய்கிற பொம்பளைகளைப்பத்தி தெரியாதா? அவங் காசு கொடுக்க மாட்டேன்னு இருப்பான். இவ இப்படி, அவளேச் சொல்லுறா!" என்பார்கள். ஊர் உலகமும் இதை தான் சொல்லும். அவமானப்படுகிறது யாரு?

அம்மா பயப்புடுவதில் காரணம் இருக்கிறது. இதை எல்லாம் விளக்கி சொல்லும் போது மல்லிகா சொன்னாள். "நம்ம என்னமோ அவமானப்படாத மாதிரி, சொகுசா இருந்து சாப்பிடுகிற மாதிரியில்ல, நீ சொல்லுகிற, ஒனக்கு இன்னைக்கு இது நடந்திருக்கு. நீ தப்பிட்ட. நாளைக்கி எனக்கு இந்த மாதிரி ஒரு அசம்பாவிதம் நடக்காதுன்னு என்ன உத்திரவாதம்? ஒன்ன மாதிரி எத்தனை பெண்களுக்கு இந்த மாதிரி மானபங்கம் நடந்திருக்கும்? இது நம்மளோடு முடியட்டும்முன்னா.... இதற்கு ஓர் முடிவு செய்வதே ஆகணும்?"

அவள் பேசப்பேச, எனக்கு ஏன் இங்கு வந்தாள் என்று இருந்தது. ஏன் இந்த நிகழ்ச்சியைச் சொன்னோம். என்று நினைத்தேன். "தயவுசெய்து இதை வெளியில் சொல்லாதே" என்றாலும் மல்லிகா கேட்கப் போவதில்லை என்று புரிந்து கொண்டேன். மனதில் தைரியத்தை வரவழைத்துகொண்டு, என்ன வந்தாலும் வரவாயில்லை. என்பதை போல் அவளைப் பார்த்தேன். "நீ ஒன்னுக்கும் பயப்படாதே. இரண்டுல்ல ஒண்ணு நான் பார்க்கிறேன்?" என்றாள். ஒன்ன மாதிரி எனக்கு ஒண்ணு நடந்திருந்தா நான் சும்மா இருக்க மாட்டேன். நீ பாட்டுக்கு உக்காந்திருக்க அந்த மாதிரி மாட்டு பையலுகளே சும்மா வுடக் கூடாது. இப்பம் எங்கூட வா..." என்று அவள் என்னை அழைத்தது தான், நான் நடுங்கிப் போய் விட்டேன். "வேண்டாம் மல்லிகா, சொன்னாக் கேளு?" என்றேன். "நம்ம ஒண்ணும் செய்ய வேண்டாம். எங்கூடவா. சங்கத்திலேயாவது சொல்லி வைப்போம்" என்றாள். "அவசரப்படாதே மல்லிகா" என்று நான் பதறினேன். "இதை எல்லாம் சொல்லாமே மூடிவைக்கப் போய்த் தான் ஒனக்கு எனக்கெல்லாம் இந்தக் கெதி" என்றாள். "இதுக்கு நான் என்ன செய்யனுங்கிற?" என்று நான் எரிச்சல் பட்டேன். "நீ ஒண்ணும் செய்யவேண்டாம். என்கூட வந்தால் போதும். மத்ததை எல்லாம் நான் பார்த்துக்கிறேன்." அவள் வற்புறுத்தலை என்னால் தப்ப முடியவில்லை. வரவில்லை என்றாலும் கர கரவென்று கையைப் பிடித்து இழுத்துக் கொண்டு போய் விடுவாள் போல இருந்தாள். நியாயமோ தப்போ, அம்மாவை நினைக்கும் போது தான் தயக்கமாக இருந்தது. ஏதோ ஒரு தைரியத்தில் "சரி வருகிறேன்"! என்றேன்.

நான் உடை மாற்றிக் கொண்டேன். மல்லிகா வெளியில் வந்தாள். திண்ணையில் படுத்திருந்த ஆச்சியின் அருகில் உட்கார்ந்து கொண்டு. "என்னாச்சி எப்படி இருக்கிங்க"என்றாள். "யாரு?" தடவிப்பார்த்தாள். "நான் தான் கள்ளுக்காரி பாட்டி பேத்தி" என்றாள். "கள்ளுக்காரி பேத்தியா நீ? என்ன செய்றம்மா? கண்ணு ரெண்டும் குருடாகிப் போச்சு?" என்று ஆச்சி விசனப்பட்டுக் கொண்டாள். இரும்பு உரலில் உள்ள வெற்றிலையை எடுத்து வாயில் போட்டுக் கொண்டாள். அதற்குள் நான் உடை மாற்றிக் கொண்டு வந்து விட்டேன். "ஆச்சி இரு, நான் போயிட்டு வாரேன்." என்று சொல்லி மல்லிகா எழுந்தாள்.

நாங்கள் அம்மன் கோவிலைக் கடந்து நடந்தோம். காலம் காலமாக ஓடும் சாக்கடையைக் கடந்தோம். அதிலிருந்து வரும் துர்நாற்றத்தையும், உயிர் பெறும் ஈக்களும், கொசுக்களும்....

நடைபாதையில் ஒரு டீக்கடை, அது முன்னால் தலையில் முண்டாசு கட்டிய இருவர் பேசிக் கொண்டிருந்தார்கள். கொஞ்சம் கறுத்த திரேகம். கொஞ்சம் உள்ளே தள்ளி அம்முணமாக நாலைந்து சிறுவர்கள் அழுக்கு மணலில் அசிங்கமாக விளையாடிக் கொண்டிருந்தார்கள். பக்கத்தில் நின்ற மாலைபூ தாத்தா, "எங்க போறிங்க?" என்று கேட்டார். எனக்கு பயமாக இருந்தது. மல்லிகா தான் "சங்கத்துக்கு" என்று பட்டென்று சொன்னாள். "என்னத்துக்கு" என்று தாத்தா கேட்டார். "அங்க வாரும்" என்றாள். வேகமாக நடக்கும் போதே "சாயா குடிப்போமா" என்று என்னைப் பார்த்தாள். "வேண்டாம்" என்றேன்.

போகும் வழியில் நிறைய கட்சி கொடிகள் பறந்தன. மெயின் ரோட்டில் சங்கம் இருந்தது. 'உழைக்கும உப்புத் தொழிலாளர்கள் சங்கம்' என்ற எழுத்துக்கள் மங்கி, அந்த பெயர் பலகை காற்றில் ஆடிக் கொண்டிருந்தது. மல்லிகா சங்கத்துக்குள் நுழைந்தாள். நான் தயங்கி நின்றேன். இதற்கு முன்னால் சங்கம் என்று நுழைந்ததே கிடையாது. சங்கத்துக்கு சந்தா, நன்கொடை பணம் என்று எது கேட்டாலும், எங்கம்மா எனக்கும் சேர்த்தே கொடுத்து விடுவாள். 'வா, என்ன நின்னுட்ட' என்று மல்லிகா அழைக்க, முதல் முறையாக சங்கத்துக்குள் தயங்கிக் தயங்கி நுழைந்தேன்.

சங்கம் கூரையால் வேயப்பட்டிருந்து. தாடி வைத்த ஒரு தலைவர் படமும், ஆவேசமாக கைகளை ஒயர்த்தியது போல இன்னொரு தலைவர் படமும், இரண்டுமாக சிவப்பு கட்டத்துக்குள் கண்ணாடி பிரேமில் தொங்கியது. சின்ன மேஜை, ஒரு பழைய நாற்காலி. இரண்டு கட்டை பெஞ்சுகள், கரி அடைந்த ஒரு அரிக்கன் லைட், ஓர் ஓரமாக சாத்தப்பட்டிருந்த தட்டி போர்டுகள், மணல் தரையில் உட்கார்ந்திருந்த சிலர், எங்களைக் கண்டு எழுந்து கொண்டார்கள். ஓர் நொண்டி ஆள் எங்களைக் கண்டு எழுந்து வந்தார். அவர் நடக்கும் போது ஒரு கால் கீழே இறங்கி, ஒரு கால் மேலேறியது. மற்றபடி வாட்ட சாட்டமாக இருந்தார். இவரை ஒரு ஏழு, எட்டு வருஷமாக தெருவில் பார்த்திருக்கிறேன். ஏதோ நோட்டையும் புத்தகத்தையும் வைத்துக் கொண்டு அளங்களில் சந்தா பிரிப்பதையும், ஞாயிற்றுக் கிழமைகளில் தெருவில் சந்தா பிரிப்பதையும், மற்றபடி எங்கம்மாவுடன் பேசிக் கொண்டிருப்பதையும் நான் பார்த்திருக்கிறேன். யார் எவரு என்றெல்லாம் எனக்குத் தெரியாது. அதையெல்லாம் விசாரிக்க வேண்டிய அவசியங்கள் கூட இதுநாள் வரை ஏற்படவில்லை. அவர் தான் என்னை அடையாளம் கண்டு கொண்டு, எங்கம்மா பெயரைச் சொல்லி, 'பூவதி மகளா?'

என்றார். 'ஆம்மா?' என்றேன். 'என்ன விஷயமா வந்திருக்கீங்க?' என்றார். உடனே மல்லிகாதான் 'காம்ரேட் தாத்தா இல்லையா?' என்று கேட்டாள். "அண்ணாச்சியும் உங்கையாவும்தான் ஒண்ணா டவுனுக்கு போயிருக்காங்க". "எப்போ வருவாங்க?" "இப்பம் வரக்கூடிய நேரம்தான்". "என்ன விஷயம்?" என்று அவர் மீண்டும் கேட்ட போது, அங்குள்ள ஆட்கள் எல்லோரும் எங்களை சுற்றி நின்று கொண்டார்கள். எனக்கு தர்ம சங்கடமாக இருந்தது. பயமும் குழப்பமும் மாறி மாறி வந்தன. கண்ணும் காதும் வைத்தப்போல சங்கத்தில் நடந்த விஷயத்தை மல்லிகா சொல்லுவாள், நாம் தப்பித்து விடலாம் என்று நினைத்தது பெரிய தவறாகிவிட்டது. தாத்தா வந்த பிறகு விஷயத்தைச் சொன்னாலும் கூட, இது உடனே ஊர் முழுவதும் தெரிந்து விடும் என்ற அச்சம் மனதில் நிறைந்திருந்தது.

நான் மேலும் மேலும் பயந்தே போனேன். இவ்வளவு ஆட்கள் எப்போதும் சங்கத்தில் இருப்பார்களா என்று முணுமுணுத்துக் கொண்டேன். எப்போமாவது யாரையாவது தேடும்போது, "ஏலே அவரு சங்கத்திலே உட்கார்ந்திருப்பாரு, பாத்து கூட்டிக்கிட்டு வா" என்பதின் அர்த்தம் இப்போது தான் புலப்பட்டது. முன்ன பின்ன சங்கத்துக்கு வந்திருந்தால் இந்த சின்ன சின்ன விவரங்கள் எல்லாம் தெரிந்திருக்கும். அந்த நொண்டியாள். மல்லிகாவும் சொல்ல தயங்கி நின்ற போது, உடனே அதை புரிந்து கொண்டவரைப் போல "சரிம்மா இப்படி உட்காருங்க" என்றார். பக்கத்தில் இருந்த ஒருவரைப் பார்த்து, "ஏலே மூக்காண்டி, ரெண்டு சாயா வாங்கிட்டு வால".. என்றார். உடனே மல்லிகா "சாயா எல்லாம் எதுக்கு, நாங்க குடிச்சிட்டுத்தான் வந்தோம்" என்றாள். நானும் "ஆமா" போட்டேன். "இல்லைம்மா, சும்மா குடியுங்க" என்று சொல்லி ஆளை அனுப்பி வைத்தார். அவரின் அன்பான பேச்சம், யாரையும் கண்டு பயப்படாத முகமும் எனக்கு ரொம்பவும் பிடித்திருந்தன. "ஏலே... முத்தையா, காம்ரேட் அண்ணாச்சி என்னத்துக்கு டவுன்னுக்கு போயிருக்காங்க தெரியும்மா?" என்று கேட்டார். அந்த முத்தையாங்கிற ஆளு, "யாரோ, திருநெல்வேலியில்லே இருந்து வக்கீல் வந்திருக்காராம், அவரை பார்த்திட்டு வருவதாகச் சொல்லிவிட்டு போனார்!" என்றார். "போய் ரெண்டு மணி நேரமாகுது. வருகிற நேரம்தான்" என்று சொல்லிக் கொண்டே நொண்டியாள் நாற்காலியில் உட்கார்ந்து கொண்டார் மேஜையில் நிறைய பேப்பர்கள் கிடந்தன. நான் மெதுவாக எடுத்து பிரட்டிப் பார்த்தேன். பெஞ்சில் ஒரு ஓரமாக உட்கார்ந்திருந்த மல்லிகா என்னருகில் நன்றாக நெருங்கி உட்கார்ந்தாள். என் காதருகில்,

"படிக்க தெரியுமா?" என்று கேட்டாள். நான் அவளை திகைப்புடன் நோக்கி, "ஏன் அப்படி கேட்கிறே?" என்றேன். "எனக்குப் படிக்கத் தெரியாது! அதுதான் கேட்டேன்" என்றாள். நான் ரொம்ப நேரத்துக்கு பிறகு மெதுவாக சிரித்துக் கொண்டே, "எனக்கு படிக்க, எழுத தெரியும்!" என்றேன். "பரவாயில்லையே" என்றாள். "என்ன பரவாயில்லை. எனக்கு படிக்க எழுத தெரிஞ்சு என்ன பிரயோசனம்? ஒனக்கு உள்ள தைரியம் எனக்கில்லாமே போச்சே" என்றேன். "போடி பயந்தாங்கொள்ளி, தைரியத்தை வரவழைச்சுக்கோ" என்றாள்.

பனிரெண்டு மணி சுமார்க்கு காம்ரேட் தாத்தா வேர்த்து விருவிருத்து சைக்கிளில் வந்திறங்கினார். இன்னொரு சைக்கிளில் மல்லிகா அப்பா இசக்கிமுத்து பெரியப்பா வந்து இறங்கினார்கள். "காம்ரேட் வந்தாச்சு?" என்று உள்ளே உட்கார்ந்திருந்தவர்கள் எழுந்து வந்து வரவேற்றார்கள். உள்ளே வந்தவர் என்னைப் பார்த்து, "பூவதி மகளா நீ...!" என்றார். நான் மெதுவான குரலில் "ஆம்மா"என்றேன். என் கண்கள் ஆச்சரியமாக மின்னின. "என்ன விஷயமாக வந்திருக்கீங்க?" என்ற போது நான் குழப்பமாக மல்லிகாவை திரும்பி பார்த்தேன். அவள், அவள் அப்பாவிடம் என்னமோ பேசிக் கொண்டிருந்தாள். அவள் பேசிக் கொண்டிருக்கும் விதமும், இசக்கிமுத்து பெரியப்பாவின் வேர்வை வழித்தோடிய முகம் உடனே கோபத்தால் கோடு விழுந்து சிவக்கவும், அவள் என்னைப் பற்றித்தான் பேசிக் கொண்டிருக்க வேண்டும் என்று என்னால் புரிந்து கொள்ள முடிந்தது. பயந்து நடுங்கியவளைப் போல நின்றவளைப் பார்த்து, "ஏம்மா நிற்க, உட்காரு" என்றார். நான் நடுங்கிக்கொண்டே உட்கார்ந்தேன்.

காம்ரேட் தாத்தாவை எனக்கு நன்றாகவே தெரியும். சின்ன மாடசாமி தாத்தா சின்ன மாடசாமி தாத்தா என்று தான் நாங்க சொல்லுவோம். அவர் மூத்த மக கலியாணத்துக்கு நான் அம்மாகூட போய் இருக்கேன். இன்னும் என் மாதிரி ஒரு கொமருபிள்ளை இருக்கு. அதுக்கு கலியாணம்னு சொன்னாங்க. என்னாச்சோ தெரியல்லே. ஒரு பையன் மதுரையிலே பெரிய படிப்பு படிப்பதாக கேள்வி. பரபரப்போடு என்னருகில் வந்து உட்கார்ந்தாள் மல்லிகா. இசக்கிமுத்து பெரியப்பா, தாத்தா அருகில் வந்து "காம்ரேட், விஷயம் தெரியும் ஒங்களுக்கு!" என்று மெதுவாக விஷயத்தை சொல்ல, வந்தவரின் குரல் கனமாக ஒலித்தது. "அதுதான் அணா, சணா... அளத்து முதலாளி மவன்... நம்ம பூவதி மவா, இந்த புள்ளைக்கிட்டே தகாத முறையிலே நடந்திருக்கான். இவனுக்கு இதே ஜோலியா போச்சி.. இனிமே

இந்த மாதிரி அளத்துப் பக்கம் தலை காட்டாத அளவுக்குச் செய்யணும். இது லேசுல வுடக்கூடாது. இதே மாதிரி அடிக்கடி நடந்திகிட்டுத்தான் இருக்கு. யாரும் வெளியிலே சொல்ல மாட்டுங்காங்க....!" பெரியப்பா படபடப்போடு பேசிக்கொண்டு சொன்னார்.

அவர் சொல்ல சொல்ல எல்லாவற்றையும் அமைதியோடு கேட்டார். மற்றவர் இதை கேட்டதும் கோபமாக முணுமுணுக்க ஆரம்பித்துவிட்டார்கள். அறையில் பரபரப்பான நேரமாக இருந்தது. பெரியப்பா கொஞ்சம் பேச்சை நிறுத்தியபோது தாத்தா "ஒனக்கு யார்மேலேயும் சந்தேகம் இருக்காம்மா?" என்று கேட்டார். நான் தயங்கியபடியே தரையைப் பார்த்தேன். "எதுக்கும் பயப்புடாதே, ஒண்ணும் வராது" என்று அன்பாகவும் கருணையாகவும் அவர் கேட்டபோது என்னால் உடனே இதற்கு பதில் கூற முடியவில்லை. பிரச்சனைக்கு உரியவள் நான். யாரை கொறை சொல்லி, யாரை நொந்து விட என்று கம்மென்று இருந்தேன். பிறகு தாத்தாதான் திரும்பவும் கேட்டார். "அன்னைக்கி ஒனக்கு யார் கங்காணியாக இருந்தா?" என்றார். நான் தயங்கினேன். அய்யோ தடியந்தாத்தாவையா சொல்வது. அவர் நல்ல மனுஷனாயிற்றே? 'அவுருதான் எனக்கு அன்னைக்கி கங்காணி' என்று எப்படி சொல்ல? சந்தேகமாக நினைப்பார்களோ? கங்காணிமார்கள்தான் இவ்வளவு வேலைகளுக்கும் காரணமா? தாத்தாவும் அப்படியா ?

நான் கலங்கிப் போனேன். "தடியந்தாத்தா தான் கங்காணி" என்றேன். "சரி பக்கத்து அளத்துலே யார் கங்காணி?" என்று கேட்டார். உடனே நான், "பக்கத்து அளத்துலே சொள்ளமுத்து..." என்று சொல்லி வாய் மூடுவதற்குள் பக்கத்தில் நின்றவர்கள், "சொள்ளமுத்து இருந்த இடம் கட்டமண்தான். அவந்தான் இந்த வேலை நடக்க காரணமாக இருந்திருக்கணும். அதனால்தான் இப்பம் அடி வாங்கி ஆஸ்பத்திரியிலே கிடக்கான்...." என்றார்கள். எல்லார் முகங்களும் மாறிப் போயின.... ரொம்ப கோபப்பட்டவர்களைப் போல காணப்பட்டனர்.

ஒராளு சொன்னார். "காம்ரேட், இதுலே இவன் கை கூடுன ஆளு. இவன் மேல இதற்கு முன்ன ரெண்டு தடவை ஆவலாதி வந்திருக்கு!" என்றார். காம்ரேட் எல்லோர் சொல்வதையும் மௌனமாகக் கேட்டார். பதில் பேசவேயில்லை. ரொம்ப நேரத்துக்குப் பிறகு, "நீங்க வீட்டுக்கு போங்கம்மா, நாங்க இதற்கு ஓர் முடிவு எடுக்கோம்" என்றார். நின்ற ஆட்களை பார்த்து,

"உடனே போலீஸ்க்கு ஒரு ரிப்போர்ட் கொடுத்து வைப்போம். அதுக்கு பெறவு மற்ற வேலைகளை கவனிப்போம்" என்றார். உடனே வெடுக்கென்று பக்கத்தில் நின்ற இன்னொரு ஆள், "காம்ரேட், போலீஸ் வேண்டாம். அது ஒரு மைத்தையும் கிழிக்காது. முதலாளிமாரு பணத்த கொடுத்து எல்லாத்தையும் சரி செஞ்ச புடுவாங்க? நம்ம பொண்ணுக்குத்தான் நஷ்டம்! என்றார். அந்த ஆளு சொன்னது எனக்கும் உடன்பாடாக பட்டது. "விஷயத்தை பேசி முடிவு எடுப்போம். நீங்க போங்கம்மா வீட்டுக்கு... எப்பா ... நீ இவுங்களை வீடு முட்டும் கொண்டு போய் விட்டுட்டு வா ..." என்றார். வீட்டுக்கு புறப்படும் போது மனதுக்கு ஆறுதலாக இருந்தது. தாத்தாவின் பேச்சும், அதில் உள்ள கனிவும், கருணையும், எதுவும் நடக்குமோ, எதாவது வருமோ என்று குழம்பி குழம்பி பயந்த மனதுக்கு கொஞ்சம் மகிழ்ச்சியை தந்தது.

மாலையில் அம்மா வந்து குளித்துவிட்டு, வழக்கம்போல் உலை ஊத்திவைத்து விட்டு, "அடுப்பே பார்த்துக்க" என்று சொல்லிவிட்டு அரிசி வாங்கப் போனாள். அவள் வேற எதையும் பற்றி பேசவில்லை. 'தம்பிமார்கள், தங்கை சாப்பிட்டார்களா? பள்ளிக்கு போனார்களா?" என்று மட்டும் கேட்டாள். எனக்கு திக் திக் கென்று இருந்தது. எங்க நானும் மல்லிகாவும் போய் மத்தியானம் சங்கத்தில் அன்னைக்கி நடந்த விஷயத்தை சொல்லி விட்டு வந்ததை, யாராவது கேள்விப்பட்டு அம்மாவிடம் கேட்டிருப்பார்களோ என்ற பயம். நானும் வேற எதைப்பற்றியும் சொல்லவில்லை.

யாரோ வருவது தெரிந்தது. நான் வாசலுக்கு எழுந்து சென்று பார்த்தேன். அடுத்த கணமே முகம் விரிந்தது எனக்கு. மல்லிகா சிரித்த முகமாய் நின்றாள். "வா" என்றேன். "அத்தை வந்தாச்சா?" என்றாள். எதுக்கு அம்மாவை தேடுகிறாள்? ஒரு வேளை அதை பற்றி கேட்க போகிறாளா? இந்த விஷயத்தில் இவள் ஏன் இவ்வளவு அக்கறை காட்டுகிறாள்? என்ற எரிச்சல். அதை வெளியில் காட்டவில்லை. "அம்மா இருக்கு" என்றேன். அதற்குள் அம்மாவே வந்து விட்டாள். "மருமவளே வா" என்றாள்.

நான் சிம்னி லாம்பை தூக்கிக்கொண்டு வந்து வெளி திண்ணையில் வைத்தேன். "என்னத்தே வடிவச்சி ரெண்டுநாளு வேலைக்கி வர காங்கலே?" என்று தெரியாத மாதிரி கேட்டாள். நான் அவளையே பார்த்துக் கொண்டிருந்தேன். அம்மா உடனே விசனத்தோடு சொல்வாள் : "வயசுக்கு வந்த பிள்ள, நாளைக்கி இன்னொருத்தன் கையில்லே பிடிச்சு கொடுக்க போறவா, ஒண்ணு

இல்லாட்ட ஒண்ணாகிட்டா என்ன செய்யன்னுதான் அவள் வேலைக்கி வர வேண்டாம்னு சொல்லிவிட்டேன்." என்றாள்.

அம்மா சொல்லி வாய் மூடுவதற்குள் மல்லிகா சொன்னாள், "எத்தை, நான் மட்டும் வயசு பிள்ளை இல்லையா?" என்றாள். "நீ ஒங்க அம்மை அய்யா கூட தானே வேலைக்கி போறா?" "ஒங்க வடுவச்சியும் ஒங்க கூட தானே வேலைக்கி வந்தா" அம்மா பதில் சொல்லவில்லை. மல்லிகா தான் பேசினாள். "அவளும் ஒங்க கூடமாட வேலை செஞ்சா எவ்வளவு ஏந்தலாக இருக்கும்" என்றாள். "ஏந்தலாகத்தான் இருக்கும்! இல்லேங்கலே, காலம் கெட்டு கிடக்கே" என்றாள் அம்மா. "வேணும்னா நாகூட்டிக்கிட்டு போட்டா...?" அம்மா பேசவில்லை. "என்ன யோசிக்கிங்க ... நா, அம்மா, அய்யா எல்லோரும் ஒண்ணாத்தான் வேலை செய்கிறோம். அவளுக்கு எது வந்தாலும் நாங்க பொறுப்பு." "அங்க வேலை கஷ்டமா இருக்குமே?" "நா செய்யல்லையா?" என்று மல்லிகா சொன்னபோது, நான் அவர்கள் பேச்சில் குறுக்கிட்டேன். "ஏம்மா வேலை கஷ்டமா இருந்தா என்ன. நம்ம என்ன வேலையிலே தெம்மாடியா?" என்றேன். அம்மா சந்தங்காட்டவில்லை. "எத்தை, நீங்க ஏன் பயப்புடுறிங்க. அவளும் கூடமாட வேலை செஞ்சா ஏந்தலாக இருக்கும்முன்னு தான் சொன்னேன். இஷ்டமிருந்தா அனுப்புங்க. இல்லைன்னா வேண்டாம்."

அம்மா ரொம்ப நேரத்துக்கு பிறகு "சரி கூட்டிகிட்டு போ. வடுவச்சியை பத்திரமா பார்த்துக்குங்க" என்றாள். அம்மா இவ்வளவு சொன்னது தான் ஒரு வகையில் மகிழ்ச்சி. வீட்டில் அடைந்து கிடந்து குழம்பி கிடக்கிறதை காட்டிலும், இப்படி வேலைக்கி போகிறது எவ்வளவோ மேல். "ஒங்க அம்மே வீட்டிலையா இருக்கா என்று அம்மா கேட்டாள். "ஆமா" என்று மல்லிகா சொன்னதும், "வா ஒங்க அம்மைய பாத்துவிட்டு வருவோம். "என்று மல்லிகாவுடன் புறப்பட்டு விட்டாள்.

மறுநாள் லாரியில் உப்புலோடு ஏற்ற போனோம். எங்கள் லாரி திரேஸ்புரம் ரோட்டில் போய் கொண்டிருந்தது. அந்த லாரியில் மொத்தம் பதிமூன்று பேர் இருந்தோம். டிரைவர், டிரைவர் பக்கத்தில் கிளினர் பையன், லாரியின் பின்புறத்தில் என்னை சேர்த்து ஐந்து பெண்கள், தலையில் கட்டியிருந்த சும்மாடு துணியோடு, சேலை துணியை இடுப்பில் சொருகிக் கொண்டு நின்றோம். லாரிக்கு உப்புலோடு சுமப்பது இதுதான் எனக்கு முதல் தடவை. எப்படி சுமக்கப்போகிறோமோ என்ற அச்சம் நெஞ்சில். லாரி

போக போக வெளியில் வேடிக்கை பார்த்துக் கொண்டே எல்லாவற்றையும் மறந்தேன். எங்கள் பக்கத்தில் ஆண்கள் நின்றார்கள். மல்லிகா, அவ அப்பா அம்மாவுக்கு அந்த பக்கமாக நின்று, வெளியில் பார்த்தாள். அடுத்தாப்போல் அரைக்கால் டவுசரும், முண்டா பனியனும் போட்ட எங்க அண்ணன் வயது உள்ளவர், தலையில் சிவப்பு துண்டு. மற்ற இருவரும் கொஞ்சம் மூத்தவர்கள். அவர்கள் கைலியை அவிழ்த்து தலையில் முண்டாசாக கட்டியிருந்தார்கள். பக்கத்தில் கோணிச்சாக்குப் பைகளும், சணல் பந்துகளும் கிடந்தன.

எங்கள் எல்லோருக்கும் தூத்துக்குடி கடை பஜாரில் உப்பு கமிஷன் வியாபாரம் செய்கிறவர்கள், அல்லது உப்பு மொத்த கொள்முதல் செய்கிற முதலாளிமார்களிடம் தான் கூலி, உப்புக்கடை வியாபாரிமார்கள் அளத்து முதலாளிமார்கிட்ட வருஷக்கணக்காக அளத்தில் உப்பு அள்ளி, மொத்தமாகப் பேசி பணத்தை அட்வான்ஸ் கொடுத்து, காண்ட்ராக்ட் எடுத்துக் கொள்வார்கள். உப்பு விளைய விளைய லாரிகளைக் கொண்டு வந்து தட்டு மேட்டில் நிறுத்தி, வட்டுப் பெட்டிகளை கிலோ கணக்காக வைத்து அள்ளுவாங்க. இந்த உப்பை, உப்பு கிட்டங்கிகளுக்கு கொண்டு போய் பக்குவம் பார்த்து, மொத்தம் மொத்தமாக வெளியூர்களுக்கு வியாபாரமாகும். சில்லரை சில்லரையாகவும் ஏற்றுமதியாகும். பெரிய பெரிய 'கல்கத்தா' அளங்களை நூறு ஏக்கர் இருநூறு ஏக்கர் என்று வைத்திருக்கிற அளத்து முதலாளிகள், இந்த ஏற்றுமதி வியாபாரத்தையும் அவுங்களாகவே பார்த்து கொள்வார்கள். அளத்து மேட்டுலே அரவை மிஷன்னு எல்லாம் இருக்கும. அங்கவே பக்குவம் பார்த்து கிட்டங்கிக்குப் போய் விடும். லாரிக்கு லோடு ஏற்ற இறக்க எப்பமும் யார் வேண்டுமானாலும் போகலாம். வரலாம். இங்க கங்காணிகள் யாரும் கிடையாது. மூடைக்கு கூலி, மூட்டுகூலி, கட்டு கூலி. சில சமயங்களில் வேலையை பொறுத்த கூலி ஜாஸ்தியாக வரும். கூலி கம்மியாக கிடைச்சாலும் கிடைக்கும். 'தோதா' வேலை கிடைக்காது. கிடைக்கிற அன்னைக்கி பார்த்துக் கொள்ள வேண்டியதுதான். கொஞ்ச நேரத்து வேலை என்னாலும் கடுமையாக உழைக்க வேண்டும். அளத்து மேட்டில் லாரி நின்றதில் இருந்து போகும் வரை ஓயாத வேலை இருக்கும். வேலை செய்கிற மாதிரி ஓய்வும் இருக்கும். நம்ம வேலை நம்ம பார்க்கணும், யாரும் என்ன என்று கேட்க மாட்டாங்க!.

லாரி காளவாசல் அளத்து மேட்டுக்கு வந்து நிற்கும்போது, மணி பத்துக்கு மேலாகிவிட்டது. வெயில் உரத்து அடித்தது. லாரியில்

இருந்து முதலில் இறங்கி ஆண்கள் பின்னால் உள்ள கதவை திறந்தார்கள். அது டமார் என்று அடித்து நின்ற பிறகு. நாங்கள் இறங்கினோம். கடைசியாக நின்ற ஓராள், லாரியின் கிடந்த சணல் பந்தையும், மூட்டையாக கட்டி போட்டிருந்த சாக்கு பைகளையும் தூக்கி தூக்கி கீழே போட்டான். நார் பெட்டிகளை, மேல கைகளை ஏந்தி வாங்கிக் கொண்டவர்களிடம் கொடுத்தோம். அவர்கள் வாங்கி கீழே வைத்தார்கள். எல்லாவற்றையும் இறக்கி முடித்த பிறகு கதவின் கொண்டியில் மெதுவாக கால்களை வைத்து இறங்கினோம். அளத்து மேட்டுக்கு போன உடனே வேலை தொடங்கியாச்சி. தட்டு மேட்டில் அம்பாரமாக குவிக்கப்பட்டிருந்த உப்பை ஒருவர் நார் பெட்டிகளில் வாரி, எங்கள் சும்மாட்டு தலைகளில் தூக்கி விட்டார். மாத்தி மாத்தி சுமந்தோம். ஒரு பெட்டி உப்பு இருபத்தைந்து கிலோ பிடிக்கும். சரியான பெட்டி. ஆண்கள் கைகளை விரித்து பிடித்திருந்த கோணி சாக்குப்பையில் கொண்டுபோய் தட்டினோம். ஓட்டமும் நடையுமாக வேலை நடந்தது. நாலு பெட்டி உப்பில் ஒரு சாக்கு நிறைந்தது. நூறு கிலோவாக மாறியது. பெரிய பெரிய மூட்டைகளானது. உடனுக்குடன் ஊசி சணலை கொண்டு வேகவேகமாகத் தைக்க ஆரம்பித்து விட்டார்கள். விரைவாக மூட்டைகள் நிறைந்தன. திரேகம் வேர்த்து ஓடிச்சு, தட்டு மேட்டில் உள்ள உப்பு அம்பாரம் குறைய தொடங்கிற்று. இந்த அம்பார உப்புகள் மூட்டைகளாகி நிறைய மூணு மணி நேரத்துக்கு மேலாகிற்று.

இனி பொம்பளைகளுக்கு ஓய்வு தான். 'அம்மாடி' என்று கொஞ்சம் குத்த வைக்கலாம். இனி ஆம்பளையாட்களுக்குத்தான் வேலைகள் ஜாஸ்தியாக இருக்கும். இந்த நூறு கிலோ மூட்டைகளை எல்லாம் லாரியில் ஏற்றியாக வேண்டும். 'அட்டி' போட்டு அடுக்க வேண்டும். நாங்கள் போய் பக்கத்தில் இருந்த ஓர் கல்லறை நிழலில் குத்த வைத்தோம். ஏனோ எனக்கு அம்மாவின் நினைவு வந்தது. இவ்வளவு பெரிய பெட்டியை சுமர்க்கும்போது அம்மா பார்த்தால்... அப்படியே அசந்து போவாள். கண்கள் கலங்கிப் போகும். என்னை அவளுக்கு மணமேடையில் பார்க்க ரொம்ப ரொம்ப ஆசை. இந்த ஆசை எப்போது நிறைவேறும்? யாராவது ஒருவரை கூட்டிக் கொண்டு வந்து, இவருக்கு கழுத்தை நீட்டு என்றால், நிச்சயமாக நீட்டுவேன். நொண்டியோ, குருடாக இருந்தாலும் பாதகமில்லை. அம்மாவின் விருப்பப்படி கலியாணம் நடந்து, புருஷன் வீட்டுக்குப் போய் இல்லறச்சுகம் கண்டு, இடுப்பில் ஒரு குழந்தையோடு என்னை காண

வேண்டும் என்று அவள் துடியாக துடிக்கிறாள். வாழ்க்கையை அனுபவிக்க வேண்டிய வாலிப வயது என்று அம்மா நினைக்கிறாள். இந்த வாலிப வயதில் வேணா வெயிலில் வேர்வை வடிய வடிய இப்படி உப்புப் பெட்டியை தூக்கி சுமப்பதைப் பார்க்க எந்தத் தாய்க்குத்தான் ஆசை வரும்! ஒரு வேளை என்னைப்போல் மற்ற கொமறு பெண்களை பார்த்து பார்த்து ஆறுதல் அடைந்தாலும் அடையலாம் அவள். அவர்களும் என்ன மாதிரி வசந்த வயசு பெண்கள் தானே? வடிந்தோடும் வேர்வையை ஒரு கையால் துடைத்துக் கொண்டு, முட்டுக்கு மேல் சேலையை தூக்கி கட்டி, ஓடி ஓடி உப்புப்பெட்டி சுமப்பதை பார்த்து ஒரு வேளை மகள் கலியாணம் என்பது தூரத்துக்கனவு என்பதை புரிந்து கொண்டிருந்தாலும் இருக்கலாம். அவள் கண் காணாத தூரத்தில் இருந்து இப்போது, இந்த கனத்த பெட்டியை சுமப்பது ஒரு வகையில் நல்லது. அவள் இந்த கோலத்தை பார்க்கவும் வேண்டாம். எதுவும் நினைக்கவும் வேண்டாம். நாங்கள் இரண்டு பேரும் வேலை பார்ப்பது நீண்டதூர இடைவெளி, அவள் தூத்துக்குடிக்கு தெற்கே உப்பு சுமக்கிறாள். நான் தூத்துக்குடிக்கு வடக்கே உப்பு சுமக்கிறேன்.

அளத்தில் பாத்தி மிதித்துக் கொண்டிருந்த ஐந்தாறு பெண்கள், வேலைகளை அப்படியே போட்டுவிட்டு என்னை வந்து சூழ்ந்து கொண்டார்கள். "நீ பூவதி மவ தானே? ஒன்னையா அந்த மொதலாளி இழுக்க வந்தான்! என்றார்கள். எனக்கு ஆச்சரியமாக இருந்தது. இவர்களுக்கெல்லாம் யார் சொன்னது? உடனே என்னால் பதில் சொல்ல தோன்றவில்லை. அவர்கள் என்னை விசாரிக்கும்போது சலிப்பைதான் தந்தது. அசடாக சிரித்துக் கொண்டேன். இருந்தாலும், 'சரிங்கற பாவனையில் அன்றைக்கு நடந்ததை விபரமாக சொன்னேன். கதையை கேட்க கேட்க 'அம்மாடியோ' என்று முகத்தை தூக்கி வைத்துக் கொண்டார்கள். அளத்தில் வேலை செய்து கொண்டிருந்த இன்னும் ரெண்டு ஆம்பளையாட்களும் வந்து சூழ்ந்து கொண்டார்கள். கூட்டம் பெரிதானது. லாரியில் மூட்டை தூக்கி விடுகிற வேலைகள் தடைபட்டன. கங்காணி வருவதை யாரும் கவனிக்கவில்லை. அவன் உடனே, "எந்த சக்களத்தி வந்து வேலையை பாப்பா? எல்லோரும் இங்க வந்து நின்னுட்டிங்க?" என்று கனைத்தான். இந்த கங்காணியை பார்த்த போது எரிச்சல் எரிச்சலாக வந்தது. கங்காணிகளே எனக்கு வள்ளிசாக பிடிக்கவில்லை. என்னருகில் நின்றவர்கள் கலைந்து போனார்கள். அந்த பாட்டு மட்டும் செவியில் கணீரென்று கேட்டது. நானும் அந்தப் பாட்டை முணு முணுத்துக் கொண்டேன்.

கங்காணி கங்காணி

தடித்த உடம்பு கங்காணி

நாலு ஆளு வரலேன்னா,

நக்கிப் போவான் கங்காணி

நாங்கள் வேலைகளை முடித்துக் கொண்டு புறப்பட்டோம். லாரி சிக்கார மூடைகளை அடைத்துக் கொண்டன. உப்பு மூட்டைகளுக்கு மேல் ஏறிப் போய், உட்கார வேண்டியதாய் இருந்தது. ஏறும்போது பயமாக இருந்தது. ஒரு மாதிரி ஏறி விட்டேன். டவுன் பஜார் வழியாக லாரி வேகமாக போனது. பெண்களை கக்கன் பார்க் அருகில் இறக்கி விட்டார்கள். இறங்கி கொண்டதும் லாரி போய்விட்டது. இனி லாரி லோடை எல்லாம் இறக்க வேண்டிய இடங்களில் இறக்கிவிட்டு, கூலி போட பணத்தையும் வாங்கிக் கொண்டு வந்து விடுவார்கள்.

லாரி போன பிறகு நாங்கள் தொலைவுக்குள் போக நடந்தோம். அப்போதுதான் தற்செயலாகப் பார்த்தேன். பார்த்த உடனே கண்கள் மருண்டு போயின. பயத்தால் உடம்பு நடுங்கி விட்டது. நெஞ்சு திக்கென்று இருந்தது. நான் அந்த வேப்பமரத்தில் தூக்கி கட்டியிருந்த போர்டை கொஞ்சநேரம் பார்த்துக் கொண்டே இருந்தேன். மூன்ற நாளைக்கு முன்னால் எனக்கு இழைக்கப்பட்ட அவமானத்துக்கு கண்டனம் தெரிவித்து அந்த போர்டு எழுதப்பட்டிருந்தது. நல்லவேளை என் பெயர் அந்த போர்டில் குறிக்கப்படவில்லை. உடனே இதற்கொரு முடிவு வேண்டும். இல்லை என்றால் இதற்காக ஏற்படும் எதிர் விளைவுகளை அளத்து முதலாளிகள் சங்கம் எதிர் கொள்ள வேண்டியதிருக்கும் என்று கண்டனம் தெரிவிக்கப் பட்டிருந்தது. நான் குழம்பிப் போய் தெருவுக்குள் நடந்தேன். மணி நாலு தான் ஆகி இருந்தது. இறங்கும் வெயில் சுள்ளென்று முகத்தில் அடித்தது. இன்று சீக்கிரமாக வீடு வந்து சேர்ந்தோம் என்ற சின்ன சந்தோஷங்கூட முற்றிலுமாய் அகன்று போயிற்று. தெருவுக்குள் வந்தபோது எனக்காக இன்னொரு பரபரப்பு காத்துக் கொண்டிருக்கும் என்று நினைத்துக்கூட பார்க்கவில்லை.

என்னை எதிர்கொண்டவர்கள் "ஒன்ன போலீஸ் தேடி வந்துடுச்சி!" என்ற போது நான் ரொம்பவும் பயந்து போனேன். குப்பென்று முகமெல்லாம் வேர்த்து விருவிருத்துற்று. நடுங்கும் உடம்மை கட்டுப்படுத்திக் கொண்டேன். ஏன் இப்படி பயந்து சாவுகிறோம்? என்று என்னை நானே சமாதானப்படுத்திக்

33

கொண்டு, "பெறவு என்ன நடந்தது?" என்று கேட்டேன். "என்ன நடந்தது, வந்து விசாரிச்சாங்க? நீ எங்க வேலை செய்கிறன்னு. எங்களுக்குத் தெரியாதுன்னு சொல்லி அனுப்பி வச்சோம்"... என்றார்கள்.

வீடு போய் சேர்கிற வரைக்கும் எனக்கு குழப்பமாகவும் பயமாகவும் தான் இருந்தது. இன்றைக்கு விசாரித்து விட்டு "ஆள் இல்லை" என்று போனவர்கள் ராத்திரி வருவாங்களா, அல்லது நாளையும் வந்து அலைவார்களா? என்னைக் கூப்பிட்டு என்ன விசாரிப்பார்கள்? என்ன என்ன கேட்பார்கள்? நான் என்ன சொல்ல? என்மேல் தான் தப்பு இருக்கிறது என்று பழி சுமத்தினால் என்ன செய்வது? அவன் பணக்காரன். முதலாளி. பணத்தைக் கொடுத்து எதை வேண்டுமானாலும் செய்வான். அவன் சொல் எடுபடுமா - என்சொல் எடுபடுமா? நான் கதி கலங்கிப் போனேன். வயசுக்கு வந்த பிள்ளை வேலைக்கி வர வேண்டாம், வீட்டுலே இரு என்றாளே அம்மா. நாள் ஒன்றுக்கு பத்து ரூபாய் சம்பாத்தியங்கூட அவ்வளவு பெரியதாகத் தெரியவில்லையா அவளுக்கு? எனக்கோர் நல்ல வாழ்க்கை அமைந்தால் அதுவே தனக்குப் போதும் என்று தானே அவள் இருந்தாள். இடி மேல் இடி. நான் தானே 'வேலைக்கு வாறேன்' என்று அடம்பிடித்து, அவளையும் சம்மதிக்க வைத்தேன். ஒரு வேளை அளங்களில் அப்படியெல்லாம் நடக்கும் என்று தெரிந்து தான், என்னை வேலைக்கு வர வேண்டாம் என்று தடுத்தாளா? அவளும் இப்படி நிலைமைகளை எல்லாம் பார்த்துப் பார்த்து மனம் கொதித்தவள் தானா? இதெல்லாம் இங்கு சகஜந்தானா? என்னை மாதிரி பெண்களின் நிலைமை படு மோசமானது தானா? அப்படியானால் உப்பளங்களில் காலங்காலமாக கணக்கில் அடங்காத பெண்கள் கற்பழிக்கப்பட்டிருக்கலாம். பலாத்காரம் செய்யப்பட்டு இருக்கலாம். வலுக்கட்டாயமாக இணங்க வைக்கப்படிருக்கலாம். இதற்காகவே உழைத்த கூலியை கையில் கொடுக்காமல் காலம் கடத்தி, ஒரு நாள் கொடுக்கும் போது கைகளைப் பிடித்துவிட்டுக் கொடுத்திருக்கலாம். இதை எல்லாம் வெளியில் சொன்னால் மானம் போகிறது. போலீஸ் வீடு தேடி வருகிறது. இதற்கெல்லாம் பயந்து மௌனமாக இருந்தால் நிலைமை என்னவாகும்? என் உடம்பில் உள்ள நரம்புகள் எல்லாம் முறுக்கேறியது போல இருந்தது. என்ன வந்தாலும் பாதகமில்லை, எதிர்த்து நிற்க வேண்டியது தான் என்று முணு முணுத்துக் கொண்டேன்.

அதற்குள் பள்ளிவிட்டு தம்பிமார்களும் தங்கையும் வந்து விட்டார்கள். அக்கா இன்னைக்கு சீக்கிரம் வந்து விட்டாளே என்று

அவர்கள் நினைத்திருக்க வேண்டும். "என்னைக்கா ஒனக்கு வேலை முடிஞ்சிட்டா?" என்றான் பெரிய தம்பி. பைகட்டை ஒரு ஓரமாக வைத்துவிட்டு, ஒருவன் என் மடியில் வந்து உட்கார்ந்து கொண்டான். எனக்கு தலை கனத்தது போல இருந்தது. ஒரு மடக்கு காப்பி குடித்தால் போதும் போல இருந்தது. சாயங்காலம் காப்பி போடும் வழக்கம் வீட்டில் கிடையாது. அவனை எழுந்து கொள்ளச் சொல்லிவிட்டு, வீட்டுக்குள் சென்று, பரணபானைகளை ஒவ்வொன்றாக திறந்து பார்த்தேன். கொஞ்சம் கருவாடு, புளி, சீரகம், வத்தல், ஒருபடி காணும் அரிசி கிடந்தது. ஒரு சின்ன துண்டு கருப்புக்கட்டி கூட இல்லை. சேலை முந்தியில் பத்திரப் படுத்தி முடிந்து வைத்திருந்த ஒரு ரூபாயை எடுத்து தங்கையிடம் கொடுத்து, "முக்க நாடார் கடையிலே போய் அம்பது கருப்பட்டி பத்து பைசா காப்பித்தூளும் வாங்கிட்டு வா?" என்றேன். அவள் ஒரே ஓட்டமாக ஓடிப்போய் வாங்கிக்கொண்டு வந்தாள். காப்பி போட்டு குடித்தோம். ஆச்சிக்கு கொண்டுபோய் கொடுத்தேன். காப்பி குடித்த பிறகுதான் உடம்பு கொஞ்சம் தூக்கிவிட்ட மாதிரி இருந்தது. "ஏளா ஒன்னை தேடி மத்தியானம் போலீஸ் வந்தது!" என்றாள் அடுத்த வீட்டு அத்தை, "வந்து என்ன சொன்னாங்க!" என்று கேட்டேன். அத்தை செத்தையை நீக்கி கொண்டு என்னை பார்த்து சொன்னாள். "ஓம் பெயரை சொல்லி எங்கன்னு கேட்டாங்க. நாங்க வேலைக்கு போய்ட்டாங்க! என்றோம்" என்றாள். "வேற ஒண்ணும் கேட்கவில்லையா?" என்றேன். "ஒண்ண மட்டும் தான் தேடினாங்க, வேற ஒண்ணும் சொல்லலல்ல" என்றாள். நான் ஒன்றும் பேசவில்லை. மணி ஐந்தை தாண்டி விட்டது. இன்னும் ஒரு மணி நேரத்துல அம்மா வந்து விடுவாள். அம்மா வந்து என்ன கேட்க போகிறாளோ என்ற பயம் வேறு. அதற்குள் சங்கத்துக்கு போய், 'என்ன நடந்தது" என்று கேட்டுவிட்டு வந்து விடலாம் என்ற ஆர்வம். அங்கே போய் கேட்டால் தான் விபரம் ஒழுங்காக கிடைக்கும்.

நான் உடனே புறப்பட்டு விட்டேன். அவசர அவசரமாக வேறு சேலையைக் கட்டினேன். கண்ணாடி முன் நின்று தலை சீவிக் கொண்டேன். மீண்டும் ஒரு முறை முகம் கை கால்களை கழுவிக் கொண்டேன். தெருவில் இறங்கி நடந்தேன். இரண்டு தெருவு தள்ளிதான் சங்கம். பீங்காட்டு பாதைக்குப்போனால் சுருக்கு. உடங்காட்டு ஒத்தடி பாதையாகநடந்து, மெயின் ரோட்டை அடைந்தேன். கக்கன் பார்க் வழியாக சங்கத்துக்குப் போனேன். சங்கத்தில் ஒரு ஆள் கிடையாது. வெறுமனையாகத் திறந்துகிடந்தது. அமைதியாக இருந்தது. மேஜை மேல் நிறைய

பத்திரிகைகள் கிடந்தன. எடுத்துப் பார்த்தேன். என்னமோ படிக்க ஓடவில்லை. பயமாக இருந்தது. சிறிது நேரத்தில் அந்த நொண்டி அன்னாச்சி வந்து விட்டார். பாவம், கையில் பெரிய மண்பானை நிறைய தண்ணீர். அவர் வளைய வளைய நடந்து வரும்போது, பானை தண்ணீ தழும்பி தழும்பி சிந்தியது. என்னைக் கண்டு அமைதியாக சிரித்தார். நான் எழுந்து கொண்டேன். புன்னகைத்தேன். "உட்காரும்மா ... உட்காரு ....!" என்றார். பானைத்தண்ணிய அந்த மூலையில் கொண்டு போய் வைத்து மூடி விட்டு, என்னருகில் வந்தார். என்னை மீண்டும் இருக்கச் சொன்னார். எதிரில் உள்ள நாற்காலியை இழுத்துப் போட்டு உட்கார்ந்து கொண்டார். நான் கேள்விகளைக் கேட்கத் தொடங்கும் முன்னே அவராகவே சொல்ல ஆரம்பித்து விட்டார். "காலையிலே ஒன்னத் தேடி போலீஸ்காரங்க வந்தாங்க. நீ வேலைக்கி போயிட்டா. ஒரு வகைக்கு அது நல்லதாக போயிற்று. நம்ம சங்கத்து மூலமாக நம்ம காம்ரேட் போலீஸ், உப்பளத்து முதலாளிமார் சங்கத்துக்கெல்லாம் அதை பத்தி ரிப்போர்ட் கொடுத்தாச்சு. அதுக்காக சுட்டித்தான் போலீஸ் ஒன்ன விசாரிக்க வந்தாங்க. நீ ஒண்ணுக்கும் பயப்பட வேண்டாம். தைரியமாக இரு. நாளைக்கி மத்தியானத்துக்கு மேல இத பத்தி முதலாளி இனிமே அளத்துப் பக்கமே தலை காட்டக்கூடாது. இதுக்கு அபராதமா மூவாயிரம் ரூபாய் கொடுக்கனும்னு நம்ம சங்கத்துல்லே இருந்து கேட்கோம்..." அவர் இதைச் சொல்லச் சொல்ல எனக்கு ஆச்சரியமாய் இருந்தது. பதில் பேசாமல் கேட்டுக் கொண்டே இருந்தேன். இந்த மூவாயிரம் ரூபாய் என்பது முதலாளி மார்களுக்கு பெரிய தொகை இல்லைதான். அதை கொடுத்தாலும், அளத்துப் பக்கமே அவன் வரக் கூடாது என்பதை எப்படி சம்மதிப்பார்கள்? என்பது மட்டும் சந்தேகமாகப் பட்டது எனக்கு.

நான் கேட்டேன். "அப்படி நம்ம கேட்கிற பணத்தை கொடுக்காமே, அவன் அளத்துக்கு வருவேன்னு சொன்னா என்ன செய்வீங்க?" "என்ன செய்வாங்களா? பொருத்திருந்து பாரு, தெரியும்" என்றார். எது நடந்தாலும் நல்லபடியாக நடக்க வேண்டும் என்று மனதுக்குள் பிராத்தித்துக் கொண்டேன். "இப்பமெல்லாம் உப்புக்கு நல்ல கிராக்கி வெளிநாட்டு ஏற்றுமதி நிறைய இருக்கு. நெட்டையோ, குட்டையோ ஒரு முடிவுக்கு வருவாங்க" என்றார். நான், "இனிமையும் போலீஸ் தேடிவருவாங்களா?" என்று கேட்டேன். "வந்தா என்ன? நீ ஏன் பயப்புடனும். அன்னைக்கி நடந்ததை அப்படியே சொல்லு"

நாங்கள் பேசிக்கொண்டே இருந்தபோது, நேரமும் ஆகிக் கொண்டே இருந்தது. அம்மா வருவதற்குள் வீடு போய் சேர வேண்டும் என்ற பரபரப்பு. கொஞ்சம் கலவரம் குறைந்து, மனதில் ஓரளவில் மகிழ்ச்சி. சங்கத்துக்கு வந்தது ஒரு வகையில் நல்லதாகப்பட்டது. "நான் வீட்டுக்குப் போய்விட்டு வாரேன்" என்று சொல்லிவிட்டுப் புறப்பட்டேன்.

வீட்டுக்கு வரும்போது நன்றாக இருட்டிவிட்டது. அவசர அவசரமாக ஓடி வந்த கால்கள், கொஞ்சம் நிதானமாக நின்றன. அம்மா இன்னும் வரவில்லை. சிம்னியை துடைத்து, லாம்புகளை பொருத்தினேன். அரிசி இருக்கிறதா என்று பார்த்து, உலை ஊத்தி வைக்கும்போது, அடுத்த வீட்டில் இருந்து சண்டை சத்தம் கேட்டது. அடுத்த வீட்டு மாமா சத்தம் போட்டு பேசினார். கத்தினார் என்றுதான் சொல்ல வேண்டும். வாயில் இருந்து வருவதெல்லாம் ஒரே கெட்ட வார்த்தைகள். வேலை முடிந்து வரும் போதே கூலியை வாங்கி நன்றாக 'தண்ணீ' போட்டு விட்டு வந்திருக்க வேண்டும். ஒரே கனைப்பாககேட்டது. இனி அவர் தூங்கும் மட்டும் ஒரே சத்தக்காடுதான். அடுப்பை பத்த வைத்தேன்.

உலை கொதிக்கவும், அரிசை கழுஞ்சி போடவும், அம்மா வரவும் சரியாக இருந்தது. தூக்கு சட்டியையும், சும்மாட்டு துணியையும் திண்ணையில் வைத்துவிட்டு, சூன்னு குத்த வைத்தாள். காலார உட்கார்ந்துவிட்டு, எழுந்து குளிக்கப் போனாள். அம்மா வருவதற்குள் உலை செ - நித்து விட்டது. "ஏம்மா, வடி தண்ணீ வேணும்மா?" என்று கேட்டேன். "ஊத்திகொடு" என்றாள். குண்டாள அலுமினிய சட்டியில் கஞ்சி தண்ணியை கொதிக்க கொதிக்க ஊத்தி, ரெண்டு உப்புக்கல் போட்டுக் கொடுத்தேன். கண்ணாப்பையை வைத்து ஆத்தி ஆத்தி குடித்தாள். "வேல எப்படி இருந்திச்சு?" என்ற கேட்டாள். "அப்படி ஒண்ணும் கஷ்டமா இல்லை" என்றேன். போலீஸ் விஷயங்கள் அவள் காதுக்கு எட்டி, அதைப்பற்றி கேட்பாள் என்று பயந்தேன். அதைப் பற்றி ஒன்றும் கேட்கவுமில்லை; நான் ஒன்றும் சொல்லவுமில்லை.

விளையாடிக்கொண்டிருந்த தம்பிமார்களைப் பார்த்து, "ஏலே புத்தகங்களை எடுத்து படிங்கலே?" என்றாள். அடுத்த வீட்டுச் சண்டை சத்தம் இன்னும் கேட்டுக் கொண்டுதான் இருந்தது. "வடிவச்சி, தூக்குச்சட்டியிலே வாளமீன் வாங்கி வச்சிருக்கேன். அதை எடுத்து கழுவு" என்றாள் அம்மா. மசாலா அரைக்க உட்கார்ந்து விட்டாள். ஏனோ அம்மாவின் முகத்தில்

சந்தோஷத்தை காணமுடியவில்லை. கவலையோடு அம்மிக் குழவியை இழுத்தாள். என் விஷயமாகத்தான் அவள் கவலை அடைந்திருக்க வேண்டும். ஆனாலும் அதை வெளியில் காட்டவில்லை. நானும் அதை கண்டுக்கிடவில்லை. அம்மா சொன்ன வேலைகளை செய்தேன்.

ஏழு மணி அளவில் படலையை திறந்துகொண்டு, “வரலாமா?” என்று கேட்டுக்கொண்டே மல்லிகா வந்தாள். திண்ணையில் ஆச்சிக்கி சாப்பாடு வைத்துக் கொண்டிருந்த அம்மா தான் ‘வாம்மா?” என்றாள். அம்மா அருகில் அவள் உட்கார்ந்து கொண்டாள். ‘என்ன, வேலை எல்லாம் எப்படி? வடுவச்சி எப்படி வேலை செஞ்சா?” என்றெல்லாம் அம்மா கேட்டாள். “என்ன அப்படி கேட்டுட்டிங்க அத்தை. அவ என்ன, வேலையிலே தெம்மாடியோ” என்றாள். நான் வெளியில் வந்தேன். சிரித்துக் கொண்டிருந்த என்னைப் பார்த்து “இப்படி உட்காரு?” என்றாள். திண்ணையில், அம்மா அருகில் உட்கார்ந்துகொண்டேன். மல்லிகா வந்ததினால் கொஞ்சம் சந்தோசமாக இருந்தது. அம்மாவின் முகத்தில் சிரிப்பை பார்க்க முடிந்தது. “இந்தா ஒன் கூலி” என்று முந்தியில் முடித்து வைத்திருந்த பணத்தை எடுத்து கொடுத்தாள் மல்லிகா. “பதினொன்னே காலு ரூபா இருக்கு” என்றாள். அப்படியே வாங்கி அம்மா கையில் கொடுத்தேன். “நாளை காலையிலே ஆறுமணிக்கெல்லாம் பி.டி.எம் அளத்து உப்பு அள்ளனும்மா? அஞ்சரை மணிக்கெல்லாம் பூங்கா கிட்ட லாரி வந்து விடும்” என்றாள். “பத்து மணிக்குள்ள இந்த உப்பு லோட முடிச்சிக்கிட்டு, வேப்பலாடைக்கு போகணும்!” மல்லிகா நாளை வேலை விஷயத்தை பற்றி சொல்லிக் கொண்டிருக்கும் போதே, அம்மா இப்படியொரு கேள்வியை தூக்கிப் போட்டாள். “காலையில்ல வடிவச்சியை தேடி போலீஸ் வந்துச்சுன்னு சொல்லுறாங்களே. அதபத்தி ஒனக்கு தெரியும்மா”

“போலிஸ்ன்னா ஏன் அத்தை இப்படி பயந்து சாவுரிங்க? அவுங்க என்ன நம்மலே கடிச்சா துங்க போறாங்க? இல்லன்னா தூக்குல போடப்போறாங்களா?” வெடுக்கென்னு கேட்டாள் மல்லிகா. உடனே அம்மாவுக்கு பேச நாவு வரவில்லை. கொஞ்ச நேரம் கழித்து அம்மா, “ஒனக்கென்ன, ஒன்று இல்லாட்ட ஒன்னுனா கிட்ட ஒங்க அப்பன் இருக்கான் பார்த்துக்கிட ... ஒங்க அப்பன் அம்மைக்கு நீ ஒருத்திதான் ...” என்றாள். “என்னத்தெ ... ஒங்க வீட்டையும் எங்க வீட்டையும் பிரிச்சு பேசுறிங்க. ஒங்களுக்கொன்று என்றால் எங்களுக்கான மாதிரி இல்லையா?” என்று அவள் குரல் கம்மியது. “சரியம்மா ஒண்ணும் வராமே...

பிரச்சினை நல்லபடி முடிஞ்சா சரிதான்.'' "நீங்க ஒண்ணுக்கும் கவலைப்படாதீங்க, எல்லாம் நல்லபடியா நடக்கும். சரியாத்தே, நான் போயிட்டு வரட்டா?'' "இருந்து கொஞ்சம் சாப்பிட்டு போம்மா?'' "வேண்டாம் அத்தை, அம்மே சோறு கறியெல்லாம் பொங்கிட்டு இருக்கா ... வடுவச்சி மறந்துறாதே. காலையிலே அஞ்சு மணிக்கி லாரி புறப்படுலது'' என்று சொல்லிக் கொண்டே மல்லிகா போய்விட்டாள்.

எட்டரை மணி சுமார்க்கு வட்டமாக உக்கார்ந்து சாப்பிட்டோம். இன்றைக்கு ராத்திரி சாப்பாடு சீக்கிரமாய் கிடைத்ததில் எல்லோருக்கும் சந்தோஷம், இல்லை என்றால் சில நாட்களில் பத்து, பதினொரு மணியைக் கூடத் தாண்டி விடும். எல்லோரும் தூங்கி விடுவார்கள். குழந்தைகளை எழுப்பி சோறு கொடுப்பதற்குள் போதும் போதும் என்றாகி விடும். சாப்பிடும் போது நாளைக்கு எப்படியிருக்கும் என்று நினைத்துக் கொண்டே சாப்பிட்டேன். சுட சுட நெல்சோறு, வாளை மீன் குழம்பு நாவுக்கு ரொம்ப ரொம்ப சுவையாக இருந்தது. இந்த சுவையான சாப்பாட்டை சாப்பிட்டுக் கொண்டே எதை எதையோ நினைத்தேன். மனசை கட்டுப்படுத்த முடியாமல், ஒன்றுக்கொன்று தொடர்பு இல்லாமல், ஏதாவது ஒன்று நினைவுக்கு வந்தது. நாளை நடப்பது நாளைக்கு, என்று மனத்தைக் கட்டுப்படுத்த நினைத்தாலும் முடியவில்லை. மனம் குழப்பமாக இருந்தது. அம்மா பேசாமல் சாப்பிட்டு முடித்தாள். ஆச்சி சாப்பிட்டுட்டு வைத்த பாத்திரங்களை எல்லாம் எடுத்துக்கொண்டு வந்து கழுவி; அடுக்கி வைத்தாள். நான் சாப்பிட்டு விட்டு படுக்கப் போனேன். பகலில் ஓடிஓடி உப்பு பெட்டிகள் சுமந்த அலுப்பு உடல் நிறைய இருந்தாலும், உடனே தூக்கம் வரவில்லை. மணி பத்தை தாண்டி விட்டது. புரண்டு புரண்டு படுத்தேன். காலையில் வேலை செய்யும் போது, என்னை அடையாளம் கண்டு கொண்டு அன்று நடந்ததை கேட்ட போது இவர்களுக்கு இது எப்படி தெரியும், என்பதை இப்போது நினைத்தால் கூட வியப்பாக இருந்தது. ஒரு வேளை அம்மாவிடம் கூட ஆட்கள் இதைப் பற்றி கேட்டிருக்கலாம். இதை வெளியில் காட்டாமல் உள்ளுக்குள்ளே அழுது கொண்டிருக்கலாம்.

தூத்துக்குடிக்கு தெற்கே ஆறுமுகநேரி ஊர் வரை, யாரையோ ஒரு பெண்ணை ஒரு முதலாளி கெடுக்கப் பார்த்தானாம்: கெடுத்து விட்டானாம் என்று கூட அளங்களில் வேலை செய்கிறவர்கள் பேசிக் கொள்ளலாம்? இதைப் போல தூத்துக்குடிக்கு வடக்கே வேம்பார், வைப்பாரை கடத்து இந்த சேதி பரவி இருக்கலாம்?

வேப்பலொடையை எட்டியிருக்கும் : ஆட்கள் சொல்லியா இந்த செய்தி இவ்வளவு தூரம் வேகமாக பரவுகிறது? இல்லை சங்கத்தின் முயற்சியாகத்தான் இருக்கும். இந்த சங்கம் எல்லா ஊர்களிலும் இருக்கிறது. சங்கம் நினைத்தால் எதையும் சாதிக்கலாமோ? நாளை போலீஸ் தேடி வருமா? நான் இல்லாமல் போனால்?

நாளை சிக்கலான நாள். ஒரு நாள் வேலைக்கு போகாமல் இருந்தால் கூட பரவாயில்லை போல இருந்தது. இன்னைக்கு வந்த போலீஸ் நாளைக்கு நிச்சயமாய் தேடி வரும். அப்போது ஆள் இருக்க வேண்டும். கேட்கிற கேள்விகளுக்கு பதில் சொல்லியாக வேண்டும். அந்த முதலாளி நிச்சயமாக குற்றத்தை ஒப்புக் கொள்ளமாட்டான். பணம் இருக்கிறது. என்ன வேண்டுமானாலும் செய்யலாம் என்ற எண்ணத்தில் இருப்பான், நஷ்ட ஈடா? போய்யா போ என்பான். அளத்துப் பக்கம் நீ வரக்கூடாது என்று சங்கம் சொன்னால் “என்னை வரக்கூடாது என்று சொல்ல நீ யார்?” என்பான். குழம்பிப்போய் உருண்டு புரண்டு படுத்தேன். எங்கோ இருக்கிற ஸ்பின்னிங் மில்லில் பதினொரு மணி சங்கு ஊதுவது தெளிவாகக் கேட்டது. ‘அம்மாடி’ என்று கண்ணை இறுக்க மூடிக் கொண்டேன். நான் எப்போது தூங்கினேனோ எனக்கே தெரியாது.

அதிகாலையில் அம்மா எழுப்பும்போது எழுந்திருக்க முடியவில்லை. புரண்டு புரண்டு படுத்தேன். சரியான தூக்க கலக்கம். “வேலைக்கிப் போகல்லன்னா தூங்கு” என்றாள். அம்மா சொன்னது போல நன்றாக இன்று தூங்கலாம். நான் வேலை செய்து கொடுத்தாக வேண்டும் என்ற எண்ணம் அவளுக்கு அறவே கிடையாது. ஆனாலும் நான் இன்று வேலைக்கு போகாமல் வீட்டில் இருந்தால், ரொம்ப ரொம்ப குழம்பிப் போவேன். தனிமையில் எதை எதையோ நினைத்து தலை கனத்துப் போகும். இதற்காகவாவது வேலைக்கு போய்யாக வேண்டும் போல இருந்தது. வேலை செய்யும் அலுப்பினாலும், அந்த ஓட்ட நடையிலும், பேச்சிலும் பாட்டிலும், வேற எதுவும் நினைக்கத் தோன்றாது. ஒரு நாள் வேகமாக கழிந்து போகும். கையில் கூலி கிடைத்த மாதிரியும் இருக்கும. மனதில் கொஞ்சம் சந்தோஷம் வந்த மாதிரியும் இருக்கும். அம்மா என்னை இரண்டாவது முறையாக எழுப்பிய போது எழுந்து கொண்டேன். காலைக் கடனை கழிப்பதற்காக விடியக்கருக்கலில் உடங்காட்டுக்கு கூட்டிக் கொண்டு போனாள். வீட்டுக்கு வரவும் ஸ்பின்னிங் மில்லில் ஐந்தரை மணி சங்கு ஊதவும் சரியாக இருந்தது. வெளி பைப்பில் தண்ணீர் பிடிப்பதற்காக ஆட்கள் குத்த வைத்துக்

கொண்டிருந்தார்கள். வீட்டுக்கு வந்து அம்மா தட்டு முட்டு வேலைகளை எல்லாம் பார்த்து முடித்தாள். மணி ஆறைத் தாண்டி விட்டது. கிழக்கே வெளுத்து விட்டது. ஐந்து ஐந்தரைக்கெல்லாம் லாரி கக்கன் பூங்காவில் இருந்து புறப்படுகிறது என்று சொல்லி விட்டுப் போன மல்லிகாவை இன்னும் காணவில்லை. அம்மா, "நான் போய் பார்த்து விட்டு வரட்டா" என்றாள். "எப்படியும் அவ வருவாம்மா. இல்லைன்னா நான் ஏழு மணிக்குப் பெறகு பார்த்துக்கிடுகிறேன்" என்று சொல்லிக் கொண்டிருக்கும்போதே, மல்லிகா வந்து விட்டாள்.

"மல்லிகா என்ன இவ்வளவு நேரம்?" இல்லத்தே, இன்னைக்கி வடுவச்சி வேலைக்கி வர வேண்டாம். நானும் போகல்லே!" என்றாள். உடனே அம்மாவின் முகத்தில் கலவரம் படர்ந்தது. நானும் திகைத்தேன். "என்ன விஷயம்?" என்று கேட்டாள். "காலையிலே எட்டு மணிக்கு போலீஸ் ஸ்டேஷனுக்கு போகணும்மா?" "எதுக்கு?" "அதுதான் அந்த விஷயம்ந்தான்." அம்மா அதற்கு பிறகு பேசவில்லை. ஒரேடியாக பயந்து போய் விட்டாள். பிறகு சொல்வாள்; "அதுக்குத்தான் சொன்னேன். இது வெளியே தெரியவேண்டான்னனே கேட்டாளா?" என்று அலுத்துக் கொண்டாள். "ஏன் அத்தை நீ இப்படி பயப்படுகிற? நானும்தான் அவ பின்னாலே போறேன்!" "சரி இன்னைக்கி நமக்கு ஒரு நாள் வேலை போச்சு?" என்றாள் அம்மா. "மானமே ... போகப்பார்த்திச்சு. நீ என்ன வேலை போகிறதப் பற்றி பேசுற?" ... என்று அம்மாவை அடக்கினாள் மல்லிகா. அவளின் பேச்சு, நடவடிக்கைகள் எல்லாம் எனக்கு ரொம்பவும் பிடித்திருந்தன. அவளுடைய தைரியத்தில் என்னுடைய மன குழப்பங்களும், மன பயங்களும், நடுக்கங்களும் கொஞ்சம் கொஞ்சமாக குறைந்த மாதிரி இருந்தது. புதிய உற்சாகம், சந்தோஷம்.

2

அன்றைக்கு நடந்ததை அப்படியே சொன்னேன். அன்று வேலைக்கு போனதில் இருந்து, காலையில் வேலை நடந்த நிலைமை, மத்தியானத்துக்கு மேல் செய்த வேலைகள். புதிதாக நீர் பாய்ச்சிய அளத்தில் வேலையாட்கள் எல்லோரும் பாத்தி மிதிக்கப் போன போது, என்னை தடியன்தாத்தா சாமான்களை எடுத்து வைக்கச் சொன்னது. நான் தனிமையில் செட்டுக்குள் தட்டு முட்டு சாமான்களை எடுத்து வைத்துக் கொண்டிருக்கும் போது அவன் உள்ளே இருந்துகொண்டு, கையில் பணத்தை வைத்துக்

கொண்டு, எங்க போற, இங்கே வா என்று கூப்பிட்டது, என்று ஒன்று விடாமல் அப்படியே சொன்னேன். ஒரு படியாக வாய் உளறல் இல்லாமல் சொல்லி முடித்தேன். என்னைச் சுற்றி ஒரு பெரிய கூட்டமே இருந்தது. எல்லோரும் வைத்தகண் வாங்காமல் பார்த்தார்கள். கொஞ்ச தூரமாய் ஆளுக்குப் பாதி உயரம் இருந்த துப்பாக்கியை வைத்துக் கொண்டு, ரெண்டு காக்கிச் சட்டைகார போலீஸ்கள், துப்பாக்கி வைத்திராமல் ஐந்தாறு போலீஸ்காரர்கள். சம்பந்தமில்லாத இன்னும் ரெண்டு மூணு பேர். அந்த பெரிய அறையில் ஒரு மூலையில், மேல் சட்டை இல்லாமல் நாலு பேர் பரிதாபமாக உட்கார்ந்து, பறக்க பறக்க பார்த்துக் கொண்டிருந்தார்கள். அவர்கள் கைதியாக இருக்க வேண்டும். இன்னும் இரண்டு மூன்று கைதிகள், அங்கே சிறையில் அடைக்கப்பட்டிருந்தனர். அந்த பெரிய மேஜை முன்னால் உள்ள நாற்காலியில் உட்கார்ந்து, நான் சொல்வதை மௌனமாக கேட்டார் சப் இன்ஸ்பெக்டர். பெரிய மீசை வைத்திருந்தாலும், ஓரளவுக்கு நல்ல மனுஷன் என்று சொல்லக் கூடிய அறிகுறிகள் நிறையவே இருந்தன. அவருக்கு வலது கை பக்கம் உள்ள நாற்காலியில் சின்னமாடசாமி தாத்தா மட்டும் உட்கார்ந்திருந்தார். மற்றபடி எங்க தெரு ஆட்களோ, அல்லது சங்கத்து ஆட்களோ யாரும் போலீஸ் ஸ்டேஷனுக்கு அனுமதிக்கப்படவில்லை. எல்லோரும் வெளியில் தான் காத்துக் கிடந்தார்கள்.

முழு வேகத்துடன் ஃபேன் சுழன்றது. ஆனாலும் எனக்கு வேர்த்தது. வெளி ரோட்டில் ஓடும் வாகனங்களின் இறைச்சல் இங்குமட்டும் கேட்டது. ரொம்ப நேரத்துக்கு பிறகு அந்த இன்ஸ்பெக்டர், "நீ எவ்வளவு நாளாக அங்க வேலை செய்கிற...?" என்று கேட்டார். "ஒரு நாலைஞ்சி மாசமா வேலைக்குப் போகாமல், இப்போம் தான் ரெண்டு வாரமா வேலைக்கி போகிறேன்." "எதுக்கு நாலைஞ்சி மாதமா வேலைக்கு போகல?" "எங்கம்மா வேலைக்கு வர வேண்டாம்ன்னுட்டாங்க". "பிறகு எப்படி இரண்டு வாரமா வேலைக்கி போற?" "நான் தான் வீட்டு கஷ்டத்தில் சும்மா இருப்பதை விட வேலைக்கு போனால் அம்மாவின் கஷ்டம் குறையுமேன்னி, பிடிவாதமா வேலைக்கு போனேன்." "இப்படி எல்லாம் நடக்கும் என்று முன்னமே ஒனக்கு தெரியுமா?" "தெரியாது" "சரி நீ போம்மா" என்றார் இன்ஸ்பெக்டர்.

நான் குப்பென்று வேர்த்த வேர்வைகளை சேலை முந்தானையால் துடைத்துக் கொண்டு படி இறங்கி வெளியில் வந்தேன். என்னை ஆவலுடன் எதிர்பார்த்துக் கொண்டிருந்தார்கள்.

என்னை சூழ்ந்து கொண்டார்கள். "என்ன நடந்தது" "என்ன கேட்டார்கள்?" என்றெல்லாம் கேட்டார்கள். மல்லிகாவைத்தான் என் கண்கள் தேடின. மல்லிகா என்னருகில் நின்றாள். தூரத்தில் ஒரு கல்மேல் விசனத்தோடு உட்கார்ந்திருந்த அம்மா என்னைக் கண்டு ஓடி வந்தாள். ஆதரவாய் கைகளை பிடித்துக் கொண்டேன். நான் பயந்த மாதிரியோ, குழம்பின மாதிரியோ விசாரணையில்லை. அதுவே எனக்கு ஆறுதலாக இருந்தது. உள்ளதை உள்ளபடி பதறாமல் கலங்காமல் சொன்னதில் இருந்தே அந்த அதிகாரி புரிந்துகொண்டிருப்பார் என்ற நம்பிக்கை எனக்கிருந்தது. சிக்கனமாய் கேள்விகளை கேட்டு, சீக்கிரமாய், சிரமம் இல்லாமல் வந்த காரியம் முடிந்ததில், கேட்டவர்களுக்கெல்லாம் உற்சாகமாகவே பதில் சொன்னேன். அம்மா பதற்றத்துடன் வீட்டுக்கு அழைத்து செல்வதில் குறியாக இருந்தாள். "சீக்கிரம் வா வீட்டுக்கு போகலாம்?" என்று என்னை அவசரப்படுத்தினாள்.

வீட்டுக்கு வந்தவுடன் அண்ணன் கூட சண்டை போட வேண்டியதாய் இருந்தது. கொஞ்சம் நஞ்சம் இருந்த சந்தோஷமும் போயிட்டது. இருக்கிற வேதனை காணாது; அவன் வேறு குழப்பி விட்டான். அவனுக்கு என்ன பதில் சொல்வது என்று தெரியவில்லை. பெரிய வீர புலிகணுக்காத்தான். நான் கற்பிளந்தவளாம்: தாயும் மகளுமாய் சேர்ந்து குடும்ப கவுரத்தை கெடுத்து விட்டோமாம். எனக்கு என்ன பேசுவதென்றே தெரியவில்லை. கம்மென்று இருந்தேன். அம்மா அழ ஆரம்பித்துவிட்டாள். அவன் அடிக்க வருகிறமாதிரி வந்தான். இன்னும் கொஞ்சம் போனால் அடித்தே இருப்பான். அவள் சொல்லும் ஒவ்வொரு வார்த்தையும் எனக்கு சுருக்கென்று தைத்தது. 'தேவடியா முண்டே!' என்று கூட சொல்லி விட்டான். அதற்குப் பிறகு தான் நான் சொன்னேன். "ஒனக்கு இவ்வளவு சூடு சொரண இருந்திருந்தா இந்த வீட்டை கவனித்திருக்கலாம். நீ தான் சொரண இல்லாத தெம்மாடி ஆயிற்றே? ஒனக்கு வீரம் கேட்குதாக்கும், திங்கறதுக்கு காசு கொடுக்க முடியாது. என்னை தேவடியா முண்டன்னு சொல்ல ஒனக்கு என்ன யோக்கியதை இருக்கு! என்றேன். இவ்வளவுதான், முந்திக் கொண்டு வந்தான். ஓங்கி ஒரு அடி அடித்து விட்டான் - கன்னத்தில். அதற்காக நான் அழவில்லை. என் கண்களில் இருந்து ஒரு சொட்டு கண்ணீர் கூட வரவில்லை. நான் எதிர்த்து பேசியதில் அவனுக்கு அவ்வளவு கோபம். உடனே நான் சூட்டிடுப்போடு கேட்டேன். "என்ன அடிக்கிறதுக்கு உனக்கு உரிமை கிடையாது. மொதல்ல நீ ஒழுங்கா

(43)

இருந்துக்க. பெறகு அடுத்தவள கவனி!" என்றேன். கொஞ்சம் நேரம் குதித்தான். பிறகு ரிக்ஷாவை எடுத்துக் கொண்டு போய்விட்டான். ரொம்பப் நேரம் அம்மா அழுது கொண்டிருந்தாள்.

இந்த விஷயம் போல்டன்புரத்தில் மட்டும் இல்லாமல், எஸ்.எஸ். மாணிக்கப்புரம், பூபால் ராயர்புரம், குருஸ்புரம், லூர்தம்மான்புரம், தாழமுத்துநகர், பிரையண்ட் நகர், சோட்டையன் தோப்பு, என்று தூத்துக்குடி சுற்றி வட்டாரத்தில் உள்ள எங்க ஜாதி ஜனங்க எல்லாம் விஷயம் தெரிஞ்சு விசாரிக்கத் தொடங்கி விட்டார்கள். இது பெரிய பிரச்சனையாகிவிட்டது. தெரிஞ்சவர்கள் எல்லாம் வந்து இதைப் பற்றி விபரம் கேட்டுவிட்டு போனார்கள். முதலில் இதைச் சொல்ல கொஞ்சம் தயக்கமாக இருந்தது. பிறகு ஏன் நாம் பயப்படவேண்டும் என்று, அன்று நடந்ததை அப்படியே சொன்னேன். கேட்டவர்கள் வாப்பாரினார்கள். இந்த அக்கிரமத்தைக் கண்டித்து பீங்கான் ஆபீஸ் முக்கு, முத்தையாபுரம் துறைமுக சந்திப்பு, இங்கெல்லாம் தட்டி போர்டுகள் கட்டியிருப்பதாக சொன்னார்கள்.

பீங்கான் ஆபீஸ் முக்கு வரும்போது மணி எட்டுக்கு மேலாகிவிட்டது. அம்மாவுக்கு லாரி வந்தவுடன் முதலாளாக வேலைக்கு போய் விட்டாள். "பார்த்து நிதானிச்சு வேல செய். ஏதாவது கஷ்டமாய் இருந்தா வீட்டுக்கு வந்து விடு" என்று அறிவுரை சொல்லி விட்டு போனாள். எங்களுக்கு லாரி வர பத்து மணியாகி விடும் என்று சொன்னார்கள். இது முன்னமே தெரிந்தால் வீட்டில் இருந்து மெதுவாக வந்திருக்கலாமே என்று நினைத்தேன். இன்னும் ஒரு மணி நேரம், ஒண்ணரை மணி நேரம் முச்சந்தியில் காத்துக்கிடக்க வேண்டுமே என்ற போது மனம் கசந்தது. மல்லிகா வேறு "இரு, இப்பம் வந்து விடுகிறேன்" என்று சட்டியையும் சும்மாடு துணியையும் வைத்து விட்டு போனவளை இன்னும் காணவில்லை. ஒத்தையில் நிற்கும்போது, முன்பின் அறிமுகமில்லாத ஆட்கள் கூட, என்னிடம் வந்து அந்த விஷயத்தை கேட்டு தெரிந்துகொண்டு போனார்கள். எனக்கு சலிப்பாக இருந்தது. கோபம் கூட வந்தது. 'உங்களுக்கென்ன அதைப்பற்றி' என்று கூட கேட்டு விடலாம் என்று நினைத்தேன். இருந்தாலும் நாவை அடக்கிக் கொண்டேன். ஒரு வழியாக பதில் சொன்னேன். சொன்ன மாதிரியே மதுரை வீரனும் வேலைக்கு வரவில்லை. இன்றுதான் முதலாளிமார்கள் சங்கத்தில் வைத்து பேச்சுவார்த்தை என்று நேற்று சொன்னார்கள். என்னமோ தெரியவில்லை. இப்போது மட்டைக்கடை பஜாரில் இருக்கிற லேபர் கமிஷனர்

அலுவலகத்தில் வைத்து விசாரணை நடக்க போகிறதாம். இன்னும் தேதி குறிக்க வில்லை. நாளைக்கி வேப்பலோடைக்கு போக வேண்டும் என்று மல்லிகா சொன்னாள். காலையில் ஏழுமணி சுமார்க்கு அவள் வந்து இதை சொல்லிவிட்டு, "வேப்பலோடைக்கு உப்பு அள்ள போக எங்கப்பாவும், மதுரை வீரனும் வர மாட்டாங்க... ஒன் விஷயமாகத்தான், காம்ரேட் கூட யாரையோ பார்க்க இன்னைக்கி போறாங்களாம்!" என்றாள். அவள் அமைதியாகவும், மெதுவாகவும் இதை சொல்லும் போது எனக்கு திரேகம் நடுங்கியது. "ஒரு நாள் வேலை மெனக்கிட்டு போகுமே" என்றேன். "இது என்ன பெரமாதம். இப்போமாவது பரவாயில்லை. சில நேரத்திலே சங்க விஷயமா நாய் மாதிரி வேலையைப் போட்டுட்டு அலைவாங்க!" என்று அவள் சொன்ன போது நான் பதில் பேசவில்லை. எனக்குத்தான் என்னமோ மாதிரி இருந்தது. சகாயமாதா சால்ட் கம்பெனிக்கு உப்பு அள்ள. வேப்பலோடை ஊருக்கு போகிறோம். தூத்துக்குடியை விட்டு வடக்கில் கொஞ்சம் தள்ளியிருக்கிற அந்த ஊரில் வேலை செய்து விட்டு வந்தோம் என்று இருக்கும் என்கிற தெம்பு மனதில் நிறைந்திருந்தது. என்னதான் மனதில் தெம்பும் என்னாலும், சரிதான் என்கிற வீராப்பு இருந்தாலும், மனசை ஓரளவுக்கு கட்டுப்படுத்தி வைத்திருந்தாலும், புதிய புதிய பிரச்சனைகள் வந்து மனதில் அலை மோதிக் கொண்டிருந்தன.

ஒம்பதே முக்காலுக்கு, கம்பெனி லாரி வந்துவிட்டது. எல்லோரும் லாரியில் ஏறிக் கொண்டோம். 'இன்னும் மல்லிகாவை காணவில்லையே' என்று பரக்க பரக்க பார்த்தேன். அதோ மல்லிகா! அவுங்க அம்மா கூட வந்து ஏறிக் கொண்டாள். "எங்கடி போயிருந்தே?" என்றேன். "வீர மச்சான் ரோசம்மே கடைக்கிட்ட நின்னாரு! என்னன்னு பாத்துட்டு வந்தேன்?" என்றாள். அவள் வீர மச்சான் என்றதும் அந்த மதுரை வீரனைப் பற்றியும், அவள் அப்பாவை பற்றியும் மீண்டும் நினைப்புத் தான் மாறி மாறி வந்தது. பாவம், இவர்கள் ஏன் இப்படி அலைகிறார்கள்? இன்றைக்கு வேலையும் போச்சு, வேலை செய்தால் தான் கூலி. கையில் கூலி கிடைத்தால் தான் வீடுகளில் அடுப்பு எரிகிறது. ஒரு வேளை பெண்கள் சம்பாத்தியத்தில் வீடு நடக்குமோ? மற்ற ஆண்களை மாதிரி இவர்களை எப்படிச் சொல்ல முடியும்? உழைப்புக்கு அஞ்சாதவர்கள். இல்லை என்றால் 100 கிலோ உப்பு மூட்டைகளை தூக்கிச் சுமக்க ஏன் ஊர் ஊராக அலைய வேண்டும்? சங்கத்து விஷயமாக அந்தச் சங்கத்து ஆட்கள் சிவப்பு துண்டை தோளில் போட்டுக் கொண்டு அலைவதை பார்த்தால்,

பயமாக இருக்கிறது. என்ன என்ன நடக்குமோ என்கிற கவலை வேறு. நடக்க இருக்கிற பேச்சு வார்த்தைகள் விசாரணைகள் எல்லாம் வெற்றி பெற வேண்டும்? வெற்றி பெறாமல் போனால் ... நிலைமை தலை கீழாகி போய் விடும். பலியானது நானாகத்தான் இருக்கும். சங்கம் போகிற போக்கைப் பார்த்தால் நிச்சயமாக விட்டுக் கொடுக்காது. சின்ன மாடசாமி தாத்தா இருக்கிற வரை இதை உறுதியாக நம்பலாம். அன்று நடந்ததை மல்லிகாவிடம் சொல்லாமல், அம்மா சொல்வதைப் போல் மூடி மறைத்திருந்தால்...

நான் இதை வெளியில் மறைத்திருந்தால், அந்த ஆயிரம் கோழைகளில் நான் ஆயிரத்தோராவது கோழையாக சேர்ந்திருப்பேன். மல்லிகா தைரியம் கூட எனக்கில்லாமல் போய் இருக்கும். அம்மா நிலைமையில் அப்படித்தான் சொல்வாள். அவளால் அதைத்தான் செய்ய முடியும். நாளை பின் இது ஓர் விசுவரூப பிரச்சனையாக வளர்ந்து, பெரிய நிலைமையை உருவாக்கி விட்டால் கூட அதற்கு துணிந்து நிற்க வேண்டும், எதற்கும் தயாராக இருக்க வேண்டும். என்றெல்லாம் நினைத்துக் கொண்டேன். என் விஷயமாக இப்படியொரு பிரச்சினை வந்து எல்லாராலும் பெரியதாக பேசப்படுவதை பார்க்கும்போது, என் மனதில் அந்த சின்ன மூலையில் இடுக்கில் அதிர்ச்சி கலந்த மகிழ்ச்சியாக கூட இருந்தது. காலகாலமாக வசதி உள்ளவர்களால் அளத்துப் பெண்கள் மானபங்கம் செய்யப்படுவது என் பொருட்டு வெளியே தெரிந்ததே? இருந்தாலும் பணக்காரர்களுடன் போட்டி போட்டு வெல்ல முடியுமா என்கிற போதுதான் தயக்கமும் கவலைகள் எல்லாம் ...

பகலில் சரியான வேலை இருந்தது. லாரிகளுக்கு பெட்டி பெட்டியாக உப்பை அள்ளிச் சுமந்தோம். மூட்டை பிடிக்க வேண்டிய தேவை இல்லாமல் போயிற்று. நேராக தூத்துக்குடிக்குப் போகும் உப்பு இது. கம்பெனி கூலியாட்கள் வேறு வந்திருந்தார்கள். ஆளும் பேருமாய் வேலை பார்த்தோம். தலை எல்லாம் சரியான வலி. நான் நினைத்த மாதிரியே என் விஷயம் இங்கும் எட்டியிருந்தது. வேலை முடிந்து 'அப்பாடி' என்று உக்கார்ந்திருக்கும்போது நிலைமையை கேட்டு தெரிந்து கொண்டார்கள். என்னை விசித்திரமாக பார்த்தார்கள். லாரியில் தூத்துக்குடிக்கு வரும்போது அன்னா இன்னான்னு ஆறு மணிக்கு மேலாகி விட்டது. இன்னைக்கி பகல்ல என்ன என்ன நடந்திருக்கும் என்ற கவலை வேறு. என்னாகிருக்குமோ என்ற பதட்டம் வேறு மனத்தை அரித்துக் கொண்டிருந்தது.

46

லாரி எங்களை மூன்றாம் கேட்டில் இறக்கி விட்டுட்டு போயிற்று. அங்கிருந்து பஸ் ஸ்டாண்டுக்கு நடந்து வந்தோம். மூணாம் நம்பர் பஸ் நின்றது. உடனே போல்டன்புரம் போகிறவர்கள் விரைவாக வந்து ஏறிக் கொண்டோம். கக்கன் பார்க்கில் இறங்கி, வீட்டுக்கு வரும் வரை, தெருவு அமைதியாக இருந்தது. சங்கத்தில் போய் கேட்டு விட்டு வீட்டுக்கு போகலாமா என்று நினைத்தேன். பிறகு அம்மா வந்து எனக்காக காத்திருப்பாள் என்று நேராக வீட்டுக்கு போனேன். அம்மா அடுப்பை பற்ற வைத்துக் கொண்டிருந்தாள். தங்கை லாம்பு சிம்னியை துடைத்துக் கொண்டிருந்தாள். "வேலை கஷ்டமா இருந்துச்சா?" என்று கேட்டாள். சுட சுட கடுங்காப்பியை ஊத்தி கொடுத்தாள். வாங்கி குடித்தேன். முதல் வேலையாக குளித்தேன். அம்மா ஊர் நிலைமைகளை, அவள் காதுக்கு எட்டிய சேதிகளாக சொன்னாள். நான் பதில் பேசாமல் கேட்டேன். அவள் சொல்லும் போது பயமும் படபடப்பும் கலந்து குரலில் ரகசியம் போல சொன்னாள். அவளாகவே எனக்கு சோறு போட்டு வந்தாள். கடுமையான பசி. நன்றாகவே சாப்பிட்டேன். அதற்குள் மல்லிகா குளித்து விட்டு, டிரஸ் மாத்தி என்னை பார்க்க வந்து விட்டாள். "ஒனக்கு விஷயம் தெரியும்மா?" என்றாள். உடனே அம்மா, "என்னம்மா, வாம்மா ... உட்காரும்மா ... என்ன விஷயம்மா?" என்றாள். நான் அவளை திகைப்புடன் பார்த்தேன். "வருகிற புதன்கிழமை ஏதோ பெரிய ஆபிஸர் முன்னாலே விசாரணை நடக்க போகுதாம்?" என்ற உடனே எனக்கு பயம் தான் கொடுத்தது. என்னை விட என் அம்மா தான் அதிகமாக பயந்தவள், "இன்னும் விசாரணை விசாரணைன்னா என்னமா?" என்று விபரம் இல்லாமல் கேட்டாள். "சங்கமும் விட்டு கொடுக்காது! நாளைக்கி எல்லோரும் கூடி ஒரு முடிவு எடுக்க போறாங்க!" என்றாள் மல்லிகா, திண்ணையில் உக்கார்ந்து பேசிக் கொண்டிருந்த அவளுக்கு அம்மா காப்பி ஊத்தி கொண்டு வந்து கொடுத்தாள். வாங்கி குடித்தாள். "சங்கத்துக்கு வாரியா?" என்று கேட்டாள். உடனே அம்மா, "இந்த கருக்கல்யாம்மா அங்க போறிங்க" என்றாள்."என்னத்தே ... இப்படி பயப்படுகிற. யாரும் எங்கலெ தூக்கிட்டு போகப்போறாங்களா? வேணும்னா நீயும் வா. அங்க போனாத்தான் என்ன நடக்குன்னு முழுசா தெரியும்?" என்று மல்லிகா கூப்பிடும் போது, அம்மா குழப்பமாக இருந்தாள். பிறகு, "போயிட்டு சீக்கிரம் வாங்க ஏளா வடுவச்சி, தம்பிய வேணும்னா துணைக்கு கூட்டிக்க" என்றாள். "வேண்டாம் அத்தை, நானும் தான் கூட போறேன்" என்றாள் மல்லிகா. "வேண்டாம்மா... தம்பியும் வட கூட்டிக்கிட்டு போங்க" என்றாள்... "ஏலெ அவென எங்க?" என்று கூப்பிட்டு, மூத்த தம்பியையும் எங்களுடன் அனுப்பி வைத்தாள்.

நாங்கள் சங்கத்தை வந்து அடைந்த போது, சங்கத்தின் முன் கூட்டம் நின்றது. பெரும் கூட்டம் என்று சொல்ல முடியாவிட்டாலும், ஓரளவான கூட்டம். அளத்துக் காட்டில் வேலை செய்து விட்டு, எங்களை மாதிரி அலுப்போடு அலுப்பாக கூடியிருந்தார்கள். ரோட்டோரங்களிலும் ஆட்கள் குத்த வைத்திருந்தார்கள். சலசலவென்று பேச்சொலி கேட்டது. ட்யூப் வெளிச்சம் வாசலில் நீண்டு பாய்ந்தது. மல்லிகா இப்போது வந்து கூப்பிடாவிட்டால், எது எதையோ நினைத்து குழம்பி, பயந்து, சாப்பிட்டுவிட்டு படுத்திருப்பேன். இங்கு என்ன நடக்கிறது என்று கூட தெரியாமல் போய் இருக்கும். அதை பற்றி அவளிடம் ஒன்றும் கேட்கவில்லை. "அந்தா மல்லிகா கூட வடுவச்சி வாரா" என்று யாரோ சொல்வது காதில் விழுந்தது. வாசலை அடைத்தாப்போல நின்றவர்கள் கொஞ்சம் விலகி வழி விட்டார்கள். நாங்கள் உள்ளே போனோம். ஆட்கள் நிறைந்திருந்தார்கள். புழுக்கமாக இருந்தது. வயசான எங்க தெரு பெண்கள் அந்த பக்கமாக உக்கார்ந்திருந்தார்கள். எங்களை கண்டு புன்னகைத்து வரவேற்றார்கள். எனக்கு ஆச்சரியம். எங்க மாரி சித்தி கூட உக்கார்ந்து இருந்தாள்.

அவள்தான் எங்களை கை காட்டி கூப்பிட்டாள். நானும் மல்லிகாவும் அவர்கள் அருகில் போய் உக்கார்ந்து கொண்டோம். மல்லிகா திரும்பி அவள் அம்மாவுடன் என்னமோ பேசினாள். எங்களுக்கு முன்னதாகவே அவர்கள் வந்திருக்க வேண்டும். சின்ன மாடசாமி தாத்தா நாற்காலியில் உட்கார்ந்திருந்தது, கண்ணாடிக் கண்கள் வழியாக பார்த்துப் பார்த்து எதையோ எழுதிக் கொண்டிருந்தார். மேஜைக்கு எதிர்த்த பெஞ்சியில் மல்லிகா அய்யா, மதுரை வீரன், இசக்கி முத்து பெரியப்பா, இன்னும் தெரு பெரியாட்களும், எனக்கு முன் பின் பழக்கம் இல்லாத இரண்டு ஆட்களும் உட்கார்ந்திருந்தனர். திடீரென்று தலையை நிமிர்த்த தாத்தா என்னைப் பார்த்தார். "என்னம்மா இப்பம்தான் வந்தியா?" என்றார். "ம்" என்றேன். மெல்லிய குரலில், "எம்மா அந்த முதலாளி ரொம்பவும் சண்டித்தனம் செய்கிறான். நாம்மலும் இத வுட்டுக் கொடுத்து விடக் கூடாது... ன்னு நம்ம இருக்கோம். இனி நடக்கிற பேச்சு வார்த்தைகள் விசாரணைகளுக்கெல்லாம் நீ கண்டிசனா இருக்கணும். இதை பத்தி ஒங்க அம்மா கிட்ட கேட்டதுக்கு, ஒங்கிட்டதான் கேட்டுக்கோன்டா நீ எதுக்கும் பயப்புடாமே இருக்கணும். மத்தகட்சிக்காரங்க சங்கங்களை எல்லாம் அந்த முதலாளி கைக்குள்ளே போடனும்முன்னு நினைக்கான். நம்ம இத வுடுற மாதிரி இல்லை, நாள பின்ன இதை

மாதிரி நடக்கக் கூடாது பாரு ...!" என்று என்னைப் பார்த்துபேசிக் கொண்டு இருந்தார் தாத்தா.

அவர் சொல்லுவதை என்னைப் போல மற்றவர்களும் விழி அசையாமல் பார்த்தார்கள். தாத்தா சொல்லுவதை நான் உன்னிப்பாக கவனித்தேன். 'மற்ற கட்சிக்காரங்க சங்கம்' என்ற போது எனக்கு குழப்பமாக இருந்தது.

முதலாளிமார்கள் தான் எங்களை விழுங்கிறானுக என்று இது வரை நினைத்துக் கொண்டிருந்தேன். தாத்தா சொல்வதைப் பார்த்தால் இந்த கட்சிகள் தங்கள் லாபகரத்துக்காக தொழிலாளர்களை விழுங்கப் பார்க்கிறது போல இருக்கிறது? தாத்தா இன்னும் பேசிக் கொண்டே இருந்தார். நான் எதையோ நினைத்து குழம்பி, அந்த பேச்சில் கவனம் தடைப்பட்டு போனது. "இது மத்த முதலாளிமார்களுக்கு பாடமா இருக்கணும்?" என்று சொல்லி முடித்தார். நான் தயங்கிறது எல்லாம் அம்மாவுக்காகத்தான். குழந்தை பாசம் உண்மையிலே தாய்க்குத்தான் தெரியும் எந்த தாய்தான் தன் பிள்ளையின் அவமானத்தை தாங்குவாள்? அவளே, 'உன் இஸ்டம்' என்று விட்டாள் என்ற ஒரு வகை மகிழ்ச்சி, ஆறுதல். அம்மா என் கலியாண விஷயமாக அலைந்து திரிவது, நன்றாகவே தெரியும். "நீ வேலைக்குப் போக வேண்டாம்! என்று சொல்வது கூட அதுக்காகத்தான். அவளே மாறி வருகிறாள் என்றால்?"

கிரேட்காட்டன் ரோட்டில் தான் லேபர் கமிஷனர் அலுவலகம். நான் மீண்டும் போலிஸ் விசாரணைதான் இருக்கும் என்று நினைத்தது எல்லாம் பொய்யா போயிற்று. போலீஸ் விஷயமாக ஒரு கேசை பதிவு செய்ததோடு சரி, "என்ன" என்று கூட கேட்கவில்லை. இது விஷயமாக உப்பளத்து முதலாளிகள் சங்கம், கமிஷனர் அலுவலகத்துக்கு எல்லாம் கடிதம் எழுதியவுடனே பதில் கடிதங்கள் வந்தன. அவ்வளவுதான்.

ஆட்கள் முன்னும் பின்னுமாக டவுன் பஸ்களை பிடித்து அந்த அலுவலகத்துக் கட்டிடத்துக்கு வந்து சேர்ந்தார்கள். நான், மல்லிகா, எங்கம்மா, அவ அம்மா, இன்னும் ரெண்டு மூன்று பொம்பளையாட்கள் எல்லோரும் மொத்தமாக பஸ்சில் வந்து இறங்கினோம். நேத்து ராத்திரியே இது விஷயமாக பேசிக் கொண்டிருக்கும்போது, அம்மா தான் ரொம்பவும் பயந்தாள். அவளை நான் தான் சமாதானப்படுத்தினேன். "எனக்கென்ன தலைக்கி கத்தியா வரப்போகுது? நடந்த உண்மையை சொல்லப் போறேன். நீ எதுக்கும்மா பயப்படுகிற?" என்றேன். உடனே

அம்மா, நீ இன்னொருத்தன் வீட்டுக்கு வாழ்க்கைப்பட்டு போறவ, இப்படி அலைஞ்சா ஒன் நிலைமை என்னாகும்?" என்றாள். "நான் என்ன அப்படியா கெட்டுப் போனவளா?" என்று நான் வெடுக்கென்று கேட்டவுடன் அவள் அமைதியாக சொல்வாள். "அப்படி சொல்லாதம்மா. நீ ஊர் உலகத்தை அறியாத புள்ளை?" என்று ... அதற்கு மேல் நான் பேசவில்லை. ஒம்பது மணிக்கு போல மல்லிகா வந்தாள். "மத்தியானத்துக்கு மேல வேல, நாளைக்கி வருவியா?" என்றாள். "இப்பமே எனக்கு ஒரு மாதிரி இருக்கு. நாளைக்கி எப்படியிருக்கப்போகிறதோ?" என்று அவளிடம் சொன்னேன்.

விசாரணை துவங்க பதினொருமணிக்கு மேலாகிவிட்டது. பெரியாட்கள் எல்லாம் வந்து இறங்கி, மேடைக்கு போய், தங்கள் தங்கள் அலுவல்களை எல்லாம் கவனிக்கத் தொடங்கிய பிறகுதான், கடை நிழலில் உட்கார்ந்திருந்த நாங்கள் அழைக்கப்பட்டோம். முன்னதாகவே சின்னமாடசாமி தாத்தா, அவருடன் வந்திருந்தரெண்டு புதிய ஆட்கள், மல்லிகா அய்யா, மதுரை வீரன், மற்றும் தெரு ஆட்கள் எல்லோரும் மேடைக்குப் போய் விட்டார்கள். அந்த மேடை வராண்டா ரொம்ப நீளமானது அதைப் போல அகலம், வரிசையாக சினிமா கொட்டகையில் ஃபேன் சுழலுவது போல சுழன்றது. எனக்கு திரேகமெல்லாம் ஏனோ நடுங்கியது. மிரட்சியில் நின்றேன். நிறைய அளத்து முதலாளிகள் வந்திருந்தார்கள். நிறைய கங்காணிமார்கள் வந்திருந்தார்கள். தடியன் தாத்தா நின்றார். அசையாமணி தாத்தா நின்றார். சொள்ளமுத்து கங்காணி கண்ணை உருட்டிக் கொண்டு நின்றான். எல்லோருக்கும் மத்தியில் அமர்ந்திருந்தார் அந்த அரசாங்க அதிகாரி. கொஞ்ச வயசு. வாலிபம், கர்லிங் முடி, நீட்டாக வெள்ளை சேட், வெள்ளை பேண்ட் அணிந்திருந்தார். முகத்துக்கு அடக்கமான கண்ணாடி, அடாவடித்தனம் இல்லாத முகம். எனக்கு உட்கார ஒரு சேர் கொடுத்தார்கள். இதை நான் எதிர்பார்க்கவில்லை. பயமும் அச்சமும் கலக்க, தாத்தா பக்கத்தில் உட்கார்ந்து கொண்டேன். நானும் மற்றத் தெரு ஆட்கள், அளத்து தொழிற் சங்க ஆட்கள், எல்லாம் ஒரு பக்கம். எங்க பின்னால் தெரு ஆட்கள், அளத்துத் தொழிலாளர்கள் எல்லோரும் நின்றார்கள். மேஜைக்கு அந்தப் பக்கமாக, எதிரில் உள்ள நாற்காலிகளில் முதலாளிமார்கள், வசதி உள்ளவர்கள் ... போலீஸ் ஸ்டேசன் விசாரணை மாதிரி இல்லை இது. விசாரணையில் சம்பந்தப்பட்ட ஆட்கள் தான் வர வேண்டும். மற்றவர்கள் வரக்கூடாது என்ற தடையும் இல்லை. எல்லோரும் மேடைக்கு வந்து கூடி

விட்டார்கள். பெண்கள் எல்லோரும் ஒரு பக்கமாக ஒதுங்கி நின்றார்கள்.

விசாரணை துவங்கியது. என்னிடம் பணத்தைக் காட்டி இளித்த முதலாளி வந்திருக்கானா? என்று கண்கள் தேடின. அவனை பார்க்கவே முடியவில்லை. ஒரு வேளை அவன் கடைசியில் வருவானோ என்று நினைத்தேன். என் நிணப்பு தப்பாகிவிட்டது. அவனை காணும். அவனுக்குப் பதிலாக ஒரு வக்கீல் வந்திருந்தார். நல்ல வாட்ட சாட்டமான ஆள். அவர் சிரிக்கும போதே பயமாக இருந்தது. நிறைய பொய்களை சொன்னார். மனசாட்சியே கிடையாதா? மனசாட்சியை அடகு வைப்பதற்காகத்தான் அவர் படித்து வக்கீலானாரா? அவர் எதிரில் உக்கார்ந்திருக்கும் தொழிலாளர்களைப் பார்த்து, அந்த அதிகாரியைப் பார்த்து, சொல்லும் ஒவ்வொரு சொல்லும் என் நெஞ்சில் ஈட்டியைக் கொண்டு குத்துவது போல இருந்தது. நான் பொறுமையாக அங்கு நடப்பதை பார்த்தேன். கேட்டேன். நான் தான் பணத்துக்காக ஆசைப்பட்டு இப்படியொரு நாடகத்தை ஜோடித்திருப்பதாக அந்த வக்கீல் சொன்னார். வந்திருந்த முதலாளிகள், பெரிய மனுஷர்களின் அப்ராயங்கள், சின்ன மாடசாமி தாத்தாவின் முன்மொழிவு. எல்லாம் முடிந்த பிறகு, என்னிடம் அன்று என்ன நடந்தது என்பதை கேட்டார்கள். எனக்கு கைகால்கள் வேர்த்துக் கொண்டது. வெக்கமும் நாணமும் ஒரு பக்கம். இவ்வளவு தூரத்துக்கு வந்த பிறகு ஏன் பயப்புடவேண்டும், என்று என்னை நானே கேட்டுக்கொண்டு, ஒரு படியாக தைரியத்தை வரவழைத்துக் கொண்டேன். அன்று போலிசில் சொன்னதைப்போல், உண்மையை ஒழிக்காமல், உள்ளதை உள்ளபடி அப்படியே நிதானமாகச் சொல்லி முடித்தேன். எதிரிகள் யாரும் பேசவில்லை. பதில் பேசாமல் மௌனமாகக் கேட்டார்கள். நான் இவ்வளத்தையும் சொல்லும் போதும் சரி, சொல்லி முடித்த போதும் சரி, இதை அந்த வக்கீலும் சரி, முதலாளிமார்கள் சைடில் உள்ளவர்களும் சரி, இதை பெரிதாக எடுத்துக் கொள்ளவில்லை போல தோன்றியது. அவர்களுக்குள்ளே ஒருவரை ஒருவர் பார்த்து பார்த்து, சிரித்து கொண்டு ஏளனமாகப் பேசி கொண்டார்கள். ஒரு வேளை இப்படிப்பட்ட வாழ்க்கை எல்லாம் இவர்களுக்கு சர்வ சாதாரணமாக இருக்கலாம்? என்னைப் போல எத்தனைப் பெண்களின் நிலைமை....

என் விசாரணை முடிந்த பிறகு, சலசலப்போடு ஒரு மணி வரை மற்ற விசாரணைகள் பேச்சு வார்த்தைகளோடு நடந்தது. எங்கள் தெரு பொம்பளையாட்களுடன் நான் மாடிப்படி இறங்கி கீழே

வந்தேன். நேரம் போனது தெரியவில்லை. எதிர் கேள்விகள் கேட்பார்கள் என்று நான் நினைத்தேன். ஆனால் யாரும் என்னைக் கேள்வி கேட்கவில்லை. ஒரு வேளை மறு விசாரணையில் கேட்டு இவ்வளவு தூரத்துக்கு நடந்ததா என்று ஆட்கள் வாப்பாரினார்கள். சங்கத்து முக்கியமான ஆட்கள் இன்னும் கீழே இறங்கி வரவில்லை. மேடையில் அந்த அதிகாரிகளோடு என்னமோ என் விஷயமாக பேசிக் கொண்டிருந்தனர். வெளியில் அளத்து லாரி ஒன்று நின்று கொண்டிருந்தது. சரியான வெயில். ரோட்டில் போக்குவரத்து நெரிசல், மத்தியானத்துக்கு மேல் வேலைக்கு போகிறவர்கள் லாரியில் ஏறிக்கொண்டார்கள்.

நான், மல்லிகா, அம்மா, அவ அம்மா, எல்லோரும் டவுன் பஸ்ஸை எதிர்பார்த்து நின்றோம். வெயில் மண்டையை பிளந்தது. பசித்தது. தாகம் எடுத்தது. காலையில் கொஞ்சம் பழையது சாப்பிட்டது. வேறு ஒன்றும் சாப்பிடவில்லை. அம்மா "காப்பி குடிக்கியா?" என்று கேட்டாள். எனக்கு எரிச்சல் எரிச்சலாக வந்தது. அதை வெளியில் காட்டிக் கொள்ளவில்லை. "வேண்டாம்மா?" என்றேன். 'காப்பி' என்று நான் மட்டும் குடிக்க முடியாது. எல்லோருக்கும் வாங்கி கொடுக்கவும் முடியாது. நாங்கள் காத்து நின்றோம். இன்னும் பஸ் வரவில்லை. மூன்றாம் நம்பர் பஸ்சை எதிர்பார்த்தோம். மூணு-ஏ : மூணு-பி எது வந்தாலும் ஏறலாம். போல்டன்புரம் போகும். வீட்டு வாசலில் இறங்கிய மாதிரி இருக்கும். பஸ் வந்தவுடன் ஏறிக் கொண்டோம்.

பஸ்சில் இருந்து இறங்கி தெருவுக்குள் நடக்கும்போது, எங்களை எதிர் கொண்டவர்கள் எல்லாம் "என்ன, போன விஷயம் என்னாச்சு?" என்று கேட்டார்கள். நடந்ததை நாங்கள் சொன்னோம். நானும் அம்மாவும் வீட்டுக்கு வரும்போது ரெண்டு ஊதியது. இருந்த பழையதை எனக்கு புளிந்து வைத்துக் கொடுத்தாள். அவள் நீத்தணியை மட்டும் குடித்து விட்டு, உலை ஊத்தி வைத்து, அடுப்பை பத்த வைத்தாள். நான் ஒரு கண்ணுக்கு தூங்கினேன். சாயங்காலமாக என்னை தேடி மல்லிகா வந்தாள். கூடவே மதுரை வீரனும் வந்திருந்தார். இருவரும் ரொம்ப சந்தோஷமாக இருந்தார்கள். நான் எழுந்து முகம், கை, கால்களை எல்லாம் கழுவி விட்டு வந்தேன். அம்மா காப்பி போட்டு கொடுத்தாள். "நல்ல தூக்கமா?" என்றேன் நான். "ஒனக்கு என்ன கவலை?" என்றார் வீரன். நான் இப்படி ஓர் கேள்வியை எதிர்பார்க்கவில்லை. பதில் சொல்லாமல் சிரித்து சமாளித்துக் கொண்டேன். "பயந்தா ஒண்ணும் நடக்காது. நீ எதுக்கு கவலைப்படணும்?" என்ற வீரன், "நம்ம கோரிக்கை நிச்சயமாக

வெற்றி பெறும்" என்ற போது எனக்கு ஆச்சரியமாக இருந்தது. இவ்வளவு சீக்கிரத்தில் இவர்கள் சம்மதிப்பார்களா? இனிமேல் அந்த பணக்காரன் அளத்துப் பக்கமே தலை காட்ட கூடாதாம். அபராதமாக ஐயாயிரம் ரூபாய் கொடுக்க வேண்டுமாம். இந்த கோரிக்கைகளை எல்லாம் முதலாளிகள் சங்கம் ஏற்பார்களா என்பதுதான் சந்தேகம்? சங்கத்து கோரிக்கைகள் எல்லாம் அப்படியே ஏற்கணும். ஏற்காவிட்டால். நம்ம போராட்டம் தொடரும் என்று வீரன் சொல்லும்போது நான் சொன்னேன். "எனக்கு என்னமோ அவ்வளவு சீக்கிரத்தில் இவுங்க கோரிக்கைகளை ஏற்பாங்க என்று தெரிய வில்லை. அப்படியே ஏற்றுக் கொண்டாலும், இந்த முதலாளிக வராட்டா இதே மாதிரி இன்னொரு முதலாளி வந்து நிற்பான். எல்லாம் ஒண்ணுதான். இதுலே சந்தோஷப்பட என்ன இருக்கு?" என்றேன்.

பொதுவாக அளத்து நிலைமையே இப்படித்தான். ஒன்று கங்காணி மடக்குவான். இல்லை என்றால் முதலாளி மடக்கிக் கெடுப்பான். இதை எல்லாம் விட சில பொம்பளைகள் கொஞ்சம் பல்லை காட்டினாலும், தானாகவே போய் விடுவார்கள். எங்களை மாதிரி பெண்கள் பாடு படு மோசம். மானரோசத்தோடு அடி கொடுத்து விட்டு, வெளியில் திரிகிறது, பிரச்சினைகளை தாங்க வேண்டியது இருக்கிறது.... இதை எல்லாம் சொல்லும்போது வீரன் முகம் சுருங்கி விட்டது. நான் எதை எதையோ சொல்லி அவர் மனத்தை குழப்பிவிட்டேன் போல இருந்தது. உடனே நான் சிரிப்பை வரவழைத்துக் கொண்டேன். அவரை சமாதானம் செய்ய முயன்றேன். இவரை மாதிரி ஒண்ணு ரெண்டு ஆட்களின் பொது வேலைகளையும் என்னுடைய கசப்பான பேச்சு குறைத்து விடுமா என்ற பயம் எனக்கு இருந்தது. "இன்னைக்கி உள்ள நிலைமையில் இதுதான் நம்ம செய்ய முடியும்" என்றார். நான் "இல்லை எங்கவில்லையே" என்றேன். மல்லிகா பதில் பேசாமல் இருவர் பேசுவதையும் கேட்டுக் கொண்டிருந்தாள். அம்மா வெளியில் போனவள் இன்னும் காணவில்லை. "பெறவு என்ன இப்படி சொல்லுற?" என்றேன். "நீங்க தப்பா புரிஞ்சுக்கிட்டீங்க, நான் எங்க குறை சொன்னேன்?. நம்ம நிலைமை இப்படியிருக்குன்னு தான் சொன்னேன்." என்றேன்., "ஆமா இப்படித்தான் இருக்கு. அதுக்காக சும்மா இருந்தா முடியும்மா? கொஞ்சம் கொஞ்சமாகத்தான் நம்ம போராட முடியும். இதுக்கு எல்லார் ஒத்துழைப்பும் தேவை. நீயே இப்படி வறச்சியா பேசினா எப்படி?..." என்றார். அதற்கு பிறகு நான் என்ன பேச என்று குழம்பி போனேன். கொஞ்ச நேரத்தில் அவர் சட்டை எல்லாம் வேர்த்து

நனைந்து விட்டது. 'தொடைத்து கொள்ள' கொடியில் கிடந்த கிழிந்த துண்டை எடுத்துக் கொடுத்தாள் மல்லிகா. "இரு, இந்த துண்டு வேண்டாம். வேற துண்டை எடுத்து தரேன்" என்று சொல்லி நான் வீட்டுக்குள் போய், ட்ரங் பெட்டிக்குள் இருந்த ஒரு புது துண்டை தூக்கி மல்லிகா கையில் கொடுத்தேன். அதில் இருந்த சலவை மணம் குப்பென்று அடித்தது. துண்டை வாங்கி மதுரை வீரன் துடைத்துக் கொண்டார்.

எனக்கென்னமோ இது பெரிய வெற்றியாக படவில்லை. உண்மையில் சங்கத்தில் இருந்து எடுக்கும் ஓர் சப்பக்கட்டாகத்தான் தோன்றியது. பேச்சு வார்த்தைகள் எல்லாம் வெற்றி பெறுமா என்பதில் இன்னும் எனக்கு சந்தேகம்தான். அப்படியே வெற்றி பெற்றாலும் முதலாளிகளை அசைக்க முடியுமா என்ன? போலீசும் அரசாங்கமும் யார் கையில் இருக்கும்? நினைத்ததை எல்லாம் வெளியில் சொல்லமுடியவில்லை. வீரனையும் மல்லிகாவையும் நான் குறை சொன்னதாக என் மீது தப்பு கணக்கு போட்டு விடக்கூடாதே என்று பயந்தேன். யாரையும் குறை சொல்ல வேண்டும் என்ற எண்ணம் உண்மையிலே கிடையாது. ஆனால் இவர்கள் தங்களை 'இவள் வேண்டும் என்றே குறை சொல்லுகிறாள்' என்று நினைத்து விடக்கூடாதே என்ற அச்சம் தான் எனக்கு. இருந்தாலும் இதில் வருத்தப்பட ஒன்றுமில்லை என்று எனக்கு பட்டது. இப்போது நடந்து கொண்டிருக்கிற விசாரணை, பேச்சு வார்த்தை, போலீஸ் கேஸ்கள், சங்கத்தின் துரித நடவடிக்கைகள், என்றெல்லாம் இறங்கி, இதில் ஓரளவு வெற்றி பெற்றாலும், இதுவே நிரந்தரமான வெற்றியாக இருக்குமா?

எங்கள் பேச்சு நீண்டது. நான் அளங்களில் பெண்களின் அவல நிலைகளைப் பற்றி நிறைய கேள்விகளை எழுப்பினேன். கழிப்பிட வசதி இல்லாமல் இருப்பது, பெண்கள் மான பங்கப்படுத்தப்படுவது, செய்த வேலைக்குச் சரியான கூலிகள் கிடைக்காமல் போவது, கங்காணிகளின் தொந்தரவு, ஏச்சி பேச்சுக்கள், சிறு பிள்ளைகளாக வரும் ஆட்களின் கூலி, நிலை, ஒவ்வொன்றாக எடுத்துச் சொன்னேன். "நீ நம்பிக்கையில்லாம பேசுற?" என்று என்னைப் பார்த்து மதுரை வீரன் சிரித்தார். "நான் நம்பிக்கையில்லாமே பேசலே... இங்க இருக்கிற நிலைமையை வைத்துதான் பேசுகிறேன்" என்றேன். "நாங்க நம்ம தொழிலாளர்கள் உயர்வுக்காக நிறைய கோரிக்கைகளை வைத்திருக்கிறோம்?" என்றார். பக்கத்தில் உட்கார்ந்திருந்த மல்லிகா, ரொம்ப நேரத்திற்கு பிறகு கேட்டாள்: "அப்படி என்ன என்ன கோரிக்கைகளை எல்லாம் இருக்கு" என்று. மதுரை வீரன்,

"நம்ம வேலையை நிரந்தரமாக்க வேணும். கூலி எல்லாம் இருக்கக் கூடாது. மாதச் சம்பளம் வேணும். ஆஸ்பத்திரி வசதி வேணும். நமக்கு சம்பளம் தந்து, அவசர நேரத்துக்கு லீவு வேணும். மழை காலத்துலே வேலை இழப்புக்கு சம்பளம் வேணும், போனஸ் வேணும், பெண்களுக்கு பேறுகால் லீவு வேணும்னு நம்ம கேட்டுக்கிட்டே தான் இருக்கோம்" என்று மதுரை வீரன் அடுக்கிக் கொண்டே போனது கேட்பதற்கு நன்றாக இருந்தது. இவைகள் எல்லாம் நிறைவேறி விட்டால், உப்பளத்து தொழிலாளர்கள் வாழ்வு பொற்காலம்தான். இதைவிட வேற ஒன்றும் வேண்டியதில்லை. இந்தக் கோரிக்கைகளை எல்லாம் சொல்லி, கோஷம் விட்டுப் போனதையும், அட்டைகளில் எழுதிக் கொண்டு போவதையும் நான் பார்த்திருக்கிறேன். இது யார் காதிலும் விழுந்ததாகத் தெரியவில்லை. முதலாளிகள் கேட்டதாகவும் தெரியவில்லை. அரசாங்கமும் இந்த விஷயத்தில் தலையிட்டதாகவும் தெரியவில்லை. இது ஓர் கனவு போலத்தான் பட்டது. "அதெல்லாம் ... இருக்கட்டும், எங்களை மாதிரி வாலிப பிள்ளைகள் பயமில்லாமே நடமாட முடியவில்லையே? இதுக்கு முதல்ல முடிவு எடுக்க?" என்றேன். இதை 'பட்டென்று' சொல்ல நான் பயப்படவில்லை. பதறவில்லை. கலங்கவில்லை. ஒவ்வொரு கேள்வியும் தைரியமாகவே கேட்டேன். நாங்கள் பேசிக்கொண்டிருந்த போது, அம்மா திண்ணையில் உட்கார்ந்து லாம்பை துடைத்துக் கொண்டிருந்தாள். வீரன் என்னைப் பார்த்து, "இது தெரிந்ததுதான், பெண்கள் ஒண்ணு நடந்துச்சுன்னா அதை அவுங்க வெளியில் கொண்டு வர வேணும். அப்பம் தான் இதற்கு சங்கம் போராட முடியும். இதற்கு ஓர் முடிவு காண வழி பிறக்கும்" என்றார். உடனே மல்லிகா "நீயே என்னமாதிரி பயந்தே..." என்றாள். "நான் மொதல்ல சொன்ன மாதிரி நம்ம கோரிக்கைகள் எல்லாம் நிறைவேறிவிட்டால் பிரச்சனை எல்லாம் தன்னாகவே தவுடு பொடியாகிவிடும். இதல்லாம் உடனே கிடைக்குமா? நம்ம ஒற்றுமையாக இருந்து போராடினால்தான் கிடைக்கும்." என்று வீரன் சொல்ல, அவரை நான் நிமிர்ந்து பார்த்தேன்.

அம்மா லாம்புகளை எல்லாம் பொருத்தினாள். "நான் டவுண் வர போகணும் ரொம்ப நேரம் பேசிக்கொண்டு இருந்து விட்டேன்." என்று எழுந்தார் வீரன். மல்லிகாவும் புறப்பட்டு விட்டாள். 'வெளி செத்தையில் சாத்தியிருந்த சைக்கிளை மதுரைவீரன் எடுத்துக் கொண்டார். அவர்களை வழி அனுப்பிவிட்டு நான் வீட்டுக்குள் வந்தேன். இந்த கொஞ்ச நேரம் பேசிய சம்பாசனைக்ள் என் நினைவில் வட்டம் விட்டது. ரொம்ப

நாளைக்கு பிறகு மனத்தில் பாரம் குறைந்த மாதிரி இருந்தது. ஒரு சுவாரஸ்யம் குடி வந்தது. மதுரை வீரன் சொல்வது போல அளத்து தொழிலாளர்களின் கோரிக்கைகள் எல்லாம் நிறைவேறிவிட்டால் எப்படி இருக்கும்? நினைத்தாலே மனம் இனித்தது.

அடுத்த வீட்டில் தடதடவென்று சாமான்களை தூக்கி போடும் சத்தம் கேட்டது. மாமா குடித்துவிட்டு வந்து சண்டை போடுவது கேட்டது. திண்ணையில் எரிந்து கொண்டிருந்த சிம்னி லாம்பின் ஒளியில் முத்தம் முழுவதும் பிரகாசமாக இருந்தது. மணி ஏழை தாண்டி விட்டது. ஆச்சி, தன் நோஞ்சான் உடம்பை, அந்த அழுக்கு போர்வையில் மூடிக் கொண்டு படுத்திருந்தாள். வெளியில் நின்று கொண்டு அம்மா யாரிடமோ, என்னமோ பேசிக் கொண்டிருந்தாள். யாரிடம் பேசுகிறாள்? என்று எட்டிப் பார்த்தேன். என் கலியாண விஷயமாக அசையாமணி பெரியப்பாவுடன் அம்மா தெருவில் நின்று பேசிக் கொண்டிருந்தாள். அவர்கள் பேசிக் கொள்வது சின்னதாக கேட்டது. நின்றுக்கொண்டே ரொம்ப நேரம் பேசிக் கொண்டிருந்தாள். வீட்டுக்குள் போனேன். அரிக்கன் லாம்ப் ஒளியில் இருந்து தங்கை படித்துக் கொண்டே ரொம்ப நேரம் பேசிக் கொண்டிருந்தாள். ஒரு தம்பி படுத்திருந்தான். இன்னொரு தம்பியை காணவில்லை. "அவனை எங்கே?" என்று கேட்டேன். அவள், "எனக்கு தெரியாது?" எங்கையாவது விளையாடிக் கொண்டிருப்பான். கூட்டிக்கிட்டுவா?" என்று அவளை அனுப்பி வைத்தேன்.

"ஒன்ன சொள்ளமுத்துக்கு பொன் கேட்டு வந்திருக்கானே?" என்று சொல்லிக் கொண்டே அம்மா வந்தாள். அவள் மெதுவாக தான் சொன்னாலும் எனக்கு தூக்கிவாரிப் போட்டது! திக்கென்று திரேகம் எல்லாம் நடுங்கியது. "நீ என்னம்மா சொன்னே?" என்று கேட்டேன். பயத்தோடு பதட்டமாகவே ஒலித்தது என் குரல். "நா என்ன சொன்னேன்? மெதுவாக பார்ப்போம் என்று சொல்லி அனுப்பி வைத்தேன்" என்றாள். 'அப்பாடி' என்று இருந்தது. எனக்கு இப்படி எல்லாம் மாப்பிள்ளை கீப்பிள்ளை பார்த்து விடாதேம்மா.." என்று ஒரு பேச்சுக்கு சொல்லி வைத்தேன்.

மறுநாள் லாரியில் நாங்கள் எல்லோரும் ஒன்றாகத்தான் போனோம், ஆறுமுகனேரியில் உப்பு மூடை பிடிக்க வேண்டியதாய் இருந்தது. மூன்று லாரிகள், ஆட்கள் ஜாஸ்தி. பெண்கள் மட்டும் பதினைந்து பேர். ஆம்பளையாட்களும் ரொம்ப. முதல் லாரியில் கோணி சாக்குகள், சணல் பந்து எல்லாம்

போயிற்று. அடுத்த லாரியில் கொஞ்சம் ஆட்கள்; அடுத்த லாரியில் கொஞ்சம் ஆட்கள் என்று போனோம். மதுரை வீரனும் மல்லிகாவும் நெருங்கினாற்போல நின்றார்கள். சிரித்து பேசிக் கொண்டார்கள். நல்ல வேளையாக என் லாரியில் ஏறவில்லை. அவர்கள் இருவரும், இரண்டாவது லாரியில் ஏறிக் கொண்டவுடன் அது புறப்பட்டுவிட்டது. நான் மூன்றாவது லாரியில் ஏறினேன். என் லாரிக்கு முன்னால் அந்த லாரி போனதால் அவர்கள் இருவரையும் என்னால் பார்க்க முடிந்தது. முதல் லாரியில் மல்லிகா, அப்பா, அம்மை, எனக்கென்னமோ, அவர்கள் நெருக்கமாக சிரித்து பேசுவதை பார்த்தால் இருவரும் சினேகிக்கிறார்களா? என்று நினைக்க தோன்றியது. என்னுடன் வந்தால் ஒரு வேளை இவ்வளவு நெருக்கமாக அவர்கள் நிற்க முடியாது தான். நான் தடையாக இருந்தாலும் இருப்பேன். அவர்கள் வெக்கத்தால் விலகி நின்றாலும் நிற்கலாம்.

என்ன பார்த்து மல்லிகா கைகளை அசைத்தாள். ரொம்பவும் சந்தோஷமாக நின்றாள். மதுரைவீரன் என்னை கவனிக்கவில்லை. அது ஒரு வகைக்கு நல்லதாப்பட்டது. இல்லை என்றால் அவர்கள் சந்தோஷத்தை நான் கெடுத்ததாக ஆகிவிடும் என்று நினைத்துக் கொண்டேன். மதுரை வீரனை சிறுவயதிலே இருந்தே எனக்கு தெரியும். அவ்வளவு தூரத்துக்கு பழக்கம் கிடையாது. அளத்துக் காட்டில் சின்ன பிரச்சினை என்றாலும் அவரிடம் போய் ஆட்கள் சொல்வதை பார்த்திருக்கிறேன். கடுமையான உழைப்பாளி. நியாயம் யார் பக்கம் இருக்கிறதோ அவர்கள் பக்கம் நிற்பார். கோவில் கொடையாகட்டும், மற்றபடி ஊர் விஷயங்களாகட்டும் எது நடந்தாலும் மதுரை வீரனை அந்த கூட்டத்தில் பார்க்கலாம். என்ன தப்பு நடந்தாலும் எதிர்த்து கேட்கும். "ஏலே நீ வா, ஏலே நீ வா" என்று ஒரு கூட்டத்தையே திரட்டிவிடும். ஏதாவது ஞாயிறுக்கிழமைகளில் பையமார்களுடன் நோட்டை தூக்கி கொண்டு வருவார். "டொனேஷன் வேண்டும்" என்பார். "இன்ன விஷயத்துக்காக இது நடத்துகிறோம்" என்பார். சிலர் பேசாமே கொடுக்கிறதை கொடுத்து அனுப்புவாங்க. சிலர் இல்லாத கேள்விகளை எல்லாம் கேட்பார்கள். மதுரை வீரன் பதில் சொல்லி சமாளிக்கும், கஷ்டமான கேள்விகளை, மனசை புண்படுத்தும் கேள்விகளை எல்லாம் பதில் பேசாமல் சிரித்து சமாளிக்கும். சில ஆட்கள் கோபப்பட்டாலும் சரி சரி என்று சகித்துக் கொண்டே போய்விடும். சில நேரங்களில் கோபம் வந்தால் அவ்வளவுதான் யாரும் கிட்ட நெருங்க முடியாது. ஒண்ணு, ரெண்டு என்று இங்குள்ள கூடி பிரிக்கிற ரூபாயில் விழாக்கள் நடத்தும், போராட்டங்களை நடத்தும், ஆட்களைமீட்டு வரும்.

எங்கள் லாரிகள் ஆறுமுகநேரியை அடைந்து, அளங்களுக்கு இடையில் உள்ள செம்மண் சாலை வழியாக ஓடியது. நாங்கள் அந்த அளத்தை வந்து இறங்கும்போது மணி பத்து. தூத்துக்குடி, வேப்பலோடை, ஆறுமுகநேரி, இங்கெல்லாம் விளையும் உப்பு, மணியான உப்பு, திக் வெள்ளையாக பூத்து பூத்து விளையும். சாப்பாட்டு வகைக்கு முதல் தரமானதாகும். மத்தியான சாப்பாட்டுக்கு மேல், மதுரை வீரன் தான் எங்களுக்கு உப்பை அள்ளிவிட வந்தார். வீரன் அவரு பாட்டுக்கு உப்பை ஒழுங்கா தூக்கி விட்டாலும் மல்லிகாதான் அவரை அனாவசியமாக வம்புக்கு இழுத்தாள். கிண்டல் செய்தாள். எனக்குத்தான் ஒரு மாதிரி இருந்தது. ஓட்டமும் நடையும்மாள் வேலைகள் மும்முரமாக நடந்தன. நேரமாக ஆக ஓடி ஓடி சுமந்தோம். பேசுவதற்கு கூட நேரம் கிடைக்கவில்லை. சாப்பாட்டுக்கு மேல் ஒரு மணி நேரம் பெண்களுக்கு சரியான வேலை, திரேகத்தின் வேர்வை உப்பாய் வடிந்தது. காலையில் இருந்து முன்னூறு மூட்டைகளையும் உப்பாக நிறைத்து முடிய, மணி ரெண்டாகிற்று. ஆண்கள் மூட்டையை தைக்க ஆரம்பித்து விட்டார்கள். தைத்த மூட்டைகளை தூக்கி, அவர்களே லாரியில் ‘அட்டி’ போட்டார்கள் நூறு கிலோ உப்பு மூட்டைகளை, புதிதாக சுமப்பவர்களுக்கு கொண்டை நரம்பு எல்லாம் அத்துப் போகும். அவ்வளவு கடினமானது. சில நேரங்களில் பெண்களும் சுமப்பார்கள். ஆண்களுக்கு கொஞ்சம் அதிகமான வேலைதான். உப்பு அள்ளி விடவேண்டும். சாக்கை விரித்து பிடிக்க வேண்டும். உப்பை தூக்கிவிட வேண்டும். மூட்டைகளை தைக்க வேண்டும். எல்லா மூட்டைகளையும் தூக்கி லாரியில் அள்ளி போட வேண்டும்.

வேலைகளை முடித்துக் கொண்டு தூத்துக்குடிக்கு புறப்பட மணி ஐந்துக்கு மேலாகிற்று. அன்னைக்கி கூலியை அளத்து மேட்டில் வைத்து எண்ணி, அந்த கணக்குப்பிள்ளை மொத்தமாக கொடுத்து விட்டார். வீரன் கையில்தான் அந்த பணம் இருந்தது. எல்லாமே பத்து ரூபாய் நோட்டுகள், ஐந்து ரூபாய் நோட்டுகள். மீதி இரண்டு ரூபாய் நோட்டுகள். சில்லரையாகவில்லை. தூத்துக்குடிக்கும், தூத்துக்குடி வடக்கை போகிறவர்களுக்கும், லாரிகளின் ‘அட்டி’ மேல் ஏறி உட்கார்ந்து கொண்டோம். ஒருஅரை மணி நேரத்தில் வீடு போய் சேர்ந்து விடலாம். வயதான ஆட்கள் “பஸ்சில் வருகிறோம்!” என்றார்கள், “ஒங்களைப் போய் நான் எங்க தேட? எல்லொரும் பஜாருலே இறங்கி சில்லறை மாற்றி தருகிறேன். கூலியை வாங்கிட்டு போங்க” என்று வீரன் சொல்லவும் எல்லோருமே லாரியில் தான் ஏறி கொண்டார்கள். அட்டியை

இறுக்கமாக பிடித்துக்கொண்டு எல்லோரும் நெருக்கமாகத்தான் இருந்தோம். மத்தியானம் சாப்பிட்ட பிறகு, பச்சை தண்ணீர் கூட குடிக்காதது, வாய் எல்லாம் வறண்டு போய் இருந்தது. பசி வேற எடுத்தது.

லாரி பீங்கான் ஆபிஸ் முக்கு வரும்போது, லாரியை நிற்க சொல்லி எல்லாருமே இறங்கிக் கொண்டோம். வீரன் "எல்லோரும் காப்பி குடிப்போமா?" என்றார். "அதுதான், வூடு வந்து விட்டதே, இனிமே என்னத்த காப்பி" என்றாள் மல்லிகா. இருந்தாலும் ஆட்கள் காப்பிக் கடைக்குள் சென்றார்கள். பொம்பளைகள் ரோட்டோரமாக நின்றோம். காப்பி வேணும் என்கிற ஆளுகளுக்கு காப்பி வந்தது. அப்படியும் இப்படியுமாக எல்லோரும் காப்பி சாப்பிட்டாயிற்று வேலை செய்து விட்டு வந்த அலுப்பில் ஆட்கள் ரோட்டோரமாக குத்த வைத்துக் கொண்டார்கள். சும்மாட்டு துணியையும், ஈய தூக்கு சட்டி, அலுமினிய தூக்கு சட்டி, எவர்சில்வர் தூக்கு சட்டி எல்லாம் பக்கத்தில் இருந்தன. கொஞ்சம் நேரத்தில் வீரன் சில்லரை மாற்றி விட்டு வந்து விட்டார். வடக்க தூரமா போறவங்க எல்லாம் முதலாளாக எண்ணி கூலியை வாங்கிக் கொண்டார்கள். இனி அந்தோணியார் கோவில் வழியாக புது மார்கெட்டுக்குள்ள கூடி போய், போகிற வழியில் வீட்டுக்கு அரிசி, சாமான்களை வாங்கிக்கொண்டு பொடி நடையாக போய்விடுவார்கள்.

போல்டன்புரத்துக் போகிறவர்கள் கூலி வாங்கி முடித்த பிறகு, மொத்தமாகவே புறப்பட்டோம். ஒரு நாள் பாட்டை முடித்த சந்தோஷம். எல்லோருமே பேசிக் கொண்டே தான் நடந்தோம். நாங்கள் தெருவுக்குள் நுழையும்போதே, தெருவில் ஒரே கூட்டமாக இருந்தது. நாங்கள் 'என்ன?' என்று திகைத்துப் போனோம். வீரன் தான் எதிரில் கண்டவர்களிடம், "என்ன கூட்டம்?" என்று விசாரித்தார். அவர் பெயரை சொல்லி, "மாமாவுக்கு காலோடு கையோடு வெட்டிக்கிட்டுப் போயிற்று!" என்று அந்த ஆள் சொன்னபோது பதறிப்போனோம். 'எந்தாஸ்புத்திரிக்கு கொண்டு போயிருக்கு?" எங்க தூக்கிட்டு போவாங்க?" பெரியாஸ்பத்திரிக்குத்தான்?' என்று சொன்னதும் வீரன், மல்லிகா அப்பா மற்ற ஆப்பளையாட்க எல்லோரும், "நீங்க வீட்டுக்கு போங்க, நாங்க என்னன்னு பார்த்துட்டு வரோம்? என்று அவர்கள் அவசரமாக போனார்கள். நாங்கள் தெருவுக்குள் நுழைந்தோம். ஆட்கள் பதட்டத்தோடு நின்றார்கள். எங்கம்மா யாரிடமோ என்னமோ பேசிக் கொண்டிருந்தாள். அம்மா விபரத்தை சொன்னாள். வழக்கமாக குடித்துக்கிட்டு வருகிறமாதிரி

தான் இன்னைக்கும் வந்தாராம். அவரு பொண்டாட்டி பிள்ளைகளோட சண்டை போட்டாராம். திடீரென்று காலோடு கையோடு வெட்டிக்கிட்டு போயிட்டாம்! இதை அம்மா சொன்னதும் எனக்கு ஒரு பக்கம் கோபமாக வந்தது. இன்னொரு பக்கம் அனுதாபமாக இருந்தது. மாமாவுக்கு வேண்டியதுதான் என்று முணுமுணுத்துக் கொண்டேன். கையில காசில்லை என்றாலும் கடன் வாங்கி குடிப்பார். பெண்டாட்டி புள்ளைகளுகக்கு கொடுக்க வேண்டாம். சண்டை போடாமே இருந்த நாளு ஒரு நாள் உண்டா? குடித்துவிட்டு வந்து சண்டை போட மதம் ஏறிப்போய் அலைந்தால் யார் என்ன செய்யமுடியும்? இப்போது காலும் கையும் வெட்டிக் கொண்டு போய் விட்டதாம்...!

நான் வீட்டுக்குள் வந்தேன். பின்னால் அம்மாவும் வந்து விட்டாள். "ஏன் இவ்வளவு நேரம்' என்று கேட்டாள். விபரத்தை சொன்னேன். "அடுப்புலே வெண்ணி இருக்கு குளி" என்றாள். முதல் வேலையாக குளித்தேன். வெண்ணீரில் குளிப்பதற்கு கதகதப்பாக இருந்தது. "மாமா பிழைத்துக் கொள்வாரா?" என்று கேட்டேன். நான் கேட்டதற்கு அம்மா பதில் ஒன்றும் சொல்லவில்லை. "பாவம், மனுஷன் குடிச்சுக்கிட்டு கெட்டு அழகிறானே...!" என்று சொல்லிக் கொண்டே திரும்பவும் வெளியில் போய் விட்டாள்.

அடுத்த நாள் வேலை இல்லை. காலையிலே மல்லிகா வந்துசொன்னாள். என்னமோ இன்னைக்கி லாரி கிடைக்கலையாம். பத்து மணிக்கு மேல திரும்பவும் வந்தாள். "சங்கத்துக்கு வரியா? என்றாள். "ஒரே ஆம்பளையாட்களா இருக்குமே, நம்ம அங்க எதுக்கு?" என்றாள் அம்மா. "ஆம்பளையாட்க இருந்தா நமக்கென்ன?" என்றாள் மல்லிகா. அதற்கு பிறகு நான் பதில் சொல்லவில்லை. சேலையை மாற்றினேன். "ஒன் விஷயமாத்தான் நான் சங்கத்துக்கு போகணும் எனக்கென்ன, அங்கே போனாத்தான் என்ன நடக்குன்னு வெபரம் தெரியும்?" என்றாள்.

இருவரும் புறப்பட்டோம். வெளியில் நல்ல வெயில், சங்கத்துக்கு வரும்போது வழக்கமான கூட்டம் இருந்தது. மல்லிகா முதலில் போனாள். பின்னால் தயங்கியபடியே நான் போனேன். உள்ளே இரண்டு மூன்று பொம்பளையாட்களும் இருந்தார்கள். நாங்கள் அவர்கள் பக்கம் இருந்து கொண்டோம். சின்னமாடசாமி தாத்தா, தெரு ஆட்கள், வீரன், மல்லிகா அப்பா, இசக்கிமுத்துப் பெரியப்பா, இன்னும் எனக்கு முன்ன பின்ன தெரியாத ஆட்கள்

எல்லோரும் இருந்து பேசிக்கொண்டிருந்தார்கள். தாத்தா கண்ணாடி போட்டுக் கொண்டு குனிந்து பேசிக் கொண்டிருந்தார்.

தாத்தா ரொம்ப விசனத்தோடு சொன்னார். "இவன ஒரு வழிக்கு கொண்டு வரனும்முன்னா இது லேசுபட்ட காரியமில்ல, போலீசுலே புகார் செஞ்சோம். அதுக்கு ஒரு பலனுமில்லே. இப்பவும் லேபர் கமிஷன் முன்னாலே விசாரணையின்னு வச்சா அதுக்கும் ஆள் வர மாட்டுக்கான். இந்த ஒரு வாரத்துலே இதற்கு ஓர் முடிவு ஏற்படல்லன்னா, நம்ம மேற்கொண்டு நம்ம போராட்டத்தை தொடர வேண்டியதுதான்" அவர் சொல்லுவதைப் பார்த்தால், அவ்வளவு லேசில் அசைந்து கொடுப்பவனாக தெரியவில்லை, முதலாளிமார்கள் பெரிய மலை! என்று எனக்கு பட்டது.

அவனை எதிர்த்து வெல்ல முடியுமா? என்ற அச்சம் எனக்கு. தாத்தாவுக்கு மட்டும் இவ்வளவு தைரியம் எப்படி வந்தது என்று நினைத்தபோது, என் அச்சம் பாதியாக குறைந்து போயிற்று. தாத்தா நோஞ்சான் மாதிரிதான் இருக்கிறார். அறுபது வயசை தாண்டியிருக்கும. அவர் மனமும், நெஞ்சும், அதில் இருந்து வரும் குரலின் கம்பீரமும் என்னை அசரவைத்தன. நாம் ஏன் கோழையாக இருக்க வேண்டும்? இது ஒரு பக்கம் பார்த்தால் சின்ன பிரச்சனையாக கூட ஆகியிருக்கலாம். அம்மா சொன்னதைப் போல வெளியில் சொல்லாமல் இருந்தால் யாருக்கு தெரிய போகுது? இதை உள்ளபடியே மனித அபிமானம் கொண்டு ஓர் பெரிய பிரச்சினையாகி வெளியில் கொண்டு வந்து நாலு பேருக்கு தெரிய வைத்து, அந்த முதலாளியை சந்திக்கு இழுத்து இரண்டில் ஒன்று - பார்க்க நினைக்கிற தாத்தாவின் மனம் இருக்கே, அதுதான் எனக்கு பெரியதாகப்பட்டது.

செவியை கூர்மையாக்கி கொண்டு கேட்டேன். "நாளைக்கி ஒரு பேச்சுவார்த்தை இருக்கு. இதுலே ஒரு முடிவு ஏற்பட்டா, வருகிற திங்கக்கிழமை கலைக்டர் ஆபிஸ்க்கு ஊர்வலம் போவோம். மனு கொடுப்போம். அதற்கும் ஒரு முடிவு கிடைக்காட்டி, முதலாளிமார் சங்கத்து முன்ன ஆர்பாட்டம் நடத்துவோம். இந்த விஷயத்துலே நம்ம எல்லோரும் ஒண்ணா இருக்கனும். அதுதான் முக்கியம். ஆட்களை எல்லாம் திரட்டி இந்த போராட்டத்தை வெற்றிகரமாக நடத்தி முடிக்கனும். இப்போம் இந்த விஷயத்துலே வுட்டு கொடுத்தா, வருங்காலத்துலே பொம்பளைப்புள்ளைகள் அளத்துலே வேலை செய்ய முடியாது. காம்ரேட் தாத்தாவுக்கு உள்ளபடியே சரியான கோபம். அவர் சத்தம் ஆக்ரோஷமாக

வெளியில் வந்தது. இவர் பேசும் போது யாரும் எதிர்த்து பேசவில்லை. உப்பு விளைகிற இந்த மாவட்டத்தில் காம்ரேட் தாத்தா இருக்கிற இந்த சங்கத்துலே 35 சங்கம்இருக்காம்! எல்லா சங்கத்துக்கும் சொல்லி ஆட்களை திரட்டி விடுவோம்' என்ற போது நான் நிமிர்ந்து உட்கார்ந்தேன். ஒரு வேளை எங்க தெரு ஆட்கள் என்று யாரும் வராவிட்டால் கூட அவரே தனிமையில் இந்த பெரிய போராட்டத்தை நடத்தி விடுவார் போல இருந்தது. சங்க போராட்ட நடவடிக்கைகளை பேசிக் கொண்டிருந்தபோது, பதினொன்றரை மணிக்கு போல இரண்டு போலீஸ்காரங்க, "தலைவர் இருக்காரா!" என்று தேடி வந்தார்கள். "ஆமா இருக்காங்க" என்று வாசலில் நின்ற ஆட்கள் பதற்றத்தோடு சொன்னதும், சின்ன மாடசாமி தாத்தாவே எழுந்து "என்ன விஷயம்?" என்று கேட்டார்கள். "ஒங்களை அய்யா வர சொன்னாங்க!" என்றார்கள். "நீங்க போங்க நான் வருகிறேன்" என்றார். உடனே வெளியில் நின்ற தன் சைக்கிளை எடுத்துக்கொண்டு புறப்பட்டார். கூட அந்தாறு ஆட்களும் போனார்கள்.

ரொம்ப நேரம் அசந்து தூங்கி விட்டேன். அடித்துப் போட்டாற்போல அப்படியொரு அசதி உடம்பில். கொஞ்ச நாட்கள் வீட்டில் சும்மா இருந்துவிட்டு, வேலைக்கி போய், போன அன்னைக்கே பிரச்சினையை இழுத்து, அது பெரிய விஷயமாகி, அம்மா கூட அளத்து மேட்டில், உப்பு சுமக்க, பாத்தி மிதிக்க போனதை நிறுத்திவிட்டு மல்லிகா அப்பா, அம்மா கூட லாரிகளுக்கு உப்பு லோடு ஏத்த போனது... இந்த வாரம் பரபரப்புடன் போனதை நினைக்கையிலே திரேகமே புல்லரித்தது. சனிக்கிழமை ராத்திரி அம்மா கூலி வாங்கி கொண்டு வந்ததும், "மார்கெட்டுக்கு வரியா?" என்று கேட்டாள். நானும் கூட போனேன். ரெண்டு பேரும் போய் மார்க்கெட்டில் அரிசி, கருவாடு, மசாலா சாமான், காய்கறி எல்லாம் வாங்கி கொண்டு, அப்படியே போய் பாடர்பஜாரில் எனக்கு ஒரு வாய்ல் சேலை, தங்கச்சிக்கு ஒரு பாவாடை, தம்பிமார்களுக்கு ஆளுக்கொரு டவுசர் எல்லாம் எடுத்துக் கொண்டு, பஸ்சை பிடித்து வீடு வந்து சேர மணி பத்துக்கு மேலாகிற்று. அதற்கு பிறகு அம்மா, சோறு பொங்கி கஞ்சி வடித்தாள். தூங்கின்ன ஆட்களை எல்லாம் எழுப்பி, எல்லோரும் கஞ்சை குடித்துவிட்டு படுக்க மணி பணிரெண்டு. காலையில் எழுந்திருக்க முடியவில்லை. ஞாயிற்றுக்கிழமை என்றவுடன் கொஞ்சம் சந்தோஷம் சுருண்டு படுக்க சுகமாக இருந்தது. கூட கொஞ்சம் தூக்கம் வந்தது. எழுந்திரிக்க மனமேயில்லை. அப்படியே படுத்துக்கிடந்தேன்.

அம்மா வழக்கமாக எழுந்திரிக்கும் நேரத்துக்கு எழுந்து, தெரு பைப்பில் சட்டி பானைக்கு எல்லாம் தண்ணீர் பிடித்து வைத்துவிட்டு, அவளும் குளித்து, இப்போது குழி பணியாரம் சுட்டுக் கொண்டிருந்தாள். சுள்ளி விறகுகள் அடுப்பில் கதகதவென்று எரிந்து கொண்டிருந்தன. நான் எழுந்து, பாயில் இருந்து உருண்டு கிடந்த தம்பிமார்களை நேராக கிடத்துனேன். கூரை வழியாக சூரிய ஒளி குழல் குழலாக கிழக்கு முகமாய் பாய்ந்தது. மணி எட்டரை இருக்கும். ரொம்ம நேரம் தூங்கி விட்டோமோ என்ற திகைப்பு இருந்தது, நெஞ்சில். அம்மாவும் என்னை எழுப்பாமல் இருந்து விட்டாள். உழைக்கிற பிள்ளை நல்லா தூங்கட்டும் என்று நினைத்தாளோ என்னமோ, வளவு கரைக்கு போய்விட்டு வந்தேன். காலை கடன் செய்ய உடன்காட்டுக்கு போக முடியாது. வெயில் ஏறி விட்டது. இனிமே இருட்டின பிறகு தான் போக முடியும். பழைய துணிகளை எல்லாம் எடுத்துப் போட்டேன். எல்லா துணிகளும் சரியான அழுக்கு. அவ்வளத்தையும் துவைக்க வேண்டும். இன்னைக்கி இதை துவைத்து எடுக்காவிட்டால் அவ்வளவுதான். இனி அடுத்த வாரம் தான் பார்க்கணும். அம்மாவை பார்த்து "நான் குளித்துவிட்டு வாரேன்" என்று சொல்லிவிட்டு முனிசிபல் கிணத்தடிக்கு நடந்தேன்.

போல்டன்புரம் தொங்கல் ரோட்டில் சிவந்தாகுளம் கிணறு, டவுனுல்ல உள்ள முனிசிபல் கிணத்துக்கு போகும் கோரம்பள்ளத்து தண்ணீத்தான் இந்த கிணற்றுக்கும் வருகிறது. தண்ணீரில் உப்பே இருக்காது. ரொம்ப சுத்தமாக இருக்கும். குடி தண்ணீர் மாதிரி, அலுமினிய சருவசட்டியில் வைத்துக்கொண்டு போன உருப்படிகளை எல்லாம் நேற்று மார்கட்டில் வாங்கிய அய்யனார் சோப்பு போட்டு, அழுக்கு போக அடித்து துவைத்தேன். கிணற்றில் கூட்டம் ஜாஸ்தியாக இருந்தது. ஒரே சமயத்தில் பத்து பதினைந்து வாளிகள் கிணற்றில் விழுந்தன. ஞாயிற்றுக்கிழமை என்பதால் கிணத்தடிக்கு என்னைப் போல வேலை வெட்டிக்கு போனவர்கள், நிறை அழுக்கு துணிகளை கொண்டு வந்து போட்டு துவைத்து கொண்டிருந்தார்கள். டக் டக் கென்று வாளிகள் கிணத்துக்குள் விழுந்து தண்ணீராக வெளியில் வந்தன. அந்த சத்தம் கொஞ்சம் தூரமட்டும் கேட்டது.

ஒரு ஓரமாக இருந்து நான் துவைத்துக் கொண்டிருந்தேன். இந்த கிணறு மட்டும் இங்கன்ன இல்லாமே இருந்துச்சுன்னா அவ்வளவுதான். குளிக்க துவைக்க என்று அடுத்த தெருவுக்குதான் போக வேண்டும். ரொம்ப வருஷமாக இந்த கிணறு இருக்கிறது.

எங்க அண்ணன், நான் எல்லோரும் பிறப்பதற்கு முன்னாலே இருந்த இந்த கிணறு இருக்கிறது. ஒரு தடவை மந்திரி 'சத்தியவாணி முத்து' எங்க தெருவுக்கு வந்தபோது முனிசிபலிலிருந்து இந்த கிணற்றை ரிப்பேர் பார்த்தாங்க. அதுக்கு பிறகு அப்படியேத்தான் கிணற்றில் பெரிய கீறல் விழுந்துகிடக்கிறது. என் பக்கத்தில் தண்ணீர் இறைத்துக் கொண்டிருந்த ஒருத்தி கேட்டாள். "ஏளா நாளைக்கி கலெக்டர் ஆபிஸ்சுக்கு ஊர்வலம் இருக்கே. ஒங்க அம்மே வருவாளா?" என்று. என்ன இவ, இப்படி திடீரென்று கேட்கிறாள்? என்று குழம்பியபடி அவளை பார்த்தேன். துவைக்கிற வேலை நின்றது. "ஏன் வரமாட்டா, வருவா?" என்றேன். பக்கத்தில் துவைத்துக் கொண்டிருந்தவள் கேட்டாள். 'என்ன, அந்த பிரச்சினை இப்பம் முடியாது போல இருக்கே" என்றாள். இன்னொருத்தி, "பாரு இது எங்க போய் முடியுதுன்னு?" என்றாள். "என் அப்படி சொல்லுறே?" என்றேன். "பெறகு நேத்து நடந்த விசாரணையில் இந்த பயவுள்ள வந்தானா?" "துட்டு வாசி உள்ளவனுக. போட்டுப் பாப்பானுவே" "அதுனாலே நம்ம வுட்டு கொடுத்து விட முடியும்மா?" என்றாள் ஒரு பெரிய மனுஷி. அவள் சொன்னது எனக்கு ஆறுதலாக பட்டது.

நாள் குளித்து விட்டு வந்தேன். உடை தொப்பலாக இருந்தது. ஈரப் பாவாடையை மார்புக்கு மேல் கட்டி, அதற்கு மேல ஈரச் சேலையை சுத்தி கட்டியிருந்தேன். மற்ற ஞாயிற்றுக் கிழமையாக இருந்திருந்தால் இன்னேரமில்லாம் அடுத்த வீட்டு அத்தை வீட்டில் சண்டை சத்தம் பெரிதாக கேட்டிருக்கும். பாவம் அத்தை! ஆஸ்புத்திரிக்குப் போன ஆளு இன்னும் வரவில்லை. மாமாவுக்கு என்னாச்சோ? மாமா காலையிலே நல்ல தண்ணீல நிற்கும் சத்தம். டம்டம்மென்று சாமான்கள் விழும் சத்தம், அதைத் தொடர்ந்து வரும் கெட்ட வார்த்தைகள், அடிதடி, எதுவும் கேட்கவில்லை. அம்மா திண்ணையில் கால் நீட்டி உட்கார்ந்து கொண்டு பெட்டி முனைந்து கொண்டிருந்தாள். பக்கத்தில் உள்ள கும்பாவில் தண்ணீருக்குள் நார் நனைந்து கொண்டிருந்தது. "ஏம்மா கொஞ்சம் நீத்தண்ணி ஊத்தி தாம்மா?" என்றாள் எழுத்திருந்த ஆச்சி. அம்மா எழுந்து போய் சட்டியில் நீத்தண்ணியை ஊத்திகிட்டு வந்து ஆச்சியிடம் கொடுத்தாள். கைகள் ஆட ஆட அதை வாங்கி குடித்தாள். நான் வீட்டுக்குள் போய் உடை மாற்றி விட்டு வந்து, கொடியில் துவைத்த துணிகளை காயப் போட்டேன். என்னமோ அவள், "ஒங்கம்மா நாளைக்கி ஊர்வலத்துக்கு வருவாளா?" என்று கேட்டது மனதை குழப்பியது. ஏன் அவள் இப்படி கேட்டாள்?

64

வயிறு பசித்தது. வெயில் சுள்ளென்று உறைத்தது. துணியை காயப்போட்டு விட்டு வரும்போது, "யம்மா உரலு உலக்கையை பார்த்தியா?" என்று ஆச்சி சத்தங் கொடுத்தாள். நான் கையில் உள்ள வாளியை வைத்து விட்டு, வெற்றிலை இடிக்க உரல் உலக்கையை தேடினேன். காணவில்லை. ஆச்சியின் பழைய துணிமணி, பழைய படுக்கையை எல்லாவற்றிலும் தேடினேன். காய்ந்துபோன வெற்றிலை பாக்கும, ஒரு எச்சி போணியும்கந்தல் துணி மூட்டையும் தான் எப்போதும் போல இருந்தது. வெற்றிலை இடிக்கிற உரல் உலக்கையை காணும். "காங்கலையே?" என்றேன். "காங்கலையா, நல்ல பார்த்தியா?" என்று சத்தங்கொடுத்தான். ... "ஆம்மா நல்லா பார்த்தாச்சு" என்று நான், "தம்பிமாரு யாராவது தூக்கிட்டு போயிருப்பாங்கன்னு பார்த்துட்டுவிட்டு வாரேன்" என்று சொல்லி வெளியில் போனேன். நான் நினைத்தது சரியாகத்தான் போச்சு. நாலு வீடுக தள்ளி, இருந்த பூவரசுமரத்து நிழலில் நின்று சின்னப்பையமார்கள் பம்பரம் விளையாடிக் கொண்டிருந்தார்கள். அந்த கூட்டத்தில் தம்பிமார்கள் இருக்கிறார்களா என்று பார்த்தபோது, அவர்கள் உரல் உலக்கையை வைச்சு, ஏதோ பம்பரத்துக்கு ஆணி வைக்க முயற்சி செய்து கொண்டிருந்தார்கள். பம்பரத்துக்கு ஆணி வைக்க சுத்தியல், உளி வேண்டும். அது இல்லாமல் போகவே, அவர்கள் இதை வைத்து வேலை பார்த்துக் கொண்டிருந்தார்கள். "ஏல ... முனியசாமி!" என்று சத்தம் போட்டு கூப்பிட்டேன். இருவரும் ஓடி வந்தனர். "ஏலே உரல் உலக்கையை எடுத்துக்கிட்டு வாங்கலே!" என்றேன். திரும்பி போய் எடுத்துக் கொண்டு ஓடி வந்தார்கள். "தொலைஞ்சிப் போச்சினா என்ன செய்கிறது?" என்று அவர்களை அதட்டினேன். வாங்கிக் கொண்டு போய் ஆச்சியிடம் கொடுத்தேன். உடனே அம்மா, "ஆச்சிக்கு கொஞ்சம் வெத்தலை இடிச்சி கொடுத்துடு" என்றாள்.

மல்லிகா வந்தாள். "டவுனுலே பூரா தட்டி போர்டு எழுதி வைச்சு இருக்கு பார்த்தியா?" என்றாள். "கிணத்துக்கு குளிக்க போகும்போது சொன்னாங்க?" என்றேன். அவள், "நாளக்கி யாரும் அளத்துக்கு போக கூடாது" என்றாள். உடனே அம்மா, "சொன்னா யாரு கேப்பா? இங்குன்ன சொன்ன, அங்குன்ன தெரியாமே போயிக்கிட்டு இருப்பாங்க!" "போறவங்க போகட்டும். இருக்கிறவங்கள வச்சு ஊர்வலம் நடக்கும்" என்று மல்லிகா சொன்னதும் உடனேஅம்மா, "கொமறுபுள்ளைக எல்லாம் ஊர்வளத்துலே போகப் போறீங்களா?" என்றாள். மல்லிகாவுக்கு கோபம் பொத்துக் கொண்டு வந்தது. "என்னத்தை

நீ பேசுறது! கொமறு புள்ளைகளுக்கு பாதுகாப்பு வேண்டிதாலே இந்த ஊர்வலம். மொதல்லே உம் மவளுக்கு நியாயம் கிடைக்கத்தான் இந்த ஊர்வலம் தெரிஞ்சுக்க...?" "எம்மா நாளைக்கு ஊர்வலத்துக்கு நீ வருவியா? " நான் கேட்டேன். அம்மா பதில் சொல்லவில்லை. லாம்பு இறங்கிக் கொண்டு போனது. திரியை தீண்டி விட்டேன். அதன் பிரகாசம் கூடியது.

"ஊர்வலம் பெருசா இருக்குமோ? " என்று அம்மா கேட்டாள். "பெருசா இருக்குமா? அதுக்காகச்சிட்டித்தானே இந்த ஏற்பாடுக எல்லாம்... நாளைக்கு பாரு ஊர்வலம் எப்படி இருக்குன்னு...?" அதை கேட்டதும் அம்மா பேசவில்லை. அவள் பயந்த சுபாவத்தை அவளுக்குள்ளே வைத்துக் கொண்டாள். மல்லிகா வெகு நேரம் பேசிக் கொண்டிருந்தாள். காலையில் நடக்கப்போகும் ஊர்வலத்தைப் பற்றி நிறையவே தெரிந்து வைத்திருந்தாள். எதைப் பற்றியும் கொஞ்சம் கூட பயப்படாமல் பேசிக் கொண்டிருந்தாள். "வேணுமுன்னா பாரு? நாளைக்கி நடக்கிற ஊர்வலத்தத பாத்து உன்ன கெடுக்க வந்த முதலாளி அலறிப் போவான்" என்றாள். எனக்கு ரொம்ப சந்தோஷமாக இருந்தது. "இவ்வளவு தூரத்துக்கு இந்த ஊர்வலம் வெற்றியா இருக்கும் முன்னா அதைப் பார்த்து சந்தோஷப்படுகிற மொத ஆளு நானாகத்தான் இருக்கும்" என்றேன்.

"கடவுளே நாளைக்கு நடக்கும் ஊர்வலம் சிறப்பாக அமையணும்" என்று முணுமுணுத்துக் கொண்டேன். இதுவரை ஊர்வலம் என்று நான் போனது உண்டா? என்று நினைத்துப் பார்த்தேன். இல்லை மே தின ஊர்வலத்துக்கு அளத்தில் வந்து சங்கத்துக்காரர்கள் "நாளைக்கு மே தின ஊர்வலம் இருக்கு, எல்லோரும் கண்டிசனாக வரனும்" என்று கூப்பிடுவார்கள். ஆனால் எங்கம்மா என்னை ஊர்வலம், கூட்டம் என்று போக விட மாட்டாள். கொமறு பிள்ளை அங்கே எல்லாம் போக கூடாது என்று தடுத்து விடுவாள். ஆனாலும் பீங்கான் ஆபீஸ் முக்குக்குப் போய் நின்று ஊர்வலத்தை பார்ப்பேன். நாங்கள் போகா விட்டாலும் ஊர்வலம் நின்றுப் போகுமா என்ன? மே தினம் அன்னைக்கி ஊர்வலம் பார்க்கும்போது என் கண்கள் ஆச்சரியத்தால் மின்னும். அடேயப்பா, இவ்வளவு பொம்பளையாளு போறாங்களா? சிவப்பு கொடிகளை பிடித்துக் கொண்டு, உப்பு தொழிலாளர்கள் வாழ்வை வளமாக்கும் கோஷங்கள் வானை பிளக்கும். மல்லிகா அவ அம்மா அருகில் நின்று தொண்டை வறண்டு போக கோஷம் விடுவாள். என்னை பார்த்து சிரித்துக் கொண்டே சந்தோஷமாக கையை அசைப்பாள். கொஞ்சம் இடம்

விட்டு, "வாரியா?" என்று கை மூலம் சைகையால் அழைப்பாள். எனக்கு ஒரு மாதிரியாக இருக்கும். "போங்க... போங்க .." என்று சிரித்துக் கொண்டே கை ஆட்டுவேன். ஊர்வலத்தில் நானும் கலந்து கொள்ள வேண்டும் என்ற ஆர்வம் எனக்குள் பிறக்கும். அதற்கு பிறகு, மற்ற கட்சி ஊர்வலம் எல்லாம் ஒவ்வொன்றாக வரும். ஏழு ஏழறை மணி வரை ஆட்களோடு நின்று ஊர்வலம் பார்ப்பேன். அதில் எல்லாம் அவ்வளவு அளத்து கோஷங்கள் இருக்காது. ஆனால் அளத்து ஆம்பளையாட்கள் இருப்பார்கள் எனக்கு ஆச்சரியமாக இருக்கும்.

அம்மா எல்லாச் சங்கத்துக்கும் சந்தா கொடுக்கிறாள். மல்லிகா அம்மா, அப்பா மாதிரி, நான் ஒரு சங்கத்துக்குத்தான் சந்தா கொடுப்பேன்' என்று சொல்ல அவ்வளவு தைரியமும் கிடையாது, நாவும் வராது, ஏன் இந்த கட்சிக்காரங்க கிட்ட பகையை இழுத்துக் கிடணும்ன்னு ஒதுங்கிப் போய் விடுவாள். எங்கம்மா வாரம் வாரம் நாலன்னா மேனிக்கு நாலஞ்சி சங்கத்துக்கு பணம் கொடுக்கிறாள். ஒவ்வொரு சங்கத்து சந்தா ரசீதையும் வாங்கி முந்தி பையில் வைத்துக் கொள்வாள். எனக்கு ஒரு மாதிரியா இருக்கும். கோபம் கோபமாக வரும். அடக்க முடியாது. "அன்னைக்கி நமக்கு அளத்துலே நடந்த இக்கட்டான நிலைமையிலே இவுங்க யாரு வந்தா? ஏம்மா எல்லாத்துக்கும் சந்தா கொடுக்க?" என்று கொஞ்சம் கடுமையாகத்தான் கேட்டேன். உடனே அம்மா பதில் சொல்லவில்லை. கொஞ்சம் பொறுத்து நடந்துக்கிட்டியிருக்கும் போது சொன்னாள். "இதுக்குத்தான் சொல்லுறது என்ன நடந்தாலும் உடனே வெளியே சொல்லக் கூடாதுன்னு. நீ கேட்டியா? நீ மல்லிகா கிட்ட சொன்ன, அவ எப்படியாளு? எல்லாத்துக்கிட்டையும் சொல்லி ஊரையே திரட்டிட்டா..." அம்மா இப்படி சொல்லும்போது எனக்கு ஒரு பக்கம் கோபமாகவும் ஒரு பக்கம் எரிச்சலுமாக வந்தது. "மறைச்சி வைக்கணும் எங்கியம்மா?" என்றேன். "வெளியே தெரிஞ்சது நாள கேவலம் நமக்குத்தான்! பணக்காரனுவ பணத்த வச்சு என்னவும் செய்ய முடியும். நம்ம அப்படியா?" என்றாள். "சரி நீ சொல்லுகிற மாதிரி பணக்காரனுகளை நம்ம எதுக்க முடியாட்டி இருக்கட்டும், இப்பம் இது வெளியேதெரிஞ்சி... பெரிய பிரச்சினையாக ஆகியிருக்குல்லே.. நீ சந்தா கொடுக்கிற சங்கங்க இதுக்காக கிட்டி என்ன நடவடிக்கை எடுத்திருக்கு?" இதற்கு அம்மா பதில் சொல்லவில்லை. வீட்டுக்கு வந்து ரொம்பவும் தாழ்ந்த குரலில் "எதுக்கும்மா நம்ம எல்லாத்தையும் பகைக்கணும்?" என்று அவள் மீண்டும் சொன்ன போது நான், அவளிடம் முகம் கொடுத்தே பேசவில்லை.

செத்தை வழியாக அடுத்த வீட்டு அத்தையுடன் பேசிக் கொண்டிருந்த மல்லிகா, "சங்கத்துக்குவரியா?" என்று கூப்பிட்டாள். பெரிய ஒலைப் பெட்டி நிறைய இருந்த உப்பை தூக்கி விட சொன்னாள் அம்மா. தலையில் உள்ள உப்புச் சுமையோடு போனாள். மத்தியானத்துக்குள் தெருக்காட்டில் விற்றுக் காசாக்கி விடுவாள். வாரம் முழுவதும் அளத்தில் வேலை செய்து விட்டு வரும்போது கொஞ்சம் சொஞ்சமாக சேர்த்த உப்பு அது. தங்கையிடம் வீட்டை பார்த்துக்க என்று சொல்லி, சேலையை மாற்றி விட்டு புறப்பட்டேன்.

இன்று ஞாயிற்றுக்கிழமை என்றவுடன், அம்மங்கோவில் முன்னால் ஆட்கள் உட்கார்ந்து பேசிக் கொண்டிருந்தார்கள். உடங்காட்டில் அலைந்து திரியும் பன்றிகள் தெருவில் அலைந்து திரிந்தன. அதுகளுக்கு கூட இன்று ஞாயிற்றுக்கிழமை என்று தெரிந்துவிட்டதோ என்னமோ? தெரு மத்தியில் கேப்பார் கேள்வி இல்லாமல் கிடந்த பன்றித் தொட்டிகளில் எல்லாம் கஞ்சி தண்ணீர் நிறைந்தது நின்றது. சின்னதும் பெருசுமாக பன்றிகள் லபக் லபக்கென்று தலையை ஆட்டி ஆட்டி குடித்து, தெருவெல்லாம் அசிங்கம் பிடித்தாப்பில சவதிக்காடு. பீக்காடாக வேற கிடந்தது. அசிங்கங்களை பார்த்து பார்த்து நடந்தோம். பழக்கப்பட்ட நாற்றம். ஒன்றும் தெரியவில்லை. நாங்கள் பெரியண்ணாச்சி காப்பி கடையை கடக்கும் போது அண்ணாச்சி, "ஏளா மல்லிகா இங்க வா" என்று கூப்பிட்டார். நானும் மல்லிகாவும் திரும்பி பார்த்தோம். கடையின் முன் அவ்வளவாக கூட்டமில்லை. இரண்டு ஆட்கள் மட்டும் நின்று காப்பி குடித்துக் கொண்டிருந்தார்கள். அந்த இரண்டு ஆட்களும் தெருவுக்கு புதியவர்கள். ஒரு ஆள் கொஞ்சம் வயசு. இளைஞர், சுருள்முடி, இன்னொரு ஆள் கொஞ்சம் வயசாலி. தலையில் முண்டாசு கட்டியிருந்தார். செம்பட்டை மயிர். இருவருக்குமே கறுத்த திரேகம் தான். எண்ணை பிசுபிசுப்பாய் இருந்தது. எந்த அளத்தில் வேலை செய்கிறவர்கள்?

நாங்கள் கடையை அடைந்தோம். வெயில் சுள்ளேன்று உரைத்தது. "இவியளுக்கு சங்கத்தை காட்டுங்க. காம்ரேட்டை தேடி வந்திருக்காங்க. ஊரு ஆறுமுகநேரி" என்றார் கடைக்காரர். உடனே மல்லிகா, "எங்க கூட வாங்க?" என்றாள். நாலு பேரும் ரோட்டை பார்க்க நடந்தோம். "நீங்க எதுக்காக வந்திருக்கீங்க?" "நாளைக்கி ஊர்வலமில்லே அது விஷயமாகத்தான் பேச வந்தோம்" என்றார். அந்த வயசான ஆளு. எனக்கு சந்தோஷமாக இருந்தது. நாளை ஊர்வலம் மிக சிறப்பாக நடக்கும் என்று

நினைத்துக் கொண்டேன். அவரே பீடியை பற்ற வைத்துக் கொண்டு, "காம்ரேட் ஊருலதானே இருக்காங்க?" என்று கேட்டார். "ஆம்மா இருக்காங்க .... நீங்க ஆறுமுகநேரியிலே எந்தயிடத்துலே் இருக்கீங்க?" .... "செல்வராஜ் புரத்துலே" எங்கிருந்தோ ஓடி வந்த தெரு நாய்கள் இவர்களைப் பார்த்து கொலைத்தன. 'சூ' வென்று மல்லிகா கல்லை தூக்கி எறிந்தாள். கல்லை தூக்கியதிலே அந்த நாய்கள் ஓடி விட்டன. வழியில் சாக்கடையை கிளறிக் கொண்டிருந்த பன்றி ஒன்று நீர் சொட்ட சொட்ட குறுக்கே போனது.

நாங்கள் சங்கத்தை அடைந்தோம். வழக்கம் போல சங்கத்தில் ஆட்கள் கூடியிருந்தார்கள். ஊர்வலத்தை பற்றிதான் பேச்சுக்கள் நடந்தன. நாற்காலியில் உட்கார்ந்து கண்ணாடியை உயர்த்தி பக்கத்தில் இருந்தவருடன் என்னவோ பேசிக் கொண்டிருந்தார் காம்ரேட் தாத்தா. நான் மெதுவாகப் போய் பெண்கள் பக்கத்தில் உட்கார்ந்து கொண்டேன். மல்லிகா, "தாத்தா, இவிய ஆறுமுகநேரியிலே இருந்து வந்திருக்காங்களாம்?" என்றாள். தாத்தா திரும்பி அவர்களை பார்த்தார். "வாங்க! வாங்க!" என்றார். பெஞ்சில் உட்கார்ந்திருந்தவர்கள் வந்தவர்களுக்கு உட்கார இடம் கொடுத்தார்கள். "ஊருல சண்டை எல்லாம் எப்படி இருக்கு!" என்று தாத்தா கேட்டார். எந்த சண்டை என்று தெரியவில்லை. வந்தவர்கள் "அது பாட்டுக்கு இருக்கு!" என்றார்கள். அலட்சியமாக அவர்கள் குரல் வெளிப்பட்டது. பிறகு கேட்டார்கள். "காலையிலே எத்தனை மணிக்கு ஊர்வலம்?" காலையிலே பத்து மணிக்கு ஊர்வலம், ஒங்க ஆட்க எல்லாம் ஒம்பது மணிக்கெல்லாம் இங்க இருக்கணும்" "மத்த ஊர்க்கெல்லாம் ஆட்க சொல்லி வுட்டுருக்கா?" "பார்ட்டியிலே இருந்து வேற சொல்லி இருக்காங்க? எல்லா ஊர்களில் இருந்தும் ஆட்கள் வருவாங்க".

எனக்கு ரொம்ப மகிழ்ச்சியாக இருந்தது. குழம்பி போன மனதுக்கு பெரிய ஆறுதல். என் பொருட்டு ஓர் பெரிய போராட்டமே ஆரம்பமாகி விட்டது. அளத்து தொழிலாளர்களின் உரிமை போராட்டம். இனி அளத்து தொழிலாளர்களை அசைக்க முடியாது என்பதற்கு இது ஒரு அடிக்கல். இனியும் பயந்தோ கலங்கியோ பிரயோசனமில்லை. வீணாக குழம்பி பயன் ஒன்றுமில்லை. களத்தில் இறங்கியாயிற்று. கொதிப்புக்களும் போராட்ட உணர்வுகளும் மட்டுமே என் நெஞ்சில் மிஞ்சிக் கிடந்தன. ஆவேசமும் ஆர்வமும் கொண்டவளாய் நிமிர்ந்து உட்கார்ந்தேன். தன்மான உணர்வு பல மடங்காக பெருகிற்று. இந்த பரபரப்போடு தான் எல்லோரும் கூடியிருந்தோம்.

தாத்தா சொன்னார் : "நமக்கு கூலியும் சரியா கிடைக்க மாட்டேங்கு. இப்பம் இருக்கிற வெலவாசில்லே காணமாட்டங்கு. இதுலே வேற நம்ம பெண்கள் மானத்தை அளத்து முதலாளிகளும் கங்காணிகளும் சேர்ந்து கெடுக்க வராங்க. இது ஒரு நல்ல நேரம். இது தான் சமயம். இதுலே நம்ம பலத்த காமிக்கணும். காமிக்கலே. முதலாளிமார்கள் எல்லாம் ஒண்ணா சேர்ந்திக்கிட்டு சமட்டி புடுவானுவே சமட்டி. பெறவு நம்ம பாடு பெரும் பாடாக போய் விடும்." தாத்தா ரொம்ப சாதாரணமாக சொன்னார். என் செவியில் விழுந்து என் நரம்புகள் புடைத்தன. விழிகள் பிரகாசம் கொண்டன.

"தாத்தா நம்ம நடத்த போகிற போராட்டங்களுக்கு கையில் இருக்கிற பணம் காணுமா? காணாட்டா இந்த வருஷம் நம்ம அம்மங்கோவில் கொடையை நிறுத்தி வைச்சா என்ன..? இதுல பிரிகிற பணத்தே போராட்ட செலவுக்கு வைத்துக் கொள்ளலாம்?" இந்த குரலை நான் எதிர்பார்க்கவில்லை. ஒரு இளவட்ட பையன் இப்படி கேட்டதும் கூட்டத்தில் சலசலப்பு ஏற்பட்டுது. "சத்தம் போடாதீங்க? காம்ரேட் தாத்தா என்ன சொல்லுகிறார்ன்னு கேட்போம்?" என்றார் ஒருவர். தாத்தா சிரித்துக் கொண்டார். மகிழ்ச்சி கலந்த சிரிப்பு. ரொம்ப சந்தோஷமாக இருந்தார். "நீ சொல்லுகிற யோசனை நல்ல யோசனைதான். மொதல்ல இதை எல்லோர் கிட்டையும் சொல்லி ஆதரவு திரட்டுவோம். பிறகு ஊர் கூட்டம் போட்டு சொல்லுவோம்" என்றார்.

எனக்கு திகைப்பாக இருந்தது. கோவில் விஷயங்களில் இவர்களை எப்படி மாற்ற முடியும்? கோவிலுன்னா உயிரை கூட விடுகிற ஆட்கள். எந்த கஷ்டப்பட்டாவது வீட்டுக்கு வீடு வரி போட்டு அம்மங்கொடையை ஜாம் ஜாம் என்று நடத்தி விடுவார்கள். கோவில் திடலை அடைத்துக் கொண்டு அலங்காரப் பந்தல் போடப்படும். பந்தலில் நெருக்கமாக டியூப் லைட்கள் எரியும். விழா நாட்கள் முழுவதும் ஒலிபெருக்கியில் சினிமா பாட்டு பாடும். மதுரை திருநெல்வேலி என்றெல்லாம் கும்பல் வரும். இரண்டு நாள் மூன்று நாட்கள் என்று ஆட்டமிருக்கும். கோவில்பட்டி நையாண்டிமேளம், பையன்மார்களை கையில் பிடிக்க முடியாது. கைகுட்டைகளை கழுத்தில் கட்டிக் கொண்டு, விசில் அடித்துக்கொண்டு அலைவார்கள். ஆட்டக்காரிகளின் குதிங்கால்களில் கட்டியிருக்கும கலங்கை சத்தத்தை கேட்டு, அதற்கு மேளம் எப்படி இருக்கிறது என்று பார்த்து பெரியவர்கள் ரசிப்பார்கள். தெரு பெண்களுக்கெல்லாம் அந்த நாட்கள் கொண்டாட்டம்தான். புதிசு புதிசு வளையல்கள், புதிசு புதிசா

சேலைகள், தினுசு தினுசா பண்டங்கள், வீட்டுக்கு வீடு விருந்தாளிகள்...

"கொடையை கொண்டாடாட்டா அம்மன் கோவிச்சுக்காதா.?" ஒரு ஆளு எழுந்து கேட்டார். உடனே தாத்தா "கோவிச்சா கோவிச்சுட்டுப் போகுது. அதைப்பத்தி ஒனக்கென்ன கவலை?" என்றார். அந்த ஆளு திரும்பவும் கேட்டார். "கொடை கொடுக்காட்டா கஷ்ட துன்பமெல்லாம் வருமே, இதுக்கு யார் பொறுப்பு?" அப்படியும் இப்படியும் ஆடி ஆடி ஆவேசமாக பேசினார். அப்படி பேசும் போது அந்தாளு வேட்டி அடிக்கடி அவுந்தது. இடப்பில் இருந்து வரும் வேஸ்டியை ஒரு கையால் பிடித்துக் கொண்டே பேசினார். உடனே முதலில் கொடையை பற்றி பேச்சை துவங்கிய பையனே எழுந்து கோபமாக கேட்டான்: "இங்க மொதல்ல மான பிரச்சனை, வயிறு பிரச்சனை பெரிசா இருக்கு. அம்ம கஸ்டத்தை கொடுத்தா நாங்க தாங்கிக்கிடுவோம். நீரு ஒரு மையித்தையும் கிழிக்க வேண்டாம்!" உடனே கூட்டத்தில் சலசலப்பு ஏற்பட்டது. சிலர் எழுந்து கொண்டார்கள். "ஏல... மருவாதியா...," "இந்தயிடத்தவுட்டு போரியா... எல்லோரும் சேர்ந்துநொத்தட்டுமா...?" "கொடை பணத்தை பிரிச்சு அடிமடியிலே கட்டிக்கிட்டு போகிறவனுக புத்தி இப்படி தாம்முலே இருக்கும்". "கொடை கொடுக்காட்டா அம்மா அடிக்குமாம்?" "கீழே விழுந்தா இவரு தானே தூக்கப் போறாரு?" அந்த ஆளை ஆளாளுக்கு பேச ஆரம்பித்து விட்டார்கள். காம்ரேட் தாத்தா எழுந்துஅமைதிப்படுத்தினார். "இல்ல காம்ரேட், இவன சும்மா விடக்கூடாது? இங்க என்ன நடக்குன்னு பார்த்து கேட்டுட்டுப் போயி கங்காணி, முதலாளிமார் கிட்ட சொல்வான்!" இதை ஒருவர் சொல்லவும், அந்தாளு வேகமாக எழுந்து வெளியில் போய் விட்டார்.

அதன் பிறகு பொது விஷயங்களை பற்றி பேசினார்கள். கொஞ்ச நேரத்தில் வெளியில் இருந்து மதுரை வீரனும், இன்னும் சில ஆட்களுடன் அந்த பேண்ட்கார ஆளும் வந்தார்கள். வந்தவர்கள் எல்லோரும் ரொம்ப சந்தோஷமாக இருந்தார்கள். வீரன் மட்டும் கொஞ்ச நேரத்துக்கு முன்னால் இருந்திருந்தால் கூட்டம் இன்னும் நன்றாக இருக்கும. அவரும் சேர்ந்து குரல் கொடுத்திருப்பார். "போன விஷயம் என்ன?" என்று தாத்தா கேட்டார். "எல்லாம் நல்லபடியா முடிந்துச்சு. கட்சி ஆபிசுலே இருந்து வந்த ஆட்களோட நாங்களும் போலீஸ் ஸ்டேசனுக்கு போய் இருந்தோம். ஊர்வலம் எந்த வழியாக போகுதுன்னு கேட்டு எழுதிக்கிட்டாங்க. செயலாளர் சொன்னார். ஊர்வலம்

நல்லபடியா நடக்கும்படி பார்த்துக்காங்க... ன்னு மட்டும் சொன்னாங்க...!" என்று வந்தவர்கள் சொன்னார்கள். அறை வேர்த்து புழுங்கியது.

இந்த திங்கள் கிழமை எனக்கு உற்சாகமான ஓர் நாளாகப்பட்டது. ராத்திரி தூங்குவதற்கு கூட ரொம்ப நேரமாகிவிட்டது. ஒரே சிந்தனை. நாளைக்கு ஊர்வலம் எப்படியிருக்கும்? நம்ம ஆளுங்க எல்லாம் ஒன்னா தெரண்டு வருவாங்களா? என்றெல்லாம் நானே குழம்பி, 'நீ எதுக்கு பயப்படுகிற, எல்லாம் நல்ல படியா நடக்கும்' என்று எனக்கு நானே சமாதானம் சொல்லி அப்படியே தூங்கி விட்டேன். காலையில் எழுந்த போது எனக்கு ஆச்சரியம். இன்று ஊர்வலம். எனக்காக ஊர்வலம். இல்லை. இல்லை எனக்கு ஏற்பட பார்த்த அவமானம் மானபிரச்சினை மாதிரி இனி ஏற்படக் கூடாது என்பதற்காக ஊர்வலம். கலெக்டரிடம் மனு கொடுக்கப் போகிறார்கள். அம்மா.... எந்த கவலையும் இல்லாமல் எப்போதும் போல வேலைக்கு புறப்பட்டுக் கொண்டிருக்கிறாள். எனக்கு அவளை பார்க்க பார்க்க கோபமாக வந்தது. என்ன செய்வதென்றே தெரியவில்லை. மனதுக்குள் முணுமுணுத்துக் கொண்டேன். அவள் மகள்-எனக்கு ஏற்பட்ட அவமானத்தை எதிர்த்து ஓர் பெரிய போராட்டமே நடக்கிறது. நடந்து கொண்டிருக்கிறது. இதில் எங்கிருந்தெல்லாமோ ஆட்கள் வந்து கலந்து கொள்ளுகிறார்கள். இவள்-என்-அம்மா வேலைக்கு புறப்பட்டு கொண்டிருக்கிறாள். என்னால் தாங்க முடியவில்லை. நான் வெடுக்கென்று கேட்டேன். "என்னம்மா. எனக்காககிட்டி இன்னிக்கி கலெக்டர் ஆபிசுக்கு ஊர்வலம் போறாங்க. நீ என்ன வேலைக்கு போற?" என்றேன். "அது அது பாட்டுக்கு நடக்கும். நம்ம பாட்டை நாமே பார்த்தா தான் நாம் சாப்பிட முடியும்?" என்றாள். எனக்கு என்ன சொல்ல என்று தெரியாத கோபம். "அப்படி ஒண்ணும் நம்ம பட்டினி கிடந்து செத்துப் போய் விட மாட்டோம். நீ இன்னைக்கி வேலைக்கு போக வேண்டாம்" என்றேன். முதல் முறையாக அம்மாவின் மேல் சரியான வெறுப்பு ஏற்பட்டது.

காலைக் கடன்களை முடித்து, குளித்து சாப்பிடாமலே புறப்பட்டு விட்டேன். அதற்கு பிறகு அம்மாவிடம் பேசவில்லை. அவளிடம் பேச எனக்கு பிரியமும் இல்லை. அவள் வேலைக்கு போனாலும் சரிதான்; போகாமே இருந்தாலும் சரிதான் என்று நினைத்துக் கொண்டே வெளியே போகும் போது, அம்மாவின் குரல் கெஞ்சுவது மாதிரி கேட்டது. "காலையிலே சாப்பிடாமே கொள்ளாமே எங்கப் போகிற...?" என்றாள். அதை காதில் வாங்கிக் கொள்ளாமல் 'ஒங்கிட்ட சொல்ல என்ன இருக்கு?' என்று முணுமுணுத்துக் கொண்டே தெருவில் இறங்கி நடந்தேன்.

நேராக மல்லிகா வீட்டுக்கு வந்தேன். வீடு வெறிச்சோன்னு கிடந்தது. "மல்லிகா" என்று குரல் கொடுத்தேன். பதில் ஒன்றையும் காணும் திறந்து கிடந்த வீட்டுக்குள் விரு விருவென்று போனேன். நாலு அறைகளை கொண்டு களிமண் சுவர் எழுப்பிய கூரை வீடு. பின் கட்டில் மல்லிகா குத்த வைத்து பழைய கஞ்சி குடித்துக் கொண்டிருந்தாள். பக்கத்தில் உக்கார்ந்து அந்த நாய் பார்த்துக் கொண்டே இருந்தது. 'ஏதாவது போட மாட்டாளோ' என்பது போல அது பார்வை. பாவம், அதுக்கு போட அவக்கிட்ட என்ன இருக்கு? தொட்டுக்கிட பச்சை மிளகாயை கடித்துக் கொண்டு சிரித்த முகமாய் என்னைப் பார்த்தாள். "சத்தங் கொடுத்தேனே கேட்கவில்லையா?" என்றேன். "கேட்கலே, வீட்டுல இருந்து வாரியா?" என்றாள். "வீட்டுலே இருந்து தான் வாரேன். அத்தையை எங்க காங்கலே?" என்றேன். "அய்யா ராத்திரி வச்சே இங்க கிடையாது. அம்மா காலையிலே முழிச்சு சங்கத்துக்கு போய் விட்டாள். சாப்பிடுறியா?" "வேண்டாம், நீ சாப்பிடு. ராத்திரி வச்சே லாத்துக்கும வேலையா?" "பெறவு வேலை இருக்காது." என்று சொல்லிக் கொண்டே சாப்பிட்ட தட்டை கழுவினாள் மல்லிகா.

இருவரும் புறப்பட்டோம். கக்கன் பார்க் முழுவதும் தோரணங்களால் அலங்கரிக்கப்பட்டிருந்தது. இரவு முழுவதும் வேலைகள் மும்முரமாக நடந்திருக்க வேண்டும். நாங்கள் சங்கத்துக்கு வந்தோம். குமிசலாக கலர் கலராக பூந்தாள், வெட்டுத்தாள் கிடந்தன. அங்கு அவ்வளவாக ஆட்கள் இல்லை. ஒரு வயதான ஆளும், ரெண்டு மூணு பொம்பளையாட்கள் மட்டும் இருந்தனர். "எல்லோரும் பீங்கான் ஆபிஸ் முக்குலே நிற்காங்க" என்றார்கள். நாங்கள் பீங்கான் ஆபிஸ் முக்குக்கு வரும்போது, அந்த நான்கு சந்தி முக்கிலும் எங்கு பார்த்தாலும், சிவப்பு கொடிகள், தந்தி கம்பங்களிலும் மின் கம்பங்களிலும் 'X' வடிவிலும் மூங்கில் கம்புகளை வைத்து அதில் கொடிகளை கட்டியிருந்தார்கள். அங்குள்ள ஆட்கள் கூட்டம் கூட்டமாக நின்றார்கள். மணி ஒன்பதை தாண்டிவிட்டது. இன்னும் ஒரு மணி நேரந்தான் இருக்கிறது. பத்து மணிக்கு கண்டன ஊர்வலம். கலெக்டரிடம் மனு கொடுக்க வேண்டும். ஆட்கள் வந்து விடுவார்களா?

தூரத்தில் மதுரை வீரனும், அந்த பேண்ட் சட்டைக்காரரும் இன்னும் சில ஆட்களும் நின்று பேசிக்கொண்டிருந்தனர். ஒரு கடை நிழலில் அஞ்சாறு பொம்பளையாட்களை மட்டுமே பார்க்க முடிந்தது. "ஆளுக ஒண்ணு தெரளுவாங்களா?" என்று மீண்டும்

எனக்கு அச்சம் வந்தது. மல்லிகாதான் சொல்லுவாள்: "நீ என்னத்துக்கு பயப்புடுகிற. இன்னும் ஒரு மணி நேரமிருக்குலே.. அதுக்குள்ள எல்லோரும் வந்து விடுவாங்க" "இப்போமே மணி ஒம்பது" "ஆனா என்ன? பத்து மணிக்கு ஜே ஜேன்னு கூட்டமிருக்கும் பாரு... நாங்கள் பேசிக் கொண்டிருக்கும் போது ஒரு டவுன் பஸ் வந்து நின்றது. அந்த பஸ்சை அடைத்தாப்போல இருந்த கூட்டம் மொது மொதுவென்று கீழே இறங்கியது. இறங்கியவர்கள் எல்லாம் அளத்து ஆட்கள் தான். ஊர்வலத்தில் கலந்து கொள்ள வந்து இறங்கினவர்கள். சில ஆட்கள் கையில் கொடிகள் சுருட்டப்பட்டு கம்புகள் இருந்தன. இன்னும் கொஞ்சம் நேரத்தில் இன்னொரு டவுன் பஸ் வந்து நின்றபோதும், அதிலும் இதை மாதிரி ஆட்கள் இறங்கினார்கள். அப்படியும் இப்படியுமாக கூட்டம் சேர்ந்துகொண்டே இருந்தது. முதலில் ஒன்று இரண்டாக வந்த ரிக்ஷாக்கள், கொஞ்சம் கொஞ்சமாக பெருகி முப்பது முப்பத்தைந்து ரிக்ஷாக்களாக மாறியது. வந்து நின்ற ரிக்ஷாக்களில் எல்லாம் சிவப்பு கொடிகளை ஒயர்த்தி கட்ட ஆரம்பித்து விட்டார்கள். இவ்வளவு ரிக்ஷாக்கள் ஊர்வலத்தில் கலந்துகொள்கின்றன என்று எனக்கு இப்போதுதான் தெரியும். பத்து மணி சுமார்க்கு மல்லிகா சொன்னது மாதிரியே கூட்டம் ஜே ஜேவென்றாகி விட்டது. அனேகமாக எல்லார் கைகளிலும் சிவப்பு கொடிகள் இருந்தன. காணாத குறைக்கு கொடிகள் இல்லாதவர்களுக்கு, மூங்கிலில் சிவப்புத் தாள் ஒட்டிய கொடிகளை கொடுத்தார்கள். எங்கு பார்த்தாலும் சிவப்பு மயம்.

பெண்கள் தான் முன் வரிசையில் நின்றோம். வெயில் சுள்ளென்று உறைக்க ஆரம்பித்தது. வேர்த்து விறுவிறுத்தது. காணாததுக்கு தார் இளகி குதிங்காலை சுட்டது. யாரும் இதையெல்லாம் பொருட்படுத்தியதாக தெரியவில்லை, பழகிப் போன வெயில். முன்னால் நின்ற இரண்டு ஆம்பளையாட்கள் பெரிய பேனரை உயரமாக தூக்கிப் பிடித்திருந்தனர். அந்த சிவப்பு துணியில் வெள்ளை எழுத்துகளால் பெரிதாக 'உப்புத் தொழிலாளர் சங்கம்' என்று எழுதப்பட்டிருந்தது. ஊர்வலம் நான் எதிர்பார்த்ததை விட பெரிதுதான். சொன்னதுபோல் ஆட்கள் வந்து விட்டதில் எனக்கு ரொம்ப சந்தோஷம். நீளமாக நின்ற அணி வகுப்பில் உயர உயரமாக கட்டையும், நெட்டையுமாக சிவப்பு கொடிகளும் பேனர்களும், தெரிந்தன. கொஞ்ச நேரத்தில் காகித நோட்டிசை ஆட்கள் கையில் கொடுத்தார்கள். தூரத்தில் நின்ற அந்த சங்கத்துக்கார ஆளு கை அசைத்து கூப்பிட்டார். நான் முன்ன பின்ன திரும்பி பார்த்தேன். 'ஒன்னத்தான்!' என்று அவர் கை சைகை

காட்டியதும் எனக்கு பயம் உண்டாகிற்று. "ஏன் என்னை கூப்பிடுகிறார்" என்று பயந்து போனேன். பக்கத்தில் கை கொடுக்க நின்ற மல்லிகா, "ஒன்னைத்தான், போய் என்னன்னு கேளு!" என்றாள். நான் பயந்து கொண்டே அவர் அருகில் சென்றேன். "என்ன?" என்பது போலப் பார்த்தேன். வழக்கமாக தொங்கும் தோள் பையில் இருந்து ஒரு நோட்டீசை எடுத்துக் கொடுத்தார். நான் பயந்து கொண்டே வாங்கிக் கொண்டேன். "இதுலே எழுதியிருக்கிறதை நீங்க சொல்லுங்க. ஒங்க பின்னாலே மத்தவங்க சொல்லுவாங்க" என்றார். எனக்கு பயமாக இருந்தது. குழப்பமாக இருந்தது. முன் பின் தெரியாத விஷயம் இது, "பயமாக இருக்கே!" என்று குழந்தை மாதிரி சொன்னேன். "இதுலே பயப்புடுறதுக்கு என்ன இருக்கு?" என்றார். என்னைப் பார்த்து கேலியாக சிரிப்பது போல இருந்தது. "இதுலே உள்ளதை நீங்க வாசித்து சத்தமாக சொல்லுங்க. உங்க பின்னாலே மத்தவாங்க சொல்லுவாங்க" என்ற போது என்னால் அதை தட்ட முடியவில்லை. பார்த்தால் சின்ன விஷயம்தான். ஆனாலும் நெஞ்சு அடித்துக்கொண்டது. அந்த் நோட்டீசை வாங்கி வாசித்தேன். 'உப்பு தொழிலாளர் சங்கம் - வாழ்க அனைத்து தொழிற்சங்கங்களின் ஒற்றுமை- ஓங்குக, ஓங்குக, ஓங்குக! அதற்குள் ஊர்வலம் புறப்பட்டு விட்டது நோட்டீசை கையில் வைத்துக்கொண்டு, அவசரமாக விரைந்து ஊர்வலத்தில் வந்து கலந்து கொண்டேன். நான் நின்ற இடத்தில் வேறு ஓர் பொம்பளையாள் நின்றாள். அவள் கையை பிடித்துக் கொண்டிருந்த மல்லிகா சொன்னாள். "வடிவச்சி, நீ கோஷத்தை சொல்லு. நாங்க பின்னாலே கோஷம் போடுகிறோம்" என்றாள். பின் அணிவகுப்பில் வந்த ஆண்கள் வரிசையில் கோஷங்கள் எழும்ப ஆரம்பித்து விட்டன. நானும் கையில் வைத்திருந்த நோட்டீசை எடுத்துக் கொண்டேன்.

ஊர்வலம் கிளம்பியது. கோஷங்கள் கனத்த ஒலியோடு எங்கும் எழுந்த வண்ணமிருந்தன. ஓர் உணர்ச்சி பூர்வமான நேரம் இது. "உப்பு தொழிலாளர்கள் சங்கம் - வாழ்க. தொழிலாளர்கள் ஒற்றுமை - ஓங்குக". அனைத்து தொழிற் சங்க ஒற்றுமை - ஓங்குக, ஓங்குக". ஊர்வலம் கொஞ்சம் கொஞ்சமாக நகர்ந்து கொண்டே போனது. அணி வகுப்பில் இருந்து சிலர் தனியாக வந்து நோட்டீசில் உள்ள கோஷங்களை எழுப்பினர். அவர்கள் பின்னால் எதிர் கோஷங்கள் எழுந்தன. முதல் பயந்தாப்போல் என் சத்தம் வந்தாலும் போகப் போக நான் உணர்ச்சியோடு கோஷத்தை எழுப்பினேன். "ஒன்று படுவோம் - போராடுவோம். வெற்றி பெறுவோம், வெற்றி கிட்டும் வரை- போராடுவோம். ஒன்றுபட்ட

தொழிலாளி முன்னே! எழுந்து விட்ட தொழிலாளி முன்னே! சாதி இல்லை - இனமில்லை, மொழி இல்லை, கொள்கை உண்டு - கோரிக்கைகள் பல உண்டு. உப்பள முதலாளிகளே உழைக்கும உப்பள தொழிலாளிகளுக்கு நியாயமான கூலியை வழங்கு. பெண் தொழிலாளிகளை மானபங்கப் படுத்தாதே! உப்பள முதலாளிகளே! அஞ்சிடோம் கெஞ்சிடோம். நேர்மையற்ற பேர்களின் - கால்களை வணங்கிடோம், உப்பள முதலாளிகளே - மோதாதே மோதாதே, தொழிற்சங்கங்களோடு - மோதாதே, தூளாவாய் தூளாவாய் - சிந்தாபாத், சிந்தாபாத், தொழிலாளர் ஐக்கியம் - சிந்தாபாத், அனுமதியோம் அனுமதியோம், அடக்குமுறையை அனுமதியோம். பறிக்காதே பறிக்காதே - தொழிற் சங்க உரிமைகளை பறிக்காதே. வேண்டும் வேண்டும் - நியாயமான கூலி வேண்டும். அவமானப்படுத்தாதே அவமானப்படுத்தாதே - பெண் தொழிலாளர்களை அவமானப்படுத்தாதே, போடாதே போடாதே - தொழிலாளர்கள் மீது பொய்வழக்கு போடாதே. எழுகுது பார் எழுகுது பார் - தொழிலாளர் ஒற்றுமை எழுகுது பார். தமிழக அரசே மத்திய அரசே - உப்பளங்களை ஏற்று நடத்து, ஏற்று நடத்து, உப்பளத்தில் உழண்டாலும் - ஆலையில் உழைத்தாலும், எட்டடுக்கு மாளிகையில் - எழுத்துப்பணி புரிந்தாலும் எங்கள் வர்க்கம் - தொழிலாளர் வர்க்கம். சிந்தாபாத் சிந்தாபாத் - தொழிலாளர் ஒற்றுமை சிந்தாபாத். போராடுவோம். போராடுவோம் - வெற்றி கிட்டும் வரை போராடுவோம். உப்பு தொழிலாளர்கள் சங்கம் - வாழ்க.....”

..... ஊர்வலம் கம்பீரமாகப் போய்க் கொண்டிருந்தது. சார்லஸ் தியேட்டர் முக்கை திரும்பி, குருஸ் பர்னாந்து சிலையை கடந்துபோய்க் கொண்டிருந்தது. ரோட்டின் இரு மருங்கிலும் ஜனங்கள் கூட்டம். எல்லோருமே ஆர்வமாய் வேடிக்கை பார்த்தனர். பெரிய பெரிய கட்டிடங்களையும். கடை பஜாரையும் கடந்து ஊர்வலம் போனது. கோஷங்களை, ஒரு முறைக்கு இருமுறை சொல்லி சொல்லிப் போனது. எல்லாமே எனக்கு மனப்பாடமாகிற்று. ஊர்வலம் முன்னால் காம்ரேட் தாத்தா. இன்னும் எனக்கு தெரிந்த ஆட்கள் போனார்கள். ஊர்வலத்து பின்னால் ஒரு போலீஸ் வேனும் கொஞ்ச போலீஸ்காரர்களும் நடந்து வந்தார்கள். ஊர்வலம் கொஞ்ச வேகமாகவே போனது. கோஷங்கள் எதிரொலித்தன. சிலர் கடமைக்கு வந்தவர்களைப் போல பேசாமல் வந்தனர். அவர்கள் முகங்களில் எந்தவிதமான பிரதிபலிப்பையும் காணமுடியவில்லை. ஊர்வலம் கலெக்டர்

அலுவலகத்தை அடைய இன்னும் ஒரு கிலோ மீட்டரோ, ஒன்றரை கிலோ மீட்டரோதான் இருக்கும். வானம் சூரிய ஒளியால் தக தகத்தது. அதன் உக்கிரத்தால் எல்லோருமே சோர்வு அடைந்தோம். கோஷங்களை சொல்லும்போது தொண்டை கரகரத்தது. ஆனாலும் துடிப்பு குறையவில்லை. ஆரவாரமும் ஆவேசமும் உச்ச நிலையை அடைந்தது போல கோஷங்கள் எழுந்த வண்ணமிருந்தன. நான் உற்சாகம் கொண்டேன். ஆரவாரம் அடைந்தேன். என் குரல் மீண்டும் கம்பீரம் கொண்டது. முன்னால் போனவர் தூக்கிப் பிடித்திருந்த சிவப்பு நிறக் கொடி எப்போதும் போல பட்டொளி வீசி பறந்தது. அதற்கு பின்னால் சங்கப் பேனரை பிடித்திருந்தனர். இறக்கியும் ஏற்றியும் பிடித்துக் கொண்டு போனார்கள். இன்னும் ஊர்வலம் முனிசிபலை கடக்க வேண்டும். தாலுகா ஆபீசை தாண்ட வேண்டும். கிரேட் காட்டன் ரோட்டை கடந்து, பீச் ரோட்டை தாண்டி, மதுரை கோட்ஸ் வழியாக தொலைவில் இருக்கும மேரிஸ் காலேஜ்க்கு அடுத்தாப் போலத்தான் கலெக்டர் ஆபீஸ்.

துறைமுக வாசல் முக்கைத் திரும்புகையில் இப்படியொரு கொடுமை நடக்கும் என்று யாரும் எதிர் பாத்திருக்க முடியாது! ஆஸ் மெமோரியல் ஹால் காம்மொண்டுக்குள் இருந்து சர சரவென்று கற்கள் ஊர்வலத்தின் மேல் வந்து விழுந்தன! கற்கள் கருங்கற்கள். சரியான கல் வீச்சில் யார் யார்க்கு மண்டை உடைந்தது? யார் யார்க்கு அடிபட்டது? நிற்காமல் மிக மிக வேகமாக வீசப்படும் கல்வீச்சில் ஊர்வலம் கலவரப்பட்டது. ஆட்கள் நாலாப் பக்கமும் சிதறி ஓடினார்கள். ரோட்டில் இருபக்கமும் உள்ள கடைகள் விரு விருவென்று அடைக்கப்பட்டன. பின்னால் உள்ள போலீஸ் வேனில் உள்ள காவல்துறையினர் அவசர அவசரமாக இறங்கி விரைந்து வந்தனர். பெரிய சண்டை, அடிதடி, இரத்தக்காயங்கள், நிலைமை மோகமாக போனது. போலீஸ்காரர்கள் கண்ணீர் குண்டுகளை தூக்கி வீசினார்கள். எங்கும் புகை மண்டலம். அந்த பெரிய அடி தடி ரவுடி கும்பல் எங்கிருந்துதான் வந்ததோ தெரியாது? அந்த குண்டர்கள் கையில் வெட்டு அரிவாள், கத்தி, கம்பு, என்று வைத்திருந்தார்கள். ஊர்வலத்தை அடித்து நொறுக்க ஆரம்பித்து விட்டார்கள். என்ன நடந்தது? என்ன நடக்கு? என்று யாரும் உடனே தெரிந்து கொள்ள முடியாத நேரம். நிலைமை மோசமாகப் போய்க் கொண்டிருந்தது. போலீஸ்காரர்கள் லாரி லாரியாக வந்து இறங்கி, கண்ணு மூக்கு தெரியாமல் அடித்து விலாச ஆரம்பித்து விட்டனர். ஊர்வலத்திற்கு வந்தவர்கள் பயந்தோடினர். யாரையும் யாரும் பார்க்க முடியவில்லை.

நாங்கள் தப்பித்து ஓடி வந்தோம் என்று தான் சொல்ல வேண்டும். நானும் என்னோடு ஐந்தாறு பெண்களும் ஆண்களுமாய் ஒரே ஓட்டமாக ஓடி, பதற பதற தூரமாய் அந்த சந்தில் வந்து நின்றோம். இங்கு நின்று நடப்பவைகளை நடுங்கிக் கொண்டு பயத்தோடு பார்த்தோம். எனக்கு கண்ணெல்லாம் சிவந்து போயிற்று. நெஞ்சை அடைத்துக் கொண்டது. துக்கம், கோபம், எல்லாம் அழுகையாக முட்டிக்கொண்டு வந்தது. கட்டுப்படுத்திக் கொண்டேன். ஊர்வலத்தில் வந்தவர்கள் எல்லாம் என்ன ஆனார்கள்? எங்களை மாதிரி ஓடிப் போய் தூரமாய் நின்று பார்ப்பார்கள்? மல்லிகா, அவ அம்மா, அய்யா, வீரன், தாத்தா, தெரு ஆட்கள், ஊர்வலத்தில் மற்ற ஜனங்கள், அய்யோ இதை எல்லாம் வைத்து தான் - இப்படிதான் நடக்கும் என்று தெரிந்து தான் அம்மா வரவில்லையா? அம்மா! சீ என்று இருந்தது. கூட வந்த ஜனங்களை எங்கே போய் தேட?

கொஞ்ச நேரத்தில் கலவரம் நடந்து ரோடு வெறிச் சென்றாகிவிட்டது. ஆட்கள் நட மாட்டமோ, போக்குவரத்தோ இல்லை. ஐந்தாறு போலீஸ் லாரிகள் நின்றன. போலீஸ்காரர்கள் அலைந்தார்கள். பழைய ரப்பர் செருப்புகள் அங்கொன்றும், இங்கொன்றும் கிடந்தன. கொஞ்சம் இரத்தக்கறை, சட்டைத்துணி, கொடி, கம்பு கிழிந்து போன கோஷ அட்டைகள், பேனர்கள் எல்லாம் சிதறிக் கிடந்தன.

பழைய மாதிரி நிலமை திரும்பி, போலீஸ் பட்டாளம் எல்லாம் ஓரளவுக்கு குறைந்து கலவரம் நடந்த இடத்தில், ஒரு போலீஸ் வேன் மட்டும் மிஞ்சி நின்றது. ஆனாலும் அடிக்கொரு போலீஸ் நின்றார்கள். நான் கதி கலங்கிப் போய் நின்றேன். எங்கும் அமைதி, பனிரெண்டரை மணி வெயில் மண்டையை பிளந்தது. கூட வந்தவர்களை ஒருத்தரையும்காணும், எங்க போனாங்க? எங்க போய் தேட, ஒரு வேளை அடிபட்டிருப்பார்களோ? என்ன செய்வதென்றே தெரியவில்லை. வேர்த்து விருவிருத்து சட்டையெல்லாம் தொப்பு தொப்புவென்று நனைந்து விட்டது. என்னுடன் நின்றவர்கள் சொல்லாமல் கொள்ளாமல் நகர்ந்து போய் விட்டார்கள்.

நானும் எங்கூட ஓடி வந்த எங்க தெரு பரதேசி அக்காவும் அவசர அவசரமாக நடந்து புது மார்கெட்டுக்கு உள்ளுக்குள் புகுந்து அந்தோணியார் கோவிலை அடைந்தோம். "ஏக்கா... நம்ம தெரு ஆட்களை ஒண்ணும் காங்கலேயே... ஒரு வேளை அடி கிடி பட்டிருக்குமோ?" என்று இரண்டாவதுதடவையாக கேட்டேன்.

அவள், "டவுன் பஸ்சுக்கு நின்று பெரியாஸ்பத்திரிக்குப் போய் பார்ப்போமா? அடிபட்டிருந்தா, ஆட்களை அங்கத்தான் தூக்கிட்டுப் போய் இருப்பாங்க!" என்றாள், நானும் "சரி" என்றேன். மார்க்கெட்டுக்கு அந்த புறமாக இருந்த மெயின் ரோட்டில் கலவரம் நடந்தால், மார்கெட்டுக்கு இந்தப்பக்கம் உள்ள அந்தோணியார் கோவில் ரோட்டில் போக்குவரத்து நெரிசல் ஜாஸ்தியாக இருந்தது. நாங்கள் இருபக்கமும் உள்ள வண்டிகளைப் பார்த்து ரோட்டை கிராஸ் செய்தோம். லாலா மிட்டாய் கடைக்கும் அந்தோணியார் கோவிலுக்கும் இடையில் ஒதுக்கு புறமாக எங்க தெரு ஆட்கள் நின்றார்கள். 'அய்யையோ தெரு ஆட்களை ஒண்ணும் காணுமே?" என்று பதை பதைத்த மனதுக்கு கொஞ்சம் ஆறுதலாக இருந்தது. அதோ மல்லிகா! ரொம்பக் குழம்பிப் போய், எல்லோரையும் போல அவளும் சோர்ந்து, ஆட்களோடு பயந்து போய் நின்றாள். என்னைக் கண்டு அழுகிற மாதிரி சிரித்தாள். நானும் புன்முறுவல் செய்தேன். "இங்கே வா" என்பதை கை செய்கை காட்டினாள். நான் தெரு ஆட்களோடு போய் சேர்ந்து கொண்டேன். "ஒங்க அம்மாவை எங்க?" என்று கேட்டேன். மல்லிகா உடனே பதில் சொல்லவில்லை. முகம் மாறி போனது. "என்ன ஒரு மாதிரி இருக்க?" என்று மீண்டும் கேட்டேன். "அம்மாவுக்கு சரியான அடி!" என்று சொல்லும் போது அழுது விட்டாள். என்ன சொல்வதென்று தெரியவில்லை. எனக்கு-என்-அம்மாவின் நினைவு வந்தது. இப்போது அம்மா என்ன செய்து கொண்டிருப்பாள்? "அய்யாவே எங்கே?" என்றேன். "அப்பவே போலீஸ் பிடித்துக் கொண்டு போயிற்று!" கடவுளே என்று முணுமுணுத்துக் கொண்டேன்.

என்ன நினைத்தாளோ மல்லிகா. "நேராக தெருவுக்கு போவோம்!" என்றாள். நானும் அவளும் ஒதுங்கி பஸ் ஸ்டாப்பு ஓரம் நின்றோம். பஸ் ஸ்டாப் கூரையை அடைத்தாற் போல கூட்டம். நின்று கொண்டிருந்தவர்கள் எல்லாம் ஊர்வலத்தை பற்றியும், அதன் விளைவாய் ஏற்பட்ட கலவரத்தைப் பற்றியும் பேசிக் கொண்டு வேடிக்கை பார்த்தார்கள். பயத்தோடு ஒரு ஆளைப் பார்த்து "ஆஸ்பத்திரியில் என்ன நடக்கு!" என்று கேட்கலானேன். மல்லிகா "சும்மா இரு, நேராக தெருவுக்கு போகலாம்" என்பது போல முகத்தை சுழித்தாள். எனக்கு முன்னும் பின்னும் தெரியாத அந்த ஆள், "ஊர்வலம் போனயிடத்தில் தகராறு" என்றார்" மூணு பேருக்கு சரியான அடி, ஆஸ்பத்திரிக்கு தூக்கிகிட்டு வந்திருக்காங்க! என்றார். உடனே பக்கத்தில் நின்ற இன்னொரு ஆளு, "என்னய்யா, மூணு பேருக்கு சரியான அடியா?

அநியாயமா இருக்கு, நாட்டுலே ஊர்வலம் போக கூட உரிமையில்லே ... ?" "ஏப்பா பார்த்து பேசு, போலீஸ்காரன் காதுலே வுழுந்துச்சு நச்சுபுடுவான் ! நச்சு ...?" "ஊர்வலம் போரவங்க அவுங்க பாட்டுலே போக வேண்டியது தானே. ஏன் கலாட்டா செய்கிறாங்க!" அவுங்க எங்கையா கலாட்டா செய்தாங்க? யாரோ கல்வுட்டதுனாலே வந்த சண்டையாம்" "கல்லடிபட்டு நிறைய பேருக்கு தலை உடைச்சு போய் இருக்கு. ரெண்டு மூணு பேரு கூட்டத்துலே சிக்கி நசுங்கி போய் இருக்காங்க! ஆளு செத்து கூட போய் இருக்கும் !" இதை எல்லாம் கேட்க கேட்க நானும் மல்லிகாவும் பதறிப் போய் விட்டோம். பகீர்ரென்று இருந்தது. இன்னும் கேட்கலாமா என்று ஆர்வத்தில் கேட்டேன். ஆனால் யாரும் அதற்கு மேல் பதில் சொல்வதாய் தெரியவில்லை.

பசிக்கிறக்கத்தோடும், மனக்குழப்பத்தோடும் நாங்கள் பஸ்சில் ஏறினோம். 'பஸ் தெருவுக்கு போகாது!' என்று பாதி வழியிலே இறக்கி விட்டுப் போயிற்று. நாங்கள் தெருவை பார்க்க நடந்தோம். திரேகம் ரொம்பவும் சோர்ந்து போயிற்று. வயிறு கிள்ளியது. காலையில் இருந்து பச்சை தண்ணீர் கூட குடிக்கவில்லை. ஆஸ்பத்திரியை ஒட்டி இருக்கும் ரோட்டு வழியாக நடந்தோம். அது நேராக தெருவுக்கு போகும். ரோட்டில் ஆள் நடமாட்டமேயில்லை. ஒரு ஆட்டோ வேகமாக எங்களை கடந்து போனது. தள்ளாடி சோர்ந்து போய், எங்க தெருவுக்கு இடது புறமாக இருக்கும் சுப்பையா முதலியார் புரத்துக்குள் நுழைந்தோம். நுழையும் போதே முதலியார் புரம் ரொம்ப கலகலப்பாக இருந்தது. அந்த தெருவில் உள்ள வசதி உள்ள ஆட்கள் ரொம்ப கலகலப்பாக காணப்பட்டார்கள். ஆண்களும், பெண்களுமாய் தெருவிலும் வீட்டு வாசலிலும் நின்று, எதையோ பார்த்துக் கொண்டிருந்தார்கள். இந்த தெருவை தாண்டி, சிதம்பரநகர் கடந்து, மெயின்ரோட்டு வழியாக கடைசி தொங்கல்தான் போல்டன்புரம். முதலியார் புரத்து பின்னால்தான் பெரியாஸ்பத்திரி. அந்த குறுக்கு சந்து வழியாக மெயின் ரோட்டுக்கு வந்தோம். வர வர ஆள் நடமாட்டமில்லை. வீடுகளும் ஜன்னல்களும் அடைக்கப்பட்டிருந்தன. மெயின் ரோட்டு தொடக்கத்தில் இருந்தே ஒரு ஆளை கூட பார்க்க முடியவில்லை. ஆட்கள் கூட்டம் சுப்பையா முதலியார்புரத்தோடு சரி. சமீப காலங்களில் பெரிசு பெரிதாக கட்டப்பட்ட காரை வீடுகள் எல்லாம் கப் சிப்பென்று இருந்தது. வழக்கம்போல பன்றிகளும் ஆடுகளும் கோழிகளும் மேய்ந்து திரிந்தன. எங்களுக்கு பயம் அதிகரித்தது. "நேர கக்கன் பூங்காவுக்கு அங்கிட்டு போய்

நிற்போமா?" என்றாள் மல்லிகா. "ஏன் பயப்புடுறே மெயின் ரோட்டுலே நின்னு என்ன நடக்குன்னு பார்ப்போம்?" என்றேன். "எனக்கென்னமோ பயமா இருக்குடி!" என்றாள்.

ரோட்டில் ஒரு கடை பாக்கி இல்லாமல் அடைக்கப்பட்டிருந்தது. ரோடு வெறிச்சோவென்று கிடந்தது. ஒரு டவுன்-பஸ் வேகமாக போனது. போல்டன்புரத்துக்குள் போகும் செம்மண் ரோட்டுக்கும் மெயின் ரோட்டுக்கும இடையில் சின்னதும் பெரிசுமாய் அஞ்சாறு போலீஸ் வேன்களும் லாரிகளும் நின்றன. மெயின் பஜார் முன்னால் பார்த்த மாதிரியே துப்பாக்கி ஏந்திய போலீஸ் பட்டாளம். மணி மூன்று மூனரையை தாண்டியும், வெயில் உரக்க அடித்தது. யாரிடம் எதை கேட்பதென்றே தெரியவில்லை. எல்லாம் நடந்து முடிந்தது போல அமைதி நிலவியது. எப்போதும் கலகலப்பாக இருக்கிற தெரு களை இழந்து போய் இருந்தது. அம்மா என்ன ஆனா? பள்ளிக்கு போன தம்பிமார்கள் தங்கை என்னானார்கள் என்ற படபடப்பு, அய்யோ என்று அலற வேண்டும் போல இருந்தது. "இங்க நின்னா ஆபத்து. இந்த குறுக்கு சந்து வழியாக அங்க போய் விடுவோம்.?" என்றாள் மல்லிகா. அந்த சந்து வழியாக விரசலாக நடந்தோம். ரோட்டை ஒட்டிய தெரு ஓரங்களில் ஆள் நடமாட்டத்தை காண முடியவில்லை. கக்கன் பூங்கா பின் வழியாக நடந்து, பீங்கான் ஆபீஸ் முக்கில் வந்து வேகமாக சிவந்தாகுளம் நடந்தோம். பள்ளி நடந்து கொண்டிருந்தது. மல்லிகா வெளியில் நின்று கொண்டாள். வேர்த்து விறுவிறுத்து, பதற்றத்தோடு பள்ளிக்குள் நுழைந்தேன். கண்ணில் எதிர்ப்பட்ட ஒரு டீச்சரிடம், தங்கை தம்பிமார்களை விசாரித்தேன். அவர்களை மத்தியானமே ஒரு ஆள் வந்து கூப்பிட்டுக் கொண்டு போய் விட்டதாக சொன்னாள். எனக்கு திக்கென்று இருந்தது. ஒரு வேளை அம்மா வேலைக்கு போறேன் என்று சொல்லி விட்டு இன்று போக வில்லையா? அவள் வந்து அழைத்துப் போய்விட்டாளா? திரும்பவும் அந்த டீச்சர் "மத்தியானத்துக்கு மேலே போல்டன்புரத்து பிள்ளைகள் ஒண்ணும் வரல்ல" என்றாள். நானும் வேகமாக வெளியில் வந்தேன். கவலைகளை சுமந்து கொண்டு நின்ற மல்லிகாவை பார்த்து "நம்ம தெரு புள்ளைகள் பள்ளிக்கூடத்துக்கு வரவில்லையாம்!" என்றேன். "சங்கத்துக்கு போவோமா?" என்றாள். இருவரும் நடந்தோம். பீங்கான் ஆபீஸ் நாற்சந்தி முக்கில் இருந்து தெருவை நோக்கி போகும் மெயின் ரோடில் உள்ள கடைகளும் வீடுகளும் அடைக்கப் பட்டிருந்தது. ரோடு வெறிச்சென்று கிடந்தது. ரோட்டில் இருந்து பார்ப்பதற்கு தூரமாய் போலீஸ் வேன்களும் லாரியும் நிற்பது

தெரிந்தது. பயம் எடுக்கவே இருவரும் மலைப்பாய் நின்றோம். என்ன செய்வதென்றே தெரியவில்லை.

சிவந்தாகுளம் காட்டுப் பாதைக்கு நடந்தோம். பாதை எல்லாம் ஒரே பீங்காடாக கிடந்தது. கால் வைக்குமிடமெல்லாம் ஒரே நரகல்; நாத்தம். மோசமான துணி, குப்பை கூழங்களை பார்த்து நடந்தோம். தொண்டை வறண்டு, நாக்கு வலித்தது. உடல் வேற ரொம்பவும் சோர்ந்து போய் இருந்தது. உடங்காட்டை அழித்து புதிதாக உருவாகி வரும் கால்டுவெல் காலனியை தாண்டி, போல்டன்புரத்துக்குள் நுழைந்தோம். தெரு அமைதியாக இருந்தது. ஒரு சுடு குஞ்சுகளை கூட காணும். ஒரு ஆடு அசையாமல் அப்படியே கோவில் திண்ணையில் படுத்து தூங்கி கொண்டிருந்தது. வழக்கம் போல பன்றி நடமாட்டம். தூரத்தில் மெயின் ரோட்டில் போலீஸ்காரர்கள் நிற்பது தெரிந்தது. மெதுவாக பதுங்கி பதுங்கி தெருவுக்குள் வந்தோம். பேசவில்லை. பயம் நெஞ்சை வந்து முட்டியது.

எங்க வீட்டை கடந்துதான் மல்லிகா வீட்டுக்கு போக வேண்டும். மெயின் ரோட்டை கடந்து தெருவுக்குள் வந்தால், மல்லிகா வீடுதான் முதலில். தெரு பின்னால் கூடி காட்டு பாதைக்கு வந்தால், எங்க வீடு முதலில். ஒரு முடுக்குப் பாதைவழி எங்க வீட்டுக்கு வந்தோம். நான் தான் படலையை தூக்கி திறந்தேன். "யாரு!" என்று பதறிக் கொண்டு தங்கச்சித்தான் முதலில் ஓடி வந்தாள். பிறகு தம்பி "யக்கா!" என்றான். ஆச்சி நல்ல தூக்கம். அவளுக்கு நடந்தது எதுவும் தெரிந்திருக்காதே? "அம்மாவை எங்க?" என்று கேட்டேன். "அண்ணனே போலீஸ் பிடிச்சுக்கிட்டுப் போயிருக்கு!" ஒன்ன தேடி மத்தியானம் போன ஆளு... இன்னும் காங்கலே!" என்றாள். எனக்கு தலையை சுற்றியது. "அண்ணனே எதுக்கு போலீஸ் பிடிச்சுக்கிட்டுப் போச்சு...?" என்று குழம்பியபடியே கேட்டேன். உடனே அவள்தான்சொன்னாள். "தெருவுலே உள்ள எல்லோரையும் பிடிச்சுக்கிட்டுப் போயிருக்கு?" இதைக் கேட்டதும் மல்லிகா அழுதே விட்டாள். "எனக்கு தைரியம் சொன்ன நீயே அழலாமா?" என்றேன். கண்ணை முந்தானையால் துடைத்துக் கொண்டாள். பிறகு, "நான் தெருவுலே என்ன நடக்குன்னு பார்த்துட்டு வரட்டா?" என்று எழுந்தாள். "உனக்கென்ன பைத்தியமா பிடிச்சுயிருக்கு நேரம் கெட்ட நேரத்துல ... நீயே இப்படி பயந்தா எப்படி ...?" என்றேன். சூரியன் முற்றிலும் சரிந்து, வளவுக்கரையில் மஞ்சளாக வெயில் அடித்தது. அதுவும் கொஞ்ச நேரத்தில் காணாமல் போயிற்று. சிம்னி விளக்குகளை எடுந்து துடைத்தேன். எண்ணை இல்லாத விளக்குகளுக்கு

எண்ணை ஊத்தினேன். லாம்பை எல்லாம் கொழுத்திவிட்டு, அடுப்பாங்கரைக்கு போனேன். தங்கச்சியிடம், "சாப்பிட்டிங்களா?" என்றேன். "சாப்பிடல" என்றாள். பரண் பானைகளை ஒவ்வொன்றாக இறக்கி வைத்தேன். அரிசி, கருப்புக்கட்டி இருக்கிறதா என்று பார்த்தேன். நல்லவேளை இரண்டும் இருந்தன. முதலில் காப்பிப் போட்டு இறக்கி வைத்தேன். எல்லாத்துக்கும் ஆத்தி கொடுத்தேன். திண்ணையில் சோர்வாய் படுத்திருந்த மல்லிகாவை எழுப்பி 'காப்பி குடி' என்று டம்பளரை கொடுத்தவுடன், சத்தங்காட்டாமல் வாங்கி குடித்தாள். காப்பி தொண்டை குழிக்குள் இறங்கியதுமே கொஞ்சம் தூக்கி விட்ட மாதிரி இருந்தது. அடுப்பில் உரை ஊத்தி வைத்தேன்.

ஏழு மணி சுமாருக்கு வெளியில் சலசலப்புக் கேட்டது. ஓடிப்போய் படலையை திறந்து கொண்டு மல்லிகாதான் முதலில் போய் பார்த்தாள். நான் கிடந்த அரிசியை பொங்கி வடித்த கையோடு வெளியில் வந்தேன். தெரு விளக்குகள் ஒண்ணு ரெண்டு எரிந்து கொண்டிருந்தன. அம்மன்கோவில் முன்னே ஒரு சிறு கூட்டம் கூடியிருந்தது. கூட்டம் கூட்டமாக பொம்பளையாட்கள் நின்று பேசிக் கொண்டிருந்தார்கள். அம்மங்கோவில் வெளிச்சத்தில் "ஏளா.... நீங்க இங்கத்தான் இருக்கியளா?" என்று ஒருத்தி எங்களைப் பார்த்து வர, அந்த கூட்டமே எங்களை சூழ்ந்து கொண்டது "ஏளா... பூவதி இந்தா ஒம்மவா!" இன்னொருத்தி சொல்லவும், அப்போதுதான் நான் எங்கம்மாவை பார்த்தேன். பதறிப் போய் ஓடி வந்தாள். பரட்டை மாதிரி கிடந்த தலை முடி காற்றில் பறக்க, அப்படியே ஒண்ணா ஆவி சேர்த்தாள். பக்கத்தில் நின்ற மல்லிகாவை பார்த்து "ஒங்களுக்கு ஒண்ணும் ஆகலையே!" என்று கையையும் காலையும் பார்த்து உச்சி மொகர்ந்தாள். ஆளுக்கொரு கையாக எங்களைப் பிடித்துக் கொண்டு "தெருவுலே ஒரு ஆம்பளை பாக்கி கிடையாது எல்லாத்தையும் பிடிச்சிகிட்டுப் போயிட்டாங்க!" என்றாள். "வீட்டுக்கு வாங்க" என்று கூப்பிட்டுக் கொண்டு போனாள். "ஏதோ நடந்தது நடந்துப் போச்சு என்ன செய்ய முடியும்? நானும் ஒங்களை காலையிலே தேடிக்கிட்டுத்தான் இருக்கேன். இவ்வளவு நேரம் போலீஸ் ஸ்டேசன் முன்ன தான் காத்துக் கிடந்திருக்கு!" சும்மா இருந்த ஆட்களை எல்லாத்தியும் பிடித்து வச்சுகிட்டு வுடமாட்டுக்கானுவே... கொள்ளையுலே போவானுவே..." அம்மா புலம்பிக் கொண்டு இருந்தாள். மல்லிகா பேசவில்லை. நான்தான் "ஆஸ்பத்திரியிலே எவ்வளவு பேரு இருப்பாங்க" என்று கேட்டேன். "பொம்பளையாட்க ரெண்டு மூணு பேரே

சொன்னாங்க. மல்லிகா, அம்மே, முக்கு ஹூடு ராசாத்தி, சொனாங்காட்டு கருப்பாயி. மல்லிகா, உங்க அம்மைக்கி மிதியாம்! மத்தாளுக்கெல்லாம் தலையிலே அடி! சரியான அடின்னாங்க. ராசாத்திக்கு தான் அடி பெலமா" என்றவள். "இருங்க நான் உலையை ஊத்தி வச்சிட்டு வாரேன்" என்று வீட்டுக்குள் அம்மா போகும் போது, உடனே தங்கச்சி "யம்மா அக்காசோற பொங்கி வடிச்சுவச்சுட்டா?" என்றாள். "அப்படியா?" என்றவள், புளிதொவையல் அரைக்கப் போனாள். லாம்பை திண்டி எல்லோருக்கும் வட்டாக தட்டுகளை கழுவி சோறு போட்டாள். திண்ணையில் படுத்திருந்த மல்லிகாவை எழுப்பி "சாப்பிட வாம்மா?" என்று கூப்பிட்டாள். மல்லிகா முதலில் வேண்டாம் என்றாள். "இதுக்கு போய் இப்படி பயந்தா எப்படி. எழுந்திரு, உக்காரு, சாப்பிடு" என்றாள். அம்மா சத்தத்தை கேட்டு உடனே எழுந்து கொண்டாள். முகம் கைகால்களை கழுவி விட்டு சாப்பிட உக்கார்ந்தோம்.

எல்லோரும் விட்டுக்குள்ளே படுத்துக் கொண்டோம். தூக்கம் வரவில்லை. மல்லிகா இரண்டு மூன்று தடவைகள் புரண்டு புரண்டு படுத்தாள். அம்மா எப்படியோ தூங்கி விட்டாள். தங்கை, தம்பிமார்கள் நல்ல தூக்கம், பல மாதிரி நினைத்து குழும்பி, நான் எப்போது தூங்கினேனோ எனக்கு தெரியாது. தூக்கத்தில் சிக்கலான பல கனவுகள். காலையில் என்னை அம்மாதான் எழுப்பினாள். மல்லிகா எனக்கு முன்னே முழித்து, வெளித் திண்ணையில் போய் குத்த வைத்திருந்தாள். அப்போது தான் கரு கரு வென்று விடிந்து கொண்டிருந்தது. தெரு விளக்குகள் இன்னும் எரிந்து கொண்டிருந்தன. குளிர் இன்னும் பிரியவில்லை. நடந்த சம்பவங்களை இப்போது நினைத்தாலும் வயிறு என்னமோ செய்தது. காலையிலே திரேகம் ரொம்பவும் அசதியாக இருந்தது. அளத்துக் காட்டில் பகல் முழுவதும் வேணா வெயில் உழைத்து விட்டு வந்து படுத்த எழுந்தா கூட இந்த அசதி இருக்காது. அதை விட மோகமாக இருந்த உடல் அலுப்பு. "என்ன உக்கார்ந்திருக்க எழுந்திரு. சீக்கிரமா மூணு பேரும் காட்டுக்கு போயிட்டு வந்து விடுவோம் என்று அம்மா அவசரப்படுத்தினாள். அதன் பிறகு நான், மல்லிகா, அம்மா, மூணு பேரும் காலைக் கடனை முடிப்பதற்காக காட்டுக்கு புறப்புட்டோம். வழக்கமாக அதிகாலை இருட்டில் நடந்து பழக்கப்பட்ட காலுகளுக்கு இன்று என்னமோ அச்சமாக இருந்தது. கொஞ்சம் விரசலாகவே போனோம். திரும்பும் போது நன்றாக விடிந்து விட்டது.

காலையிலேயே தெரு ஆட்கள் வீட்டு வேலைகளை எல்லாம் முடித்துவிட்டு, பரபரப்பாக காணப்பட்டார்கள். ஒவ்வொரு குடும்பத்தில் ஓராளாவது பாதிக்கப்பட்டிருப்பார்கள்? ஆம்பளையாட்களை போலீஸ் பிடிச்சுக்கிட்டு போயிருக்கு? மீட்கணுமே? எப்படி மீட்பது? இது தான் இப்போது பிரச்சனை. மல்லிகா "நான் ஆஸ்பத்திரிலே போய் எங்கம்மையை பார்த்துட்டு வரட்டா" என்றாள். உடனே எங்கம்மா. "இனி நானும் ஆஸ்புத்திரிக்கு வாரேன். மொதல்ல தொட்டிலே தண்ணீயிருக்கு ரெண்டு பேரும் குளிங்க. பெறவு கஞ்சை குடிச்சுட்டு போவோம்" என்றாள். மல்லிகா சத்தங் காட்டவில்லை. வழக்கம் போல விடியக்காலம் வேலைகளை ஒன்றும் குறை வைக்காமல் செய்திருந்தாள் அம்மா. அடுப்பு எரிசாம்பலை எடுத்து பல்லை தேய்த்தேன். முதலில் மல்லிகா தான் குளித்தாள். அவளுக்கு உடுமாற்ற சேலையை எடுத்து வந்து கொடுத்தேன். அவள் வந்த பிறகு நான் குளித்தேன். கடைசியாக அம்மா குளித்தாள். அதற்குள் எல்லோரும் முழித்து விட்டார்கள். எல்லோரையும் குளிப்பாட்டி விட்டாள். தொவையல் அரைத்தேன். கஞ்சி குடித்தோம். தங்கச்சியிடம் வீட்டை பார்த்துக் கொள்ள சொல்லி விட்டு புறப்பட்டோம். எங்களை மாதிரிதான் ஆட்கள் ஸ்டேசனுக்கும் ஆஸ்பத்திரிக்குமாய் புறப்பட்டுப் போய்கொண்டருந்தார்கள். மெயின் ரோட்டுக்கு முன்ன ஏகப்பட்ட ஆட்கள் நின்றார்கள். கைகுழந்தையுமாய் புள்ளக்குட்டியுமாய் பொம்பளையாட்கள் தான் ஜாஸ்தி, கக்கன் பார்க் முன்ன நின்ன கூட்டத்த போலீஸ் ஒன்றும் செய்யவில்லை. அவுங்க எல்லாம் கடை பலகைகளிலும் அங்கன்ன இங்கன்ன நின்று கொண்டிருந்தார்கள். காலையிலே போலீஸ்காரர்கள் குளித்து சுத்தமாக காக்கி சட்டைகளை போட்டு, டிப் - டாப்பாக நின்றார்கள். அப்போதுதான் சங்கத்தை நன்றாகப் பார்த்தோம். அடித்து நொறுக்கி இருந்தார்கள். மேசை நாற்காலிகள், பெஞ்சுகள் எல்லாம் நொறுங்கிப் போய் கிடந்தன. வெயிலில் உடைந்த கண்ணாடி துண்டுகள் மின்னின.

ஒம்பது மணி சுமார்க்கு இன்னும் இரண்டு போலீஸ் வேன்களில் போலீஸ் பட்டாளம் பட்டாளமாக வந்து இறங்கினார்கள். திமு திமுவென்று இறங்கிய அவர்களைப் பார்த்து அங்கன இங்குன நின்ற ஆட்கள் எல்லாம் ஓட்டம் எடுத்தார்கள். எல்லோருக்கும் தன்னப்பயம். அந்த ஒரு மணி நேரமாக ரோடு வெறிச்சென்று கிடந்தது. வீட்டு வாசல்களில் நின்று பதட்டமும் பயமும் நெஞ்சில் இருந்து வெளியில் வர, எட்டி எட்டி பார்த்து பைய பைய வெளியில் வந்தார்கள். அதற்குப் பிறகு தான் வெளியில் தலை காட்டினார்கள்.

கொஞ்சம் கொஞ்சம்மாக ரோடுக்கு முன்னே மாதிரி ஆட்கள் வந்தார்கள். நேற்றைய மாதிரியே சரியான வெயில், ரோட்டில் தார் இளகி கண்ணாடியாய் மின்னியது. ஆட்கள் ஓட்டமும் நடையுமாக போய் வந்தபடி இருந்தார்கள். திடீர் திடீரென்று சேதிகள் வந்தன.

அவ்வளவு பேரையும் கோர்ட்டுக்கு லாரிகளில் ஏத்திக் கொண்டு போவதாக சொன்னதும் விழுந்தடித்துக் கொண்டு பெரியாஸ்பத்திரி முன்ன இருக்கும் கோர்ட்டுக்கு ஓடினோம். எல்லோருக்கு முன்ன சொன்ன மாதிரி ரொக்க ஜாமீன்கள். சொத்து ஜாமீன்கள், வீட்டு பத்திரங்கள், வீட்டு தீர்வை கட்டிய ரசீதுகள், குடும்ப அட்டை கூப்பன்கள், இதை எல்லாம் கொடுத்தாலும் கோர்ட் செலவுக்கு கேட்கும்போது எல்லாம் கொடுக்க நோட்டாக பணம் இவ்வளவுக்கும் எங்க போவது? அதுதான் குழப்பம். ஆனாலும் தெருவே கோர்ட்டைப் பார்க்க விழுந்தடிச்சு ஓடியது.

ஆஸ்பத்திரியை ஒட்டித்தான் கோர்ட். தெருவில் இருந்து ஒரு விருட்டில் வந்து நின்றோம். முன்னால் எல்லாம் கோர்ட்டுக்கு போக வேண்டுமானால், மூணு மைலுக்கு அங்க, முனிசிபல் பக்கம் போக வேண்டும். ஒரு பழைய ஓட்டு கட்டிடத்தில் இருந்தது. மாவட்டமான கையோடு இங்க பெரியாஸ்பத்திரி முன்ன பெரிய கட்டிடமாக கட்டி விட்டார்கள். நாங்க எல்லோரும் கோர்ட் முன்ன கூடியிருந்தோம். அன்னா அன்னான்னு மணி இரண்டுக்கு, லாரி செட்டுகளுலே இருந்து ஓசிக்கு நாலு லாரிகளே வாங்கி நேத்து பிடித்து விட்டு போன தெரு ஆம்பளையாட்கள் எல்லோரையும் ஏற்றிக் கொண்டு வந்து இறக்கினார்கள். இறக்கியவர்களை போலீஸ்காரர்கள் வரிசைப்படுத்தினார்கள். பிறகு எண்ணினார்கள். தூரத்தில் நின்று பார்த்தோம். வேடிக்கையாக இருந்தது. ஊர்வலத்தில் போனவர்கள், போகாதவர்கள் எல்லோரும் இன்றைக்கி கைதி! என்ன நாயம்?

மல்லிகா அப்பாவை பார்க்க முடிந்தது. ஆட்களோடு வரிசையில் நின்ற மதுரை வீரன் கை அசைத்தார். எல்லோரும் சோர்வாக இருந்தனர். ஆனாலும் தைரியமாக இருந்தார்கள். மல்லிகா எல்லோரையும் பார்த்த பிறகுதான் ஓர் அமைதியான நிலையில் அவளுடைய முகம் வந்தது. புதிய தெம்பு வந்தது போல உற்சாகமாக இருந்தாள். "காம்ரேட் தாத்தாவை காங்கலேயே!" என்றாள். நானும் சின்ன மாடசாமி தாத்தாவெ எங்க? என்று தேடினேன்.

அப்போதுதான் அந்த கிளிப்பச்சை காரை நான் கவனித்தேன். அந்த காரையும், அந்த காரில் இருந்து இறங்கும் ஆட்களையும்

பார்த்தேன். எதிரில் நின்ற வேப்ப மர நிழலில் நிற்கும் காரில் இருந்து இறங்கும் ஆட்கள் - அளத்து காங்காணிமார்கள் - கணக்கு பிள்ளைகள் - இன்னும் எப்போதாவது அடி மடியில் பணத்தை கட்டிக் கொண்டு மொத்தமாக உப்பு வாங்கி வரும் சால்ட் வியாபாரிமார்கள் - இன்னும் நான் முன்ன பின்னக் கண்டிராத ஆட்கள் - கொஞ்சம் தள்ளி நின்ற இரண்டு போலீஸ் பஸ்கள் மத்தியில் நின்ற அந்த ஐந்தாறு பெரிய போலீஸ் அதிகாரிகளைப் பார்த்து பலவிதமான வணக்கங்களை சொன்னார்கள். ரொம்பவும் சர்வ சாதாரணமாக பேச ஆரம்பித்து விட்டார்கள். அனேகமாக எல்லோர் கை விரல்களிலும் சிகரெட் புகைந்தன. அந்த கும்பலில் சொள்ளமுத்து கங்காணியை அப்போதுதான் கவனித்தேன். ஏனோ உடம்பு நடுங்கியது. ஏதோ சதி ஒன்று நடக்கப் போவதாக நெஞ்சு உறுத்தியது. அந்த சூழ்ச்சி தான் என்ன? என்ன திட்டமிட்டு வந்திருக்கிறார்கள்? ஊர்வலத்தில் கல் வீசி கலைத்தவர்கள் இவர்களாக இருக்குமோ? பலாத்துக்காரம் செய்ய வந்த அந்த அளத்து பணக்காரன் மறைமுகமாக இருந்து ஏதோ சூழ்ச்சியான வேலைகளை செய்கிறானா? "என்ன, எங்க பார்த்து யோசிச்சுகிட்டு இருக்க?" என்று மல்லிகா உசுப்பினாள். "அந்த பாரு?" என்று அந்த காரை காட்டினேன்.

முதலாம் பாகம் முற்றிற்று.

பாகம் - 2

1

தனியாக காம்ரேட் தாத்தாவை ஒரு போலீஸ் ஜீப்பில் கொண்டு வந்து இறக்கினார்கள். தாத்தாவுக்கென்று தனி மதிப்பு கொடுத்தார்களோ என்னமோ? ஜீப்பில் இருந்து இறங்கியவுடனே கட்சியாட்கள் அவரை சூழ்ந்து கொண்டு பேசினார்கள். நாங்கள் ஜீப்பருகில் நெருங்கவும், போலீஸ்காரர்கள் எங்களை அடிக்க வருகிற மாதிரி துரத்த ஆரம்பித்து விட்டார்கள். பிறகு தாத்தாவை கோர்ட்டுக்குள் அழைத்துச் சென்றார்கள். அந்த பச்சை கலர் கார் கோர்ட் வாசலில் இருந்து கொஞ்சம் தூரமாக நின்றது. 'ஏன் இந்த கார் இங்கே வந்து நிற்கிறது?' என்ற குழப்பங்களுக்கெல்லாம் இப்போதுதான் விடையும் கிடைத்தது.

நாங்கள் ஒரு படியாக கோர்ட்டுக்குள் போய் விட்டோம். பெரிய சிமெண்ட் கிராதி ஜன்னல்கள் வழியாக அங்கு நடப்பவைகளைப் பார்த்தோம். கோர்ட்டில் நாலு நாலரை மணிக்கு கோர்ட்டார் முன்னால் ஆஜர் படுத்தப்பட்டனர். அவ்வளவு பேருக்கும் சங்கம் சார்ந்த கட்சி வக்கீல் ஒருவர் ஆஜரானார். நல்ல வளர்த்தி. கொஞ்சம் வழுக்க தலை, பெரிய கண்ணாடி போட்டிருந்தார். அவர் ஆஜரான கையோடு, இன்னொரு வக்கீலும் ஆஜரானார். ஏப்பா எங்களுக்காக ரெண்டு வக்கீலா என்று முதலில் ஆச்சரியப்பட்டுப் போனோம். முதல் வக்கீல், கட்சி வக்கீல், இரண்டாவது வக்கீல் யார்? தெரு ஜனங்களுக்காக வாதாட என்ன உரிமை? இதுலே வேறு நகரத்தில் உள்ள பிரபலமான வக்கீலாம். இவர் இப்படி வந்து ஆஜராகுவார் என்று யாரும் கனவில் கூட நினைத்திருக்க முடியாது. எல்லோர் மீதும், மொத்தமாக, 'கலவரங்களை செய்து பொது மக்களுக்கும் சேதம் விளைவித்ததாக' வழக்கு. கட்சி வக்கீல் எல்லோருக்கும மொத்தமாக ஜாமீன் தாக்கல் செய்தார். அவரை அடுத்து அந்த வக்கீலும் ஜாமீன் தாக்கல் செய்தார். அதன் பிறகு தான் 'இவர் யார்?' என்று தெரிந்தது. எனக்கு கையும் ஓடவில்லை. காலும் ஓடவில்லை. திரேகத்தில் தீ பிடித்துக் கொண்டதைப் போலாகிவிட்டது. அந்த காருக்கு சொத்தக்காரர் - அன்றைக்கு என்னை கெடுக்க வந்தவன் - அந்த முதலாளி - அந்த பணக்காரன் - அவந்தான் இவ்வளவு பேருக்கும் ஜாமீன்!.

அவன் வக்கீல் சொன்னார். 'இவுங்க அப்பாவி ஏழை ஆதிதிராவிட மக்கள். இவர்களை கலவரங்களை செய்ய யாரோ தூண்டியிருக்கிறார்கள். கலவரங்களுக்கும் இவர்களுக்கும் சம்பந்தமில்லை. தூத்துக்குடி உப்பு உற்பத்தியாளர்கள் கட்டுப்பாட்டில் இருக்கும அளங்களில் வேலை செய்பவர்கள். இவர்கள் அனைவருக்கும் இந்தாருங்கள் ஜாமீன்' என்று எதையோ கொடுத்தார். கோர்ட்டார் யாரையும் விசாரிக்கவில்லை. ஒரு ஐந்து நிமிடங்களில் பிரச்சினையை முடித்து விட்டார். 'இனி என்னைக்கு கோர்ட் சம்மன் வருகிறதோ அன்று வாருங்க' என்றார். அவ்வளவுதான். நாங்கள் திமு திமு வென்று வெளியில் வந்தோம்.

அதற்குள் கோர்ட் வாசலில் ஐந்தாறு அளத்து லாரிகள் ரெடியாக வந்து நின்றன. எல்லாமே திட்டம்போட்டு செய்தது போல இருந்தது. "வாங்க...வாங்க...! லாரியிலே வந்து ஏறுங்க. லாரிக தெருவுக்குத்தான் போகுது. நம்ம முதலாளி தங்கமான முதலாளி உங்களுக்கெல்லாம் அவுரு இன்னும் எவ்வளவோ செய்ய காத்துக்கிட்டு இருக்காரு!" என்று கண்காணிமார்க ரொம்ப உற்சாகமாக அழைத்தார்கள். அவ்வளவுதான், கொஞ்ச ஆட்க எதையும் முன்ன பின்ன யோசிக்காம, அவனுக லாரிகளில் போய் ஏறினார்கள். "ஆம்லே... அந்த முதலாளி நல்ல மனுஷந்தான்...! இல்லன்னா அவரும் நமக்கு ஜாமீன் எடுக்க ஒரு வக்கீலை அனுப்புவாரா!" என்றார்கள். பாவம், அப்பாவி ஜனங்க என்றது சரியாகத்தான் போச்சு. இன்னா இருக்கிற தெருவுக்கு நடந்தே போகலாம். எவனோ ஓசிக்கு லாரிகளை கொண்டு விட்டதும் பாதிக்கு மேல் ஆட்கள் மள மள வென்று லாரியில் ஏறுவார்களா என்ன? ஏதோ வெளியூர்களுக்கு பயணம் போகிற மாதிரிதான். அவங்களுக்கெல்லாம் ரொம்ப சந்தோஷம். கங்காணிமார்களை கேட்கவா வேண்டும்? என்னமோ வானத்திலே இருந்து குதித்தவர்கள் மாதிரி துரு துரு வென்று அலைந்தார்கள். மதுரைவீரன் சில பையமார்களைக் கூட்டிக் கொண்டு போய் லாரியில் ஆட்கள் ஏற விடாமல் முதலில் தடுத்துப் பார்த்தார். "ஒருத்தரும் லாரிகளுலே ஏறிராதிங்க. ஏதோ சதி நடத்த இந்த லாரி கொண்டு வந்து வுட்டுருக்கானுவே!" என்று எவ்வளவோ சொல்லிப் பார்த்தார்கள். யாரும் கேட்பதாகவே தெரியவில்லை. 'போடா போ' என்பது போல லாரிகளில் ஏறிக்கொண்டே இருந்தார்கள்.

சங்கத்தார் மட்டுமே மிஞ்சி நின்றோம். பொதுவாக தெரு ஆட்க, ஏறலாமா ஏறக்கூடாதா என்று தயங்கியவர்கள்கூட கொஞ்சம் கொஞ்சமாக ஏறிவிட்டனர். லாரிகள் புறப்பட்டுப்

போய்விட்டது. அந்த வக்கீல்தான் சொல்வார்: 'இப்படித்தான் இருக்கும் மக்கள் மனநிலை. நம்ம தான் போராடி ஒரு வழிக்கு கொண்டு வர வேணும்.' தாத்தா இதைப்போல எத்தனையோ மக்களைப் பார்த்து பார்த்து அனுபவங்களை கண்டவரைப்போல பெருமையோடு நின்றார். மதுரை வீரனுக்குத்தான் சரியான கோபம், "நம்ம எல்லோரும் போயி அவ்வளவு பேரையும் கை கால்களை பிடிச்சி கர கரன்னு இழுத்து வெளியே போட்டிருக்கணும்! அதை விட்டுட்டோம்" என்று முணு முணுத்துக் கொண்டேயிருந்தார். அவரோடு சேர்ந்து பையமார்களும் உணர்ச்சி வசப்பட்டனர். தாத்தா தான் "இப்பம் நம்ம ஒண்ணும் செய்யக்கூடாது?" என்று அமைதிப்படுத்தினார்.

பைய பைய தெருவை பார்க்க நடந்தோம். எங்களுடன் கட்சி வக்கீல் கூடவே நடந்து வந்தார். தெருவே ஜே ஜே வென்று இருந்தது. லாரிகளில் வந்து தெரு ஆட்கள் இறங்கி நின்றார்கள். அந்த பச்சை கலர் காரும் பின்னாலே வந்து நின்றது. ஏகப்பட்ட கண்காணிமார்கள், தெரு, மெயின் ரோட்டோரங்களில் நின்றார்கள்.

"அட்வான்ஸ் கொடுக்காங்களாம். அட்வான்ஸ்!" என்று ஆட்கள் விழுந்தடித்து ஓடினார்கள். நினைக்க முடியாததெல்லாம் நடந்தது. ஒரே ஆச்சரியம்! நல்ல காலத்திலே, 'அட்வான்ஸ்' என்று அழுது அழுது கேட்டாலும் லேசில் கொடுக்க மாட்டார்கள். தீபாவளி நெருங்க இரண்டு நாளோ மூன்று நாளோதான் இருக்கும். நாயப்படி தீபாவளி போனஸ் கொடுக்கணும்! கடல்நீரை வார்த்து உப்பாக்கி வருஷம் முழுவதும் பணத்தை அள்ளும் முதலாளிமார்களுக்கு ஒரு நூறு ரூபாய் காசை அட்வான்ஸாக கொடுக்க மனசு வராது. அல அலன்னு அலைய வேண்டியது இருக்கும். மூணு நாலு தடவை தட்டி போடுகளை சங்கங்களில் இருந்து வைப்பார்கள். பிறகு இரண்டு மூன்று நாட்கள் பேச்சு வார்த்தைகள் நடக்கும். ரொம்ப கஷ்டப்பட்டு முதலாளிமார்கள் அட்வான்ஸ் கொடுக்க சம்மதிப்பார்கள். வாரம் வாரம் கூலி போடும் போது அட்வான்ஸ் தொகையை பிடித்துக் கொள்வார்கள். அடுத்த தீபாவளி முட்டும் ஒங்க அளத்திலேதான் வேலை செய்வேன். அடுத்த அளத்துக்கு வேலைக்கு போக மாட்டேன்! என்று எழுதி வைத்திருக்கிற பாரத்திலே வேறு கையெழுத்து போட வேண்டும். தீபாவளிக்கு அட்வான்ஸ் வாங்கினால், பிறகு வீட்டில் ஒரு நல்லது. பொல்லாதது, ஒரு சடங்கு காட்சி என்று வரும் போது ஒரு நூறு ரூபாய் காசுக்காக கங்காணிமார்களை கெஞ்சுகிற கெஞ்சல், பரிதாபம். கங்காணி

மனசு வைத்தால் தான் இடையில் அட்வான்ஸ் என்று ஏதாவது பணம் கிடைக்கும். ஒரு மூச்சு அலைந்த பிறகு, கங்காணிக்கு மனம் இரங்கினால் உண்டு. இல்லை என்றால் இல்லை. இரங்கி விட்டால் முதலாளிமார்களிடம் கூட்டிக் கொண்டு போவான். எடுத்துச் சொல்வான். அதிலும் கிடைத்தால்தான் உண்டு!.

இப்போது என்னடா என்றால் வலிய தெருவுக்கு வந்து, அட்வான்ஸ் கொடுக்கிறார்களாம்! ஆளுக்கு 100 ரூபாய். வாரம் 10 ரூபாயாக 10 வாரம் பிடித்துக் கொள்வார்களாம்! தெருவே விழுந்தடித்து அம்மங்கோவில் முன் கூடி விட்டது. அவுங்க அவுங்க கங்காணிகிட்ட வாங்கிக்காங்கன்னதுதான், நான் முந்தி, நீ முந்தி என்று எல்லாக் கங்காணிக முன்னும் நீண்ட கியூ நின்றது. கணக்க பிள்ளை ரெடியாக எழுதி வைத்திருந்த பாரங்களில் ஒருவர்க்கு ஒருவர் கையெழுத்துப் போட்டார்கள். இதுக்கென்று ஐந்து ரூபாயை பிடித்துக் கொண்டார்கள். ஐந்து ரூபாய் பிடித்தம் என்பது கொஞ்சம் தான். மற்ற நேரமாக இருந்தால், ஐந்து என்ன? பத்து பதினைந்து ரூபாய்களை பிடித்துக் கொண்டுதான் மீதியை கொடுப்பார்கள். இப்போது கொடுக்கும் இந்த தொகை நிச்சயமாக எவ்வளவோ ஏந்தலாகத்தான் இருக்கும். சந்தேகமில்லை. ஆனால் என்ன காரணத்தால் இப்படி இப்போது அட்வான்ஸ் கொடுக்கிறார்கள்? இப்பம் கொடுக்கணும்ன்னு என்ன அவசியம் வந்தது? சின்ன சின்ன மீனை போட்டு பெரிய மீனை பிடிக்க முயற்சிகள் நடக்கிறதா என்ன?

அடுத்த நாளே தெருவில் ஓர் சகஜ நிலமை திரும்பி விட்டது. எல்லோரும் அட்வான்ஸ் வாங்கிய சந்தோஷத்தில் வேலைக்கு திரும்பி விட்டார்கள். அம்மா கூட எனக்கு தெரியாமல் அந்த 95 ரூபாயை வாங்கி இருந்தாள். அவளை என்ன சொல்ல என்று எனக்கு தெரியவில்லை. சரியான எரிச்சல். "அவனுக தாரான்னு நீயும் வாங்கி இருக்கியா?" என்றேன். "இந்த பணத்தை வாங்கி வூடு என்ன நிறைஞ்சா போகும்?" என்றேன். உடனே அம்மா "எல்லோத்துக்கும உள்ளது நமக்கும். சும்மாவா கொடுக்கானுக... வாரம் வாரம் 10 ரூபாய் பிடிச்சுக்கிடத்தான் போரானுவ" என்றாள். இரண்டு நாட்களாக அந்த பணத்தை எல்லோரும் மினுக்மினுக்கென்று செலவு செய்தார்கள். ஏக ஜாலி. ஓட்டமும் நடையுமாக இருந்தார்கள். கவலைகள் எல்லாம் மறந்து போயிற்று.

சாயந்திரம் வேலை முடிந்து வீட்டுக்கு வந்தவள், அப்படியே திண்ணையில் உக்கார்ந்து விட்டேன். ஒன்னும் ஓடவில்லை.

குததுக்காலிட்டு உக்காந்திருந்தவள் அப்படியே சரிஞ்சி படுத்துவிட்டேன். மூஞ்சி மொகரை கூட கழுவவில்லை. அன்னைக்கு என்னை கெடுக்க வந்த போது தப்பி வந்தேனே... அதைப்போல குழப்பமான மன நிலை இப்போது இருந்தது. இன்று பகலில் வேலை செய்யும் போது முழுவதும் தெரு நினைப்புதான். இதில் வேறு மதுரை வீரன் ஒரு குண்டை தூக்கிப் போட்டார். அப்படியே அசந்துப் போய் விட்டேன். மெயின் ரோட்டை ஒட்டி போல்டன்புரத்தில் புதுசா ஒரு சாராயக் கடை வருகிறதாம். கடையை அந்த முதலாளி திறக்கானாம்! "நிசந்தானா?" என்று திரும்பவும் கேட்டேன். "இந்த வாரத்துலே சாராயக்கடை திறக்காங்க" என்றார். எனக்கு தலையே கனத்துப் போயிற்று. "அதுக்கு தான் அந்த அட்வான்ஸ் நாடகமெல்லாம்! "ஊர்வலத்துலே கல்லெறிஞ்சு கலாட்டா செய்தது, எல்லாத்தையும் போலீசை விட்டு பிடிக்கச் சொன்னது, எல்லாமே அவன் ஏற்பாடு தான்!" என்று மதுரை வீரனும் மல்லிகா அப்பாவும் மாறி மாறி சொன்ன போது என் உடம்பில் உள்ள நரம்புகள் அத்தனையும் துடித்துப் புடைத்தன. பணக்காரனை லேசில் எதுக்க முடியாதா? இந்த கேள்விக்கு பதில் கிடைக்காமல் மேலும் மேலும் மனம் குழம்பிப் போனது.

பள்ளிக்கூடம் விட்டு தங்கை, தம்பிமார்கள் வந்தார்கள். அம்மா வேலை முடிந்து வந்தாள், "என்ன ஒரு மாதிரி படுத்திருக்க?" என்றாள். நான் ஒன்றும் சொல்லவில்லை. எழுந்து குளிக்கப் போனேன். குளித்துவிட்டு வரும் போது அம்மா காப்பி போட்டு தந்தாள். எட்டு மணி சுமார்க்கு, மல்லிகா எனக்கு உண்டான கூலியை வாங்கிக் கொண்டு வந்தாள். அம்மா அவளிடம், "ஏளா, தெரு முன்ன சாராயக் கடை வருதாமே நெஜந்தானா?" என்று கேட்டாள். உடனே மல்லிகா சொன்னாள். "சாராயக்கடை மட்டுமில்ல. பெரியாஸ்பத்திரிக்கு போகுற பாதையிலே உள்ள காட்டை பூறா விலைக்கி வாங்கி இருக்கா அந்த முதலாளி!" "ஒனக்கு யார் சொன்னா?" என்றாள் அம்மா. "எங்க அய்யாதான்" "இத வரவிடாம செய்ய ஏதாவது செய்யறாங்களா?" "வீர மச்சான் பையன்மார திரட்டிக்கிட்டு இருக்கு. இந்த சாராயக்கடையை இங்க வரவிடாம தடுக்க" என்றாள் மல்லிகா. அவள் ரொம்ப நேரம் இருந்து பேசி விட்டுப் போனாள்.

எல்லோரும் பள்ளிக்கூடம் போய் விட்டார்கள். கண்ணாடி பார்த்து தலை சீவினேன். முன்னால் உள்ள முடிகளெல்லாம் செம்பட்டை அரும்பிப் போயிருந்தது. இவ்வளத்துக்கும் நான் தலை முடியை முழுவதும் மறைத்து துணியை வைத்து நன்றாக

கட்டி, அதற்கு மேல் சும்மாடு வைத்து தான் உப்பு பெட்டி சுமக்கிறேன். அப்படியிருந்தும் செம்பட்டை விழுந்து விட்டது. திரேகம் நன்றாக கருத்துப் போய் விட்டது. ஆறு மாசத்துக்கு முந்தி வீட்டில் இருக்கும்போது உடம்பு மினுமினுப்பாய் இருந்தது. அடிச்சிய வெயில் முழுவதும் உடம்பில் பட்டு, சட்டைபோட்டு சேலை கட்டி வெயில் படாத உள் உடம்பு கொஞ்சம் கலராகவும், அடி கால், கை, தலையெல்லாம் நன்றாக கருமை கண்டு அச்சாக இருந்தன. வயது வந்த பிள்ளையை வேலைக்கு விட வேண்டாம் என்று சொல்லும் காரணங்களில் இதுவும் ஒன்றாக இருக்கலாம். ட்ரங்குபெட்டியை திறந்து சேலையை எடுத்தேன். எப்போதாவது வெளியில் கட்டிக் கொண்டு போவதற்காக வைத்திருந்த சேலைகளில் நல்ல சேலையாக ஒன்றை எடுத்துக் கொண்டேன். அந்த சேலையில் எங்காவது ஓட்டை இருக்கிறதா என்று திரும்ப திரும்ப பார்த்துக் கொண்டேன். பிறகு சுருக்கு வைத்து, அடிக்கால்கள் வரை இழுத்து விட்டு உடுத்திக் கொண்டேன். மஞ்சள் அப்பி இருந்த முகத்தில் கொஞ்சம் பவுடர் போட்டுக் கொண்டிருந்தபோது, மல்லிகா வந்தாள். "போவோமா?" என்றாள்.

தெருவில் இருந்து ரொம்ப பக்கம் தான் மாவட்ட பெரியாஸ்பத்திரி. இரண்டு எட்டு வைத்தால் போய் விடலாம். அவ்வளவு பக்கம். நாங்கள் தெருவை திரும்பி மெயின் ரோட்டுக்கு வரும் போது, கடையின் முன்னால் கிடந்த பெஞ்சில் உக்கார்ந்திருந்த கொள்ளமுத்து கங்காணி பல்லை ஈ ன்னு காட்டினான். என்னமோ எனக்கு திக்கென்று இருந்தது. சமாளித்துக் கொண்டேன். இருவரும் வேகமாக நடந்தோம். "என்ன தூரமா?" என்று குரல் கொடுத்தான். நாங்கள் ஒன்றும் பேசவில்லை. மல்லிகாதான் திரும்பிப் பார்த்தாள்.

பேசிக் கொண்டே நடந்தோம். காலை வெயில் சுள்ளென்று அடித்தது. மணி ஒம்பதாகி இருந்தது. குழப்பமான நினைவுகள் மங்கி, சிறிது குதூகலம் மனதில் ஏற்பட்டிருந்தது. ரோட்டில் ஜன நடமாட்டம் ஜாஸ்தியாக இருந்தது. பள்ளிக்கு செல்லும் பிள்ளைகள் சீர் உடையில் பளிச்சென்று போனார்கள். சைக்கிளில் போவோர்கள் வேகமாகப் போனார்கள். காலை அவசரம் எல்லோரிடமும் இருந்தன. மல்லிகா அந்த சினிமா சுவரொட்டியை பார்த்து ஏதோ சொன்னாள். அந்த சினிமா சுவரொட்டியை பார்த்தவுடனே ஏனோ என் முகம் உடனே மாறிப்போனது. சிரித்துக் கொண்டேன். சின்ன சிரிப்பு, வெளியில் தெரியாத சிரிப்பு. அந்த படம் நூறு நாட்களை கடந்து சக்க போடு

93

போடுகிறது. வெள்ளி விழா வைர விழா என்று ஓடினாலும் ஓடும். ஒரு மோசமான கதை. ஒரு அப்பாவி பெண்ணை ஒரு வாலிபன் கடத்திக் கொண்டு போய் கற்பழித்து, பின்னால் மனம் திரும்பி அவளை அவனே கலியாணம் செய்து கொள்ளுகிறான். ஏழு பாட்டு. ஏழு பாட்டும் இனிமையானது. இப்போது இந்த பாட்டை ரேடியோவில் கேட்டாலும் நின்று கேட்கலாம். அவ்வளவு இனிமை "அந்த படத்துக்கு போகலாமா?" என்று திரும்பவும் கேட்டாள். நான் அந்த படம் பார்த்தாகிற்று. நானும் அம்மாவும் போய் பார்த்தோம். "முடிஞ்சா சாயந்திரம் போவோம்" என்றேன்.

நாகரிகமான உடையில் எங்க வயசுள்ள இரண்டு பெண்கள் எங்களை கடந்து போனார்கள். கல்லூரியில் படிப்பவர்களாக இருக்க வேண்டும். ஏனோ அவர்களைப் பார்த்த மாத்திரத்தில் பிடிக்கவில்லை எனக்கு. ஏன் பிடிக்கவில்லை என்று தெரியவில்லை. ஒரு குடும்பம் மகிழ்ச்சியோடு போய்க்கொண்டிருந்தது. ஒரு வயசு வந்த பெண் ஒத்த தாவாணிப் போட்டிருந்தாள். இரண்டு தம்பிமார்கள், அப்பா, அம்மா. கோவிலுக்குப் போகிறார்களா? கடவுளே இந்த குடும்பத்துக்கு அமைதியும் சந்தோஷத்தையும்கொடும் என்று வேண்டிக் கொண்டேன். ஒரு டவுன் பஸ் வேகமாக கடந்து போனது. ஒருவன் மணியடித்துக் கொண்டே சைக்கிளில் போனான். இரண்டு போக்கிரி ராஸ்கல்கள் எங்களை இடிப்பது மாதிரி வந்து சற்று பல்லைக் காட்டி விலகிப் போனார்கள். நாங்கள் திரும்பி அந்த பயல்களை ஏசிக் கொண்டே நடந்தோம்.

நாங்கள் பெரியாஸ்பத்திரிக்கு போகும் முன் பழ வண்டிக் காரனிடம் பேரம் பேசி நாங்கைந்து ஆரஞ்சு பழங்களை வாங்கி வைத்துக் கொண்டோம். ஆஸ்பத்திரி காம்பவுண்டுக்குள் ஆட்கள் அங்கேயும் இங்கேயுமாக போய் வந்து கொண்டிருந்தார்கள். சைக்கிள் ஸ்டாண்டில் ஏகப்பட்ட சைக்கிள் இருந்தன. அந்த டீக்கடை வியாபாரம் சுறு சுறுப்பாக நடந்தது. "ஒங்க அம்மைக்கு சாப்பாடு ஒழுங்கா கொடுக்கியா? என்றேன். "சாப்பாடு பொங்கி கொண்டு வரட்டான்னா, வேண்டானுட்டா. ஆஸ்பத்திரியிலே மூணுநேரமும் சாப்பாடு கொடுக்காங்களாம். காலையில் காப்பி, சாயங்காலம் காப்பி, காலையிலே ரொட்டி, மத்தியானம் சோறு, ராத்திரி ரொட்டி, போதுன்னுட்டா" என்றாள். நாங்கள் பெரிய கேட்டை கடந்து ஆஸ்பத்திரி படி ஏறினோம்.

டெட்டாயில் நெடி நாசியைச் தொட்டது. வெள்ளை வெளேரென்னு உடை உடுத்திய ஒரு நர்சு எங்களை கடந்து

போனாள். நாங்கள் 12ம் நம்பர் வார்டுக்குள் சென்று 14ம் நம்பர் வார்டுக்குள் நுழைந்தோம். வார்டுக்கு வார்டு கூட்டம் ஜாஸ்தியாக இருந்தது. இன்னும் ஒரு மணி நேரம் இருக்கிறது. அதற்குள் பார்த்து விட்டு வெளியில் வர வேண்டும். எலும்பு முறிவு வார்டுக்குள் நுழையும் போது குமட்டும் நாற்றம் முகத்தில் அடித்தது. அந்த பெரிய ஹாலில் வரிசையாக போடப்பட்டிருந்த கட்டில்களில் கால் உடைந்தவர்களும், கை உடைந்தவர்களும் தலையில் பெரிய வெட்டுக் காயங்களுடன் கிடந்தார்கள். கார் விபத்து, கீழே விழுந்தவர்கள், அடி, தடி, வெட்டு, கேஸ் என்று ஊனமுற்று கட்டிலில் கிடந்தார்கள். எங்கு பார்த்தாலும் நோயாளிகள். மல்லிகா அம்மா காலில் இருந்த கட்டை அவுத்திருந்தார்கள். ராசாத்தி பெரியம்மைக்கு இன்னும் தலையில் கட்டு அப்படியே இருந்தது. தெரு ஆட்கள் ஐந்தாறு பேர் நின்று பேசிக் கொண்டிருப்பது தெரிந்தது.

அருகில் சென்று பார்த்த போது, தெரு பையமார்கள் தான் நின்றார்கள். "இன்னைக்கி பாளையங்கோட்டைக்கு போவதா சொன்னாங்க. எங்கையா, வீரன் மச்சான், எல்லாம் காங்கலையே" என்று மல்லிகா கேட்டாள். "டவுணுக்கு போயிருக்காங்க, இப்பம் வந்து விடுவாக. இங்க வந்த பெறவு தான் பஸ்ஸ்டாண்டுக்குப் போயி பஸ் ஏறனும்" என்றார்கள். "அத்தை ஒங்களுக்கு எப்படி இருக்கு?" என்றேன். "பரவாயில்ல" என்றாள். ராசாத்தி பெரியம்மா தான் பாவம். கண் மூடி அப்படியே கிடக்கிறாள். "ராத்திரி பூரா கண்ணுக்கு உறக்கம் கெடையாது" என்றாள் அத்தை- மல்லிகா அம்மா. "ஒங்களுக்கு கால் வீக்கம் எப்படி இருக்கு?" என்று நான் கேட்டேன். "நல்லா வத்திற்று" என்றாள். தெருவில் என்ன நடக்கு என்று கேட்டு தெரிந்து கொண்டாள். "அதுக்காக சுட்டிதான் எல்லோரும் பாளையங்கோட்டைக்கு போயிருக்கோம்." என்று பையமார்கள் சொன்னார்கள். பிறகு "ஆம்பளையாட்களை எந்த வார்டுல வைத்திருக்கு?" என்று கேட்டு அவர்களைப் பார்க்கப் போனோம். போகிற வழியில் ஓர் பெந்தேகோஸ்காரர் "ஏசுவே.... ஏசுவே.... என்று ஜெபம் செய்து கொண்டிருந்தார். ஓராளு 'காப்பி .... காப்பி ...." என்று கூவிக் கொண்டே போனார்.

ரொம்ப நாளைக்கு பிறகு இன்று மனம் லேசாய் இருந்தது. மல்லிகா கூட சுவாரஸ்யமாக இருந்தாள். நாங்கள் பத்து மணிக்கு மேலே புறப்பட்டோம். தெருவுக்கு வரும் போது. அந்த பச்சை கலர் கார்மெயின் ரோட்டில் நின்றது. அதைப் பார்த்த உடனே ஒரு வகையான நடுக்கம் உடல் முழுவதும் பரவி, கொஞ்ச நேரத்துக்கு

முன்னால் உள்ள மன சந்தோஷம் மறைந்து போயிற்று. "சொன்ன மாதிரி ஏதோ சூழ்ச்சி தான் நடக்கிறது" என்று மனதில் முனுமுனுத்துக் கொண்டேன். மல்லிகா, "சாராயக்கடை திறக்கிற விஷயமாகத்தான் இந்தக் காரு இங்க அலையுது" என்றாள். சாராயக்கடை வைப்பதற்கு வேறு இடமே கிடைக்கவில்லையா? தெருவுக்குள் வந்து வைக்க வேண்டிய அவசியம், இந்த ஏரியாவில் தான் குடிகாரர்கள் ஜாஸ்தி இருக்கிறார்களா? நன்றாக விற்பனை நடக்கும். இது போதாது என்று 'ஏலே என்னை சந்திக்கு இழுத்தீங்க. பாரு, ஒங்கள என்ன செய்கிறேன்!' என்ற இறுமாப்போடு அந்த பணக்காரன் இங்கே கடை திறக்கிறானா? இதை தடுக்கவே முடியாதா? இங்கு உள்ள எல்லோரும் அவனே கெதி என்று காலில் விழுந்து விட்டார்களா? இந்த நஞ்சுப் பாம்பை இப்போதுஅடிக்கா விட்டால் பிறகு யாரை எல்லாம் கடிக்கப் போகிறதோ? எனக்கு மனசுக் கிடந்து அறுத்தது. "ஏன் நீ ஒரு மாதிரி ஆயிட்ட?" என்றாள் மல்லிகா. பிறகு அவளே தான் சொல்வாள். "நீ பயப்புடாத நம்ம காம்ரேட் தாத்தாஇது விஷயமாகத்தான் யாரையோ பார்க்கப் போறாங்க" என்று. "நல்ல முடிவு ஏற்பட்டா சரிதான்" என்றேன்.

இந்தமாதிரி வேலைகளைச் செய்ய காம்ரேட் தாத்தா மாதிரி ஆட்களால் தான் முடியும். ஏற்கனவே ஊர்வலம், அடி தடி, கேஸ் தாத்தா பாளையங்கோட்டையிலிருந்து வரனும். உடைந்து போன சங்கத்தை முதலே புதுப்பிக்கணும். நூறு ரூபாய் காசுக்காக ஓடிப் போகும் தெரு ஜனங்களிடம் இங்கு சாராயக் கடை வந்தால் வரும் நஷ்ட துன்பங்களை எடுத்து சொல்ல வேண்டும். எல்லோரும் களத்தில் இறங்கும் போது நானும் இறங்கித்தான் ஆகனும். கொமரு பிள்ளை ஆம்பளை மாதிரி அலைகிறா பாரு என்று ஊர் ஏசத்தான் செய்யும். பெண்ணாகப் பிறந்தது முதல் தப்புதான். இல்லை என்றால் என்னை மானபங்க படுத்த நினைத்த அந்த முதலாளி; இப்போது அவன் முயற்சி தோல்வி அடைந்தவுடன், அவனுக்கு எதிர்ப்பு தோன்ற ஆரம்பித்தவுடன், அவன் முகத்தை வெளியில் காட்டாமலே, அவன் தனக்கென்று ஓர் ஆதரவை சம்பாதித்துக் கொண்டானே. கைவசம் ரவுடிக் கும்பல் . வீசி எறிய பணம். இப்போது தெரு முன்னே சாராயக் கடை?

சாயங்காலம் நாலு மணிக்குப போல என்னை மல்லிகா வந்து எழுப்பினாள். மத்தியானம் கூட சாப்பிடாமல் அப்படியே தூங்கி இருக்கிறேன். எதை எதையோ நினைத்து, பிறகு எப்படியோ தூங்கி விட்டேன். "காம்ரேட் தாத்தா வந்தாச்சு, பாக்க வாரியா?" என்றாள். அப்படியா, எப்போம் வந்தாங்க?" என்று ஆச்சரியமாக

கேட்டேன். "இப்பம் தான் வந்திருக்கணும்" என்றாள். அவசரமாக எழுந்து புறப்பட்டு, நேராக தாத்தா வீட்டுக்கு தான் போனோம். வீட்டில் ஏகப்பட்ட கூட்டம் நின்றது. அவ்வளவு பேரையும் இடித்துக் கொண்டு தான் உள்ளே போக வேண்டியதாய் இருந்தது. அப்போது தான் அளத்துக் காட்டுக்கு வேலைக்கு போனவர்கள் எல்லாம், கையில் சும்மாட்டு துணிகளும் தூக்கு சட்டிகளும் ஆட நேராக தாத்தா வீட்டுக்கு வந்தார்கள். தாத்தா உள் வீட்டில் நாற்காலியில் உக்கார்ந்திருந்தார். உற்சாகம் அவர் முகத்தில் தெரிந்தது. கேட்கிற கேள்விகளுக்கெல்லாம் பதில் சொன்னார். "காம்ரேட் அந்த முதலாளி தெருவுக்கு முன்ன புதுசா சாராயக்கடை திறக்கப் போகிறான்" என்று ஒருவர் சொன்னார். தாத்தா ரொம்பவும் நிதானமாகக் கேட்டார். "இந்த இடத்துல இது வராம தடுக்கணும் மொதல்ல" என்றார் இன்னொருவர். "நம்மயிடத்துலேயே வந்து, நம்ம முன்னாலே அவன் சாராயக் கடையை திறக்கான். நம்ம பாத்துக்கிட்டிருக்க கூடாது. இது ஏதோ சூழ்ச்சி செய்கிற மாதிரி இருக்கு. மொதல்ல இந்த சாராயக் கடையை தெருவுலே தெறந்து வைச்சிட்டு, பெறவு இதுல இருந்து தெருவுக்கு ஏதோ சூழ்ச்சி செய்யப் போகிறதா படுது" என்றார்கள் சில ஆட்கள்" என்ன மாமா உடம்புக்கு எப்படியிருக்கு. தாவலையா?" "என்ன தாத்தா உடம்புல அடி கிடி இல்லையே?..." "காலு வலி எப்படியிருக்கு?" என்றார்கள். தாத்தா எல்லோருக்கும் பதில் சொன்னார். "தாத்தா, சங்கம் உடைஞ்சி கிடக்கு. எப்பம் கட்டப் போறீங்க?" என்ற போது, "கட்டுவோம். காரை கட்டடமாக கட்டுவோம்" என்றார். "நாளைக்கு காலையிலே போலீஸ் ஸ்டேஷனுக்குப் போய் மொதலே ஒரு மனுவைக் கொடுத்து வைப்போம்..." என்று தாத்தா சொன்ன உடனே மதுரை வீரனுக்கு சரியான கோபம் "போலீஸ் மைத்த கிழிச்சது. பணம் கொடுக்கிறவனுக்காக அது பேசும். அங்க போயி சொல்லட்டா யார் அடிக்கா?" என்றார். "போலீஸ்க்கு சொல்ற கடமை, சொல்லி வைப்போம்" என்றார். "இப்போமே எழுதுங்க. காலையில் மொத வேலையா போய் போலீஸ் ஸ்டேஷனுல கொண்டு கொடுத்துடலாம்" என்று மல்லிகா அப்பா தான் சொன்னார். உடனே தாத்தா மேஜை ட்ராயரை திறந்து பேப்பர் பேனாவை எடுத்து வரச் சொன்னார். "யாருக்கும் எழுத தெரியுமா, எழுதத் தெரிஞ்சவங்க எழுதுங்க. நான் சொல்லுகிறேன்." என்றார். எல்லோரும் ஒருவர் முகத்தை ஒருவர் பார்த்துக் கொண்டார்கள். பிறகு தாத்தாவே எழுதத் துவங்கும்போது, நான் எழுதுகிறேன் தாத்தா என்றேன். எல்லோரும் என்னை ஆச்சரியமாகப் பார்த்தார்கள். 'உனக்கு எழுத தெரியுமா?" என்று வீரன் கேட்டார்.

நான் சின்ன சிரிப்பு சிரித்து, தலையை மட்டும் ஆட்டிக் கொண்டேன். "என்ன படிச்சுயிருக்க?" என்று தாத்தா கேட்டார். "எட்டு" என்றேன். "மேற்கொண்டு படிச்சா என்ன?" என்றார் அதற்கு நான் பதில் ஒன்றும் சொல்லவில்லை. உண்மையிலே எனக்கு படிக்க ஆசை தான். அடுத்தடுத்து தங்கை தம்பிமார் பிறந்தவுடன் "பொட்டச்சிக்கு என்ன படிப்பு வாழுது" என்று என் படிப்பை நிறுத்தி, பிள்ளைகளை தூக்கப் போட்டு விட்டாள் அம்மா.

"இப்படி உக்காரும்மா" என்றார் தாத்தா. கொஞ்சம் பயத்தோடு தான் அந்த பெஞ்சு விழிம்பில் உக்கார்ந்தேன். அட்டை, தாள், பேனா எல்லாம் கொடுத்தார். பழைய காலண்டர் அட்டையில் ஒரு சின்ன பாப்பா சிரித்தது. அதற்கு மேல் பேப்பரை வைத்துக் கொண்டேன். தாத்தா சொல்லச் சொல்ல எழுதினேன். தெருப் பொது மக்கள் கொடுப்பது போல மனு இருந்தது. தாத்தா நிறையவே சொன்னார். பாதி எழுதிக் கொண்டிருக்கும் போது வாங்கி படித்துக் கொண்டார். தப்பு இல்லாமல் என் கையெழுத்து நன்றாக இருப்பதாகப் புகழ்ந்தார். பிறகு சொல்ல ஆரம்பித்தார். அவர் என்ன சொல்கிறார் என்று கேட்டு எழுத ஆரம்பித்தேன். இடை இடையே நானும் சில யோசனைகளைச் சொன்னேன். அவரும் விளக்கம் தந்தார். "சிலவற்றையும் சேர்த்து எழுதிக்க" என்றார். இந்த சாராயக்கடை இங்கு வந்தால் ஏற்படக்கூடிய தொந்தரவுகள் தொல்லைகள். இதனால் ஏற்படக்கூடிய சண்டை சச்சரவுகள். இந்த முதலாளி எப்படிப்பட்டவன் என்பதை சுருக்கமாக விளங்கும்படியாகவும் எழுதிக் கொண்டேன். மனுவை எழுதி முடிக்க இரண்டு பக்கங்களாகி விட்டன. தாத்தா வாங்கி படித்தார். பிறகு மதுரை வீரனிடம் கொடுத்து "எல்லோரிடமும் கையெழுத்து வாங்கிக்க" என்றார்.

தெரு வாசிகள் என்ன கையெழுத்து, எதுக்கென்றெல்லாம் கேட்க மாட்டார்கள். போடு என்கிற இடத்தில் கையெழுத்துப்போடக் கூடியவர்கள். வீரன் உடனே வந்தவர்களிடம் முதலில் கையெழுத்து வாங்க ஆரம்பித்து விட்டார். தாத்தாவை ஆட்கள் பார்த்துவிட்டு போய் வந்த வண்ணமிருந்தார்கள். லாம்ப் எரிந்தது. புதுசு புதுசா ஆட்கள் தாத்தாவை பார்க்க வந்தார்கள். எங்க அம்மா கூட தாத்தாவை பார்க்க வந்திருந்தாள். யாரும் தாத்தாவிடம் சரியாக பேசமுடியவில்லை. அவ்வளவு கூட்டம். டவுனில் இருந்து நிறைய கட்சிக்காரர்கள் வந்து விட்டார்கள். அம்மா, "வீட்டுக்கு வாரியா?" என்று வப்பிட்டாள். நானும் புறப்பட்டேன். மல்லிகா அவள் அப்பா அருகில் இருந்து கொண்டாள்.

வீட்டுக்கு வரும்போது சிம்னி விளக்கின் ஒளியில் ஐந்தாறு ஆட்கள் உக்கார்ந்து பேசிக் கொண்டிருந்தார்கள். "என்ன விஷயம்" என்று விளங்கவில்லை. வளவளவென்ற பேச்சொலி வெளியில் வரை கேட்டது. அம்மாசி தாத்தா மட்டும் தெரிந்தவர். இவர்கள் எல்லாம் எதற்காக வந்திருக்கிறார்கள் என்று யோசித்துக் கொண்டே வீட்டிற்குள் வந்தேன். பேசிக் கொண்டிருப்பவர்கள் என்னை கண்டு கொள்ளவேயில்லை. அம்மாவும் அவர்கள் பேச்சில் கலந்து கொண்டாள். நான் வீட்டுக்குள் போய் நின்று அம்மாவை கூப்பிட்டேன். அம்மா வந்தாள். "இவுங்க என்னத்துக்கு இங்க வந்திருக்காங்க? என்றேன்." "அண்ணனை அந்த சாராயக் கடைக்கு வேலைக்கு கூப்பிடுறாங்க!" என்று ரொம்ப சாதாரணமாகத்தான் சொன்னாள். என் உடல் அதிர்ந்து போயிற்று. அம்மாவை நிமிர்ந்து பார்த்தேன். "நீ என்னம்மா சொன்ன?" என்று கேட்டேன். "நா என்ன சொன்னே? நீங்க ஆயிரம் ரூபாய் கொடுத்தாலும் என் மவன் அங்க வேலைக்கு வரமாட்டான்னுதான் சொன்னேன்" என்றாள். இதைக் கேட்ட போது 'அப்பாடி' என்றிருந்தது. எங்கே அம்மா மாச சம்பளத்துக்கு அந்த சாராயக்கடைக்கு அண்ணனைஅனுப்ப சம்மதித்து விடுவாளோ என்று பயந்து போய் விட்டேன். நல்ல வேளை கடவுள் காப்பாற்றினார். இன்னும் அம்மா மேல் எனக்கு சந்தேகம் இருக்கத்தான் செய்தது. அவளை நம்ப முடியாது. அம்மாவுக்கு இரு மனசு. ஒருவேளை என்னிடம் இப்படி சொல்லிட்டு, வேனா வெயில்ல ரிக்ஷா ஓட்டி சாவுரதுக்கு இது பரவாயில்லை என்று சாராயக்கடைக்கு "வேலைக்கு போலெ" என்று அண்ணனை அனுப்பினாலும் அனுப்பி விடுவாள்!. அப்படிப்பட்ட ஆளு தான் அம்மா. இல்லை என்றால் அந்த மோசமான முதலாளியால் பாதிக்கப்பட்டவள் நான். அவனால், மகள் பாதிக்கப்பட்டு, அதன் விளைவால் நடந்த ரகளை, போலீஸ், கோர்ட், கேஸ் என்று கூட நினைவு இல்லாமல், அவன் கொடுத்தான் என்று அட்வான்ஸ் நூறு ரூபாயை வாங்கிக் கொண்டு வந்தவள்தானே அவள்!.

பெரிய விபரீதம் நடக்கப் போவதை என்னால் உணர்ந்து கொள்ள முடிந்தது. இல்லை என்றால் என்னை கெடுக்க நினைத்தது மட்டும் அல்லாமல், எங்க தெரு முனையிலே சாராயக் கடையை திறக்க ஏற்பாடுகளை செய்து விட்டு, இப்போது எங்க வீட்டில் ஒருவரை சாராயக் கடையில் வேலைக்கு அமர்த்திக் கொள்ளும் துணிவு! எவ்வளவு தைரியம் இருந்தால் இவ்வளவு தூரத்துக்கு இறங்குவான்? தெருவில் ஏகப்பட்ட குடிகாரர்கள் இருக்கிறார்கள். அண்ணன் கூட ஒரு குடிகாரன்தான். கணக்கெடுத்தால் வீட்டுக்கு

ஒருவர் தேறுவார்கள். இதை எல்லாம் அனுசரித்து இதுதான் நல்ல நேரம் என்று சாராயக் கடையை திறக்கப் பார்க்கிறான். பணம் இருந்தால் எதையும் சாதிக்கலாமா? இதை எப்படி தடுப்பது? அதுதான் ஒன்றும் தெரியவில்லை.

மறுநாள் காலையில் நான் கண் விழித்தபோது உடம்பெல்லாம் வலித்தது. அம்மா எழுப்பும் போது, சத்தங்காட்டாமல் திரும்பி படுத்தேன். திரும்பவும் எழுப்பும் போது "என்ன, இன்னைக்கு வேலைக்கு போகலையா?" என்றாள். ஒரே சோம்பலாக இருந்தது. அண்ணனைப் பற்றி ஞாபகம் வந்தது. நல்ல காலத்திலேயே அண்ணனை வீட்டில் பார்க்க முடியாது. இனி சாராயக் கடையில் வேலைக்கு சேர்ந்து விட்டால் அவன் பாடு கொண்டாட்டம்தான். இனி அவனைக் கையில் பிடிக்க முடியாது. குடிக்க தண்ணி, கையில் காசு, என்று அலைவான். யார் கேட்க முடியும்? எழுந்து போய் திண்ணையில் உக்கார்ந்து கொண்டேன். தம்பிமார்கள் சண்டை போட்டுக் கொண்டிருந்தார்கள். ஆச்சி நல்ல தூக்கம். அம்மா வீட்டு வேலைகளைப் பார்த்துக் கொண்டிருந்தாள். எந்த சுறுசுறுப்பும் இல்லாமல் அப்படியே உக்கார்ந்து இருந்தேன். அம்மா, "இந்தா காப்பியை குடி" என்று டம்ளரை நீட்டினாள். வாங்கி குடித்தேன்.

காலை குழப்பமாக கழிய தொடங்கியது. அம்மா, "ஊட்டப்பாத்துக்க?" என்று சொல்லி விட்டு வேலைக்கு புறப்பட்டுவிட்டாள். எல்லோரும் பள்ளிக்கு போய்விட்டார்கள். தெருவில் ஜனநடமாட்டம் குறைந்திருந்தது. வெயில் நன்றாக ஏறிவிட்டது. மனதில் கவலையும் குழப்பங்களும் மிஞ்சிக் கிடந்தன. இன்றைக்கு உள்ளபடியே வேலை இல்லைதான். வேலைக்கு போனால் எந்த கவலையும் நினைக்கத் தோன்றாது. வேலைக் கவனமே சரியாக இருக்கும. எவ்வித குழப்பங்களும் வராது. அலையும் மனுதுக்கு கொஞ்சம் அமைதி கிடைக்கும். ஓடி ஓடி வேலை செய்யும்போது மனதில் வேறு ஒன்றும் நினைக்கத் தோன்றாது. ஒரு வேளை இன்று இருக்கிற குழப்பங்களில் வேலை செய்ய முடியாமல் போனாலும் போகுமோ? அப்படியே இன்று வேலை இருந்தாலும் 'இன்னைக்கு உடம்புக்கு சரியில்லை' என்று சொல்லிவிட்டு வீட்டுக்கு திரும்பினாலும் திரும்பி இருப்போமோ? தலை கனத்தது. வேலை இல்லாமல் போனது ஒரு வகையில் மகிழ்ச்சி. வீட்டில் இருக்க் முடியவில்லை. உரத்து அடிக்கும் வெயிலைப் பார்த்து மணி பத்தை தாண்டி இருக்கும் என்று நினைத்துக் கொண்டேன். "ஆச்சி வெத்தலை இடிக்கணுமா?" என்று கேட்டேன். "வாண்டாம்" என்றாள். தண்ணி மட்டும் கேட்டாள். மொகண்டு கொண்டுவந்து கொடுத்தேன்.

காலையில் வருகிற மல்லிகாவை இன்னும் காணுமே என்று அவள் வீட்டுக்குப் புறப்பட்டேன். மல்லிகா வீடு பூட்டிக்கிடந்தது. பக்கத்து வீட்டுக்காரி அவ அம்மையை பார்க்கஆஸ்பத்திரிக்கு போய் இருப்பதா சொன்னாள். சங்கம் இருந்தாலாவது அங்கயாவது போயிருக்கலாம். இப்போது சங்கமும் இல்லை. நேராக காம்ரேட் தாத்தா வீட்டுக்கே நடந்தேன். தாத்தா வீட்டில் சிறிது கூட்டம் இருந்தது. நைட்டோடு நைட்டாக கையெழுத்து வாங்கிய தாள்களை எல்லாம் மதுரை வீரன் கையில் வைத்திருந்தார். சங்க பணியாளர் என்னைப் பார்த்து 'வாம்மா' என்றார். வராண்டா நாற்காலியில் இருந்து, எதிரில் உக்கார்ந்திருப்பவர்களிடம் எதையோ பேசிக் கொண்டிருந்த தாத்தா என்னைப் பார்த்து ரொம்பவும் கனிவாக, "இப்படி வந்து உக்காரும்மா" என்றார். அந்த் கட்டிலில் போய் உக்கார்ந்து கொண்டேன். பொம்பளையாள் என்று நான் மட்டும் தான் இருந்தேன். கொஞ்ச நேரத்தில் பெரியாச்சி எல்லோருக்கும் கும்பாவில் சுட சுட 'வடி தண்ணி' கொண்டு வைத்து, ஆத்தி டம்ளரில் கொடுத்தாள். எல்லோரும் வாங்கிக் குடித்தோம். கொஞ்சம் கெதியாக இருந்தது. "போலீஸ் ஸ்டேஷனுக்கு போகிறோம். வாரியாம்மா?" என்று தாத்தா கூப்பிட்டார். போலீஸ் ஸ்டேனுக்கா என்று பிரமித்தேன். சின்ன அதிர்ச்சியாக இருந்தது. ஏதோ அசட்டு துணிச்சலில் தலையை மட்டும் ஆட்டி சம்மதம் தெரிவித்தேன். அந்த மனுவை திரும்பவும் வாங்கி பார்த்துக் கொண்டார். ஓராளு அதை எல்லாம் ொங்கி ஒழுங்காக கவருக்குள் மடித்து வைத்தார். "போகலாமா?" ௭ன்றார். நாங்கள் எல்லோரும் புறப்பட்டோம். இப்போது எனக்கு வேறு எதையும் நினைக்கத் தோன்றவில்லை. உள்ளுக்குள் பயமாக இருந்தது. போலீஸ் ஸ்டேஷனுக்கு போகிறோமே என்ற பயம். மனத்தை திடப்படுத்திக் கொண்டேன். என்னானாலும் சரி இந்த இடத்தில் சாராயக்கடை வரவிடாமல் தடுக்க வேண்டும் என்ற தைரியத்தோடு தான் நானும் புறப்பட்டுப் போனேன்.

நாங்கள் தெருவில் இறங்கி நடந்தோம். காம்ரேட், மதுரை வீரன், பணியாள், மல்லிகா அப்பா, இன்னும் அஞ்சாறு வாலிப பையமாரு, இப்பளவுபேருல நான் மட்டும் தான் பெண். முதல்ல எனக்கு ஒரு மாதிரியாகத்தான் இருந்தது. இருந்தாலும் மனதை திடப்படுத்திக் கொண்டேன். சாதாரணமாக நான் சொந்தக்காரங்க வீட்டுக்குக் கூட போவது கிடையாது. அபூர்வமாக எப்போதாவது அம்மா கூட போயிருக்கிறேன். இப்போது போலீஸ் ஸ்டேஷனுக்கு என்றவுடன் நெஞ்சு திக்கென்று இருந்தது. நான்

ஸ்டேஷனுக்கு போவது தெரிந்தால் அவ்வளவுதான். அம்மா திங்கு திங்கு என்று குதித்தாலும் குதிப்பாள். ஏசுவாள். வைவாள். என்ன சொன்னாலும் அதைப்பற்றி எனக்கு கவலையில்லை.

வீட்டுக்கு வந்து அப்படியே படுத்துவிட்டேன். மத்தியானம் சாப்பிடக்கூடவில்லை. தங்கச்சி வந்து எழுப்பினாள். அலுப்போடு கண்ணைத் திறந்து பார்த்தேன். நாலு மணிக்கு மல்லிகா வந்து "என்ன தூக்கமா" என்றாள். எழுந்து உக்கார்ந்தேன். "போலீஸ் ஸ்டேஷனுக்கு போனீயாமே?" என்றாள். "போய் பிரயோசனமில்லை." "என்ன?" அந்த போலீஸ் அதிகாரி தட்டிக் கழிக்கிறார். இந்த சாராயக் கடையை நகட்ட முடியாதாம். சாராயக்கடையை ஏலம் எடுத்திருக்கிறது அவனில்லையாம். வேற ஆளாம்!" "எனக்குத் தெரியும். இப்படித்தான் வரும்னு. இருந்தாலும் பரவாயில்லை. நம்மதான் போராடி இந்த சாராயக்கடையை நகத்தனும்". ம்... முன்னால போராடி ரெண்டா போச்சு. இனிமையும் போராடணுமா?" "என்ன நீ அதுக்குள்ள சோர்ந்துட்ட?" "நான் சோரல. நம்ம எல்லோரும் ஒன்று போல திரண்டு போய் அந்த சாராயக் கடையை ஆளுக்கொரு பிடி பிடிச்சு, ஆணி வேற அக்கு வேறா எடுக்கணும்!" என்றேன். கோபமாக இருந்தது. எழுந்து போய் முகத்தைக் கழுவினேன். "பயப்புடாத. வீரன் மச்சான் பையமார திரட்டிக்கிட்டு இருக்கு. ஒரு முடிவு வராம போகாது." "எந்த வழியானாலும் சரிதான். இந்த சாராயக்கடையை தூக்கி எறிஞ்சா போதும்." "இதை உட்டு வைச்சா இதனால் வர்ற பிரச்சனைகள் படு மோசமாயிருக்கும். ஏற்கனவே இவனுகளால நம்ம பாதிக்கப்பட்டிருக்கோம். இது காணாதுன்னு இப்ப சாராயக்கடை முளைச்சி இருக்கு. இந்த விஷயத்தை சாதாரணமாக நெனைக்க முடியாது. இது அதுபாட்ல இருந்துட்டு போகுதுன்னு இருந்தோம் அவ்வளவுதான்" நான் பேச பேச மல்லிகா கேட்டுக் கொண்டே இருந்தாள். பிறகு "நீ ரொம்ப உணர்ச்சி வசப்படற... நீ வேணும்னா பாரு. இந்த சாராயக்கடையை அப்புறப்படுத்த ஒரு போராட்டமே நடக்கப்போகுது" என்றாள்.

மறுநாள் வேலை இருந்தது. நான், மல்லிகா எல்லோரும் அளத்துக்குப் போனோம். சிப்சம் வெட்டி அள்ள வேண்டிய வேலை. மல்லிகா. அப்பா, மதுரை வீரன் எல்லாம் வேலைக்கு வரவில்லை. வேறு ஆள் கைக்குள் தான் வேலை செய்ய வேண்டியதாயிற்று. அவர்கள் இருவரும் கலெக்டரிடம் இன்று மனு கொடுக்கப் போவதாக போய் விட்டார்கள். ஆனால் இவ்வளவு எதிர்ப்புக்குள்ளும், தெரு எதிரில் உள்ள பெரிய காட்டுப்

பாதை நிலத்தில், மெயின் ரோட்டையும் தெருவை பார்ப்பது போல, அந்த சாராயக்கடைக்கு இரவு பகலாக வேலைகள் மும்முரமாக நடந்தன. ஐந்தாறு கொத்தனார்களும், பத்து பதினைந்து சித்தாளுகளும், கையாட்களும் வேலை பார்த்தார்கள். மூட்டை மூட்டைகளாக சிமெண்ட் வந்து இறங்கியது. ஆத்து மணல் லாரி லாரியாக கொண்டு வந்து தட்டினார்கள். முக்காணி செங்கல்கள் லாரிகளில் வந்து இறங்கின. கடைக்கு பின்னால் பல ஏக்கர் கணக்கில் விரிந்து உடங்காடாக நின்றது. அந்த காட்டையேஅவன் விலைக்கு வாங்கி விட்டதாக சொன்னார்கள். இந்த காட்டில் வளர்ந்து கிடக்கும் உடையை வெட்டி விற்றால் கூட பல ஆயிரம் ரூபாய்க்கு விலை போகும். ஆனால் ஒன்று, ஏதோ ஒரு திட்டத்தோடு தான் இங்கு இவ்வளவு வேலையும் பார்ப்பதாக எனக்குப் பட்டது.

வேலை முடித்து வீட்டுக்கு வர மணி ஆறு ஆறரைக்கு மேலாகி விட்டது. ஐந்து மணிக்கே வேலைகள் எல்லாம் முடிந்து விட்டாலும், கூலியை வாங்கி வர சுணங்கியது. வீரன் வேலைக்கு வந்திருந்தால் கூலி வாங்கி தரும் பொறுப்பு அவருக்கு போயிருக்கும. தெருவுக்கு வரும் போது கூலி வாங்கிக் கொள்ளலாம். வேற ஆட்களிடம் வேலைக்குப் போனால், அளத்தில் வைத்தே கூலி போடுவார்கள். சில்லரைக்கு அலைய வேண்டும். உடனேயும் சில்லரையும் கிடைக்காது. லாரியில் பீங்கான் ஆபீஸ் முக்கில் வந்து இறங்கினோம். அதுலே இருந்து தூக்கு சட்டிகள் ஆட ஆட நடந்தோம்.

சக்கன் பார்க்கை பார்க்க நடக்கையில் முதலில் கண்ணில் பட்டவர் காம்ரேட் தாத்தாதான். இரண்டு மூன்றாட்களுடன் ரோட்டின் ஓரமாக நின்று பேசிக் கொண்டிருந்தார்கள். மல்லிகா தான் "என்ன தாத்தா, இங்குன்ன நிக்கீங்க?" என்றாள். "என்ன, வேலைக்கு போயிட்டு வர்ரிங்களா?" என்று சிரித்தார் தாத்தா. "ஓடச்சிப் போட்ட சங்கத்தை புதுசா எழுப்பணும்மில்ல? அதற்குத்தான் வேல நடக்கு" என்றார். கொஞ்சம் தள்ளி, ரோட்டில் இருந்து உள்ளடங்கி இருந்த சங்கத்தை ரோட்டில் இருந்து இறங்கிப் பார்த்தோம். சங்கம் முழுவதுமாய் பிரிக்கப்பட்டிருந்தது. ஓர் ஏழு எட்டு ஆட்கள் நின்று வேலை பார்த்துக் கொண்டிருந்தார்கள். மதுரை வீரன் மும்முரமாக வேலையில் இருந்தார். மல்லிகா அப்பாவை காணவில்லை. நாங்கள் பழையபடியே ரோட்டுக்கு ஏறினோம். "என்ன தாத்தா, சங்கத்தை எப்படி கட்ட போறீங்க?" என்று நான் கேட்டேன். "ஒரேடியாக காரை கட்டிடமாகத்தான் கட்டணும்" என்றார். "பணம் அதிகமாகத்தான் செய்யும். இறங்கி

ஆட்க கிட்ட பிரிக்கனும்" என்றார். "கட்டிட வேலயை என்னைக்கு தொடங்கப் போறீங்க என்ற போது, "இந்த வாரமே துவங்க வேண்டியதுதான்" என்றார். நேரமாகி விட்டபடியால் "தாத்தா நாங்க போயிட்டுவாரோம்" என்று சொல்லிவிட்டு நடந்தோம்.

சங்கத்தை அன்னைக்கு அந்த கருங்காலிகள் உடைத்துப் போட்டது ஒரு வகைக்கு நல்லது தான். இல்லையென்றால் சங்கம் காரை கட்டிடமாக எழும்புமா. தெரு கிட்ட வரும்போது அந்த சாராயக் கடை நன்றாக கட்டி முடிக்கப்பட்டதை பார்க்க முடிந்தது. இன்னும் இரண்டு மூன்று நாட்களில் கடையை திறந்து விடுவார்கள் போலத் தெரிகிறது. அதற்குள் தடுத்தாகனும்.

"எங்க அம்மையை பார்க்க வரியா?" என்று மல்லிகா கூப்பிட்டாள். "மணி இப்பமே ஆறை தாண்டி விட்டது. இதுக்குப் பெறவு குளிச்சிட்டு சாப்பிட்டு போக முடியுமா?" என்று நான் கேட்டேன். "இன்னைக்கு பூரா பாக்கலே. எனக்கென்னமோ பயமா இருக்கு" என்றாள். "நாம புறப்பட்டு போய் சேர ஏழாகிவிடும். அதுக்கு மேலே ஆஸ்பத்திரி வாட்சுமேன் உடவும் மாட்டான். ஒனக்கு ஒரு மாதிரி இருந்தா சாப்பிட்டுட்டு எங்க வூட்ல வந்து படு" என்றேன். "சரி, வீட்டுக்குப் போயிட்டு வாரேன்" என்றாள். இருவரும் தெருவுக்குள் இறங்கி நடந்தோம். நான் வீட்டுக்கு வந்தேன். அம்மா இன்னைக்கு ஐந்து மணிக்கெல்லாம் வேலை முடிந்து வந்திருக்க வேண்டும். சோத்தை வடித்துக் கொண்டிருந்தாள். என்னைப் பார்த்து "ஏன் இவ்வளவு நேரம்?" என்று கேட்டாள். சொன்னேன். குளிக்கப் போனேன். குளித்து விட்டு வந்து சுட சுட வடிதண்ணியை குடித்தேன். அதற்குள் மல்லிகா வந்துவிட்டாள். "என்ன நீ குளிக்கல்லையா?" என்று அவளைப் பார்த்துக் கேட்டேன். "தண்ணியில்ல. கிணத்துக்குத்தான் போகனும்" என்றாள். உடனே அம்மா "ரெண்டு பானையிலே தண்ணியிருக்கு. ஊத்தி குளிக்கியாம்மா?" என்று கேட்டாள். "ஆமா குளி மல்லிகா" என்றேன். பிறகு அவளுக்கு உடுமாற்ற ஒரு சேலையை எடுத்துக் கொடுத்தேன். மல்லிகா குளிக்கப் போனாள். குளித்து விட்டு தலை துவத்தி புடவையை மாற்றிக் கொண்டே "வீரன் மச்சான் வீட்டுக்கு போயிட்டு வருவோமா?" என்று கேட்ட போது, நான் தான் கொஞ்சம் யோசித்தேன். அம்மா கிட்ட கேட்டா ஏசுவாள். விடமாட்டாள். 'இப்பம் எதுக்கு அங்க' என்பாள். பதில் சொல்லி முடியாது. எதையும்வெளியில் காட்டிக் கொள்ள வில்லை. "நான் மல்லிகா கூட அவ வீட்டுமுட்டும் போயிட்டு வாரேன்" என்று மட்டும்

சொன்னேன். அம்மாவின் பதிலுக்குக் கூட காத்திராமல் நாங்கள் புறப்பட்டோம்.

விளக்குகள் வைத்தாகி விட்டது. மணி ஏழு இருக்கவேண்டும். அம்மங்கோயிலை கடந்து நடந்தோம். தெருவில் கடைசி வீடு மதுரை வீரன் வீடு. குடிசையானது அது. ஓலை வேய்ந்த அடுப்பாங்கரை. இன்னொரு குடிசை படுத்துக்கொள்ள. அதற்கு அடுத்தாப் போல இரண்டு மூன்று குடிசை வீடுகளோடு கிழக்கே போல்டன்புரம் முடிகிறது. அதற்கு அடுத்தாப் போல உள்ளது தான் சிதம்பர நகர், இரண்டு மாடி. மூன்று மாடி உள்ள பெரிய பெரிய கட்டிடங்கள், அனேகமாக எல்லா வீடுகளிலும் கார் நிற்கிறது. போல்டன் புரத்தை மாதிரி குறுக்க குறுக்க தெருக்கள் கிடையாது. எல்லாம் பெரிய பெரிய ரோடுகள் தான். தார் ரோடுகள், இரண்டு பக்கமும் வேப்ப மரங்களைப் பார்க்க முடியும். அதற்கு அடுத்தாப் போல பிரையண்ட் நகர். பனிரெண்டு தெருக்களைக் கொண்ட பெரிய நகர் அது. இந்த நகர்களும் புரங்களும் சந்திக்கிற முச்சந்தி ரோடு தான் மேற்கில் பீங்கான் ஆபீஸ் ரோடு. முச்சந்தி பஜாரைப் போல இங்கு ஒரே கடைகள். பிரையண்ட் நகரைத் தாண்டி கட்டபொம்மன் நகர். அதற்கு அந்தப்புரம் சிலோன் அகதிகள் காலனி, ஆக கடைசியில் உப்பளங்கள். இங்கே இருந்து துவங்குகிற உப்பளங்கள் நூல் பிடித்த மாதிரி ஆறுமுக நேரி வரை ஒரே உப்பளங்கள் தான்....

மதுரை வீரன் வீட்டுக்குள் நுழையும் போது, முதலில் கண்ணில் பட்டது அந்த புதிய சாய்ப்பு தான். தனியாக தென்னயோலையில் அந்த சாய்ப்பை இறக்கியிருந்தார்கள். சமீபத்தில் தான் அந்த சாய்ப்பு இறக்கியிருக்க வேண்டும். வேயப்பட்ட ஓலைகள் புதுசாக இருந்தன. முதல் வீட்டுத் திண்ணையில் மூக்கு கண்ணாடிப் போட்டுக் கொண்டு சுருண்டு படுத்திருந்த வீரன் அய்யா, நிமிர்ந்து பார்த்து பிறகு கனைக்கிற குரலில் சத்தம் கொடுத்தார். "ஏல ... ஏல .... வீரா இங்க வந்து பாரு. யாரு வந்திருக்காங்கன்னு" என்றார். வீட்டில் வேறயாரும் இல்ல போல இருந்தது. மல்லிகா சர்வசாதாரணமாக வீட்டுக்குள் போனாள். எனக்கு ஒரு கணம் திகைப்பாக இருந்தது. தயங்கி தயங்கித்தான் வீட்டுக்குள் போனேன். வீரன் வளவுக்கரையில் இவ்வளவு நேரம் குளித்துக் கொண்டிருந்திருக்கவேண்டும். தலையைத் துவர்த்திக் கொண்டே வந்தார். எங்களைப் பார்த்து, சிரித்த முகமாய், "வாங்க வாங்க" என்றார். பிறகு உள்ளே போய் பெரிய அரிக்கன் லாம்பைத் தூக்கிக் கொண்டு வந்து, அந்தச் சாய்ப்பில் கொண்டு வந்து வைத்தார். "இங்க வாங்க, ஏன் அங்கேயே நின்னுட்டிங்க?" என்றார். நாங்கள்

அந்தச் சாய்ப்புக்குள் போனோம். அந்த குறுத்து மணல் தரையில் ஒரு புதிய ஜமுக்காளமும், ஒரு கிழிந்த கோரம்பாயும் விரிக்கப் பட்டிருந்தன. மற்றபடி அந்த அரிக்கன் லாம்பு, குளிர்ந்த காற்று அறை முழுவதும் பரவியிருந்தது. என்றுமே வராத புதிய விருந்தாளிகளைப் போல எங்களை மரியாதையோடும், பணிவோடும் வரவேற்று அந்த ஜமுக்காலத்தில் உக்கார வைத்தார். எனக்கு உள்ளபடியே ஒரு கூச்ச சுபாவம் ஏற்பட்டது. கட்டுப் படுத்திக் கொண்டேன். ஒரு பக்கமாக சாய்ந்து உக்கார்ந்தேன்.

அந்த பழைய பாயில் மதுரைவீரன் உக்காந்து கொண்டார். "என்ன இன்னைக்கி வேலை மும்மரமா நடந்துச்சிப் போல" என்று மல்லிகா சிரித்துக் கொண்டே கேட்டாள். "ஆம்மா காலையில்ல எல்லோருமா சேர்ந்து கலெக்டர் ஆபிசுக்கு போனோம். அன்னக்கி கொடுக்க முடியாத மனுவையும்சேர்த்து, இந்த மனுவோட கலெக்டர நேருலே பார்த்துக் கொடுத்தோம். கலெக்டர் நல்ல மனுஷன். "அன்னைக்கி ஊர்வலமா வராம, இன்னைக்கி மாதிரி நேருலே வந்து கொடுத்திருக்கலாமே அய்யா.." என்றார். உடனே நம்ம காம்ரேட் தான், "இப்படி நடக்கிறது ஊர் உலகத்துக்கு தெரிகிறதாக்கும். இதுக்கு எங்க எதிர்ப்பே காட்டுறத்துக்குத்தான் இந்த ஊர்வலம்" என்றார். "அடிதடியிலே முடிஞ்சி போச்சு, இதுக்கு யாரு பொறுப்பு?" என்று கலைக்டரு திரும்பவும் கேட்டார். உடனே காம்ரேட் "அன்னைக்கி யார் அடிதடி கல்வீச்சி நடத்தினான்னு கண்டு பிடித்து நீங்கதான் தக்க தண்டனை வழங்கனும்" என்றார். மனுக்களை கொடுத்து விட்டு நேரா காம்ரேட் வீட்டுக்குத்தான் வந்தோம். கொஞ்சநேரம் பேசிக்கிட்டு இருந்தோம். சங்கத்தை கட்டனுமேன்னு பேச்சி வந்திச்சி. அதுக்குப் பெறவு தான் சங்க வேலைகள் நடந்துச்சி..." என்றார். உடனே மல்லிகா "சங்கத்தை புதிசா காரைக் கட்டடமா கட்டப் போவதாக தாத்தா சொன்னாரே" "ஆம்மா வசூல் பிரிக்கப் போறோம். எப்படியும் ஒரு கணிசமான தொகை பிரிந்திடும்" என்றார்.

"ஏலே வீரா ஒன்னைத் தேடி மூணு ஆட்க வந்திருக்கு?" என்று வீரன் அய்யாவின் சத்தம் பலமாகக் கேட்டது. "இருங்க, நான் யாருன்னு பாத்துட்டு வந்து விடுகிறேன்" என்று எழுந்து போனார். வரும்போது அந்த புதிதாக மூன்றாட்கள் பின்னால் வந்தார்கள். இரண்டு பேரை எனக்கு அடையாளம் தெரியும். ஆனால் அந்த மூன்றாவது வருவது யாரு? அவர் பேண்ட் போட்டிருந்தார். நல்ல பாலிஸ்டர் சட்டை. அவர்கள் சாய்ப்புக்குள் வரவும் நாங்கள் எழுந்து கொண்டோம். அருகில் வரும் போது, அந்த லாம்பு வெளிச்சத்தில் அந்த ஆளை நன்றாக பார்க்க முடிந்தது. காம்ரேட்

தாத்தா மகன் மாதிரி இருந்தது. தாத்தா முகச் சாயல் அப்படியே இருந்தது. மதுரையில் ஏதோ உயர்ந்த படிப்பு படித்துக் கொண்டிருப்பதாக கேள்விப்பட்டிருப்பேன். இங்கே எப்படி வந்தார்?

"நீ எப்போ வந்தே?" என்று வீரன் அவரைப் பார்த்து கேட்டார். "இப்பம் ஐந்தரை மணி வாக்குலேதான் வந்தேன்." என்றார். "படிப்பு இன்னும் எவ்வளவு நாளு இருக்கு.?" "இன்னும் ஒரு வருஷம் படிக்கனும்" என்றதும் அவர்கள் பேசிக் கொள்வதில் இருந்து சந்தேகமில்லாமல் இவர் தாத்தா மகன்தான் என்று அறிந்து கொண்டேன். "அப்பா கைதியானதை பற்றிப் பேப்பரில்ல போட்டு இருந்தது. உடனே புறப்பட்டு வந்தேன்?" என்றார்... "நடந்தது எல்லாம் தெரியுமா?" "கேள்விப்பட்டேன்" "எல்லாம் அந்த முதலாளி செய்கிற வேலைதான். முதல்ல இந்த சாராயக் கடை இங்ஙன வராம தடுக்கத்தான் எல்லா முயற்சியும் நடக்கு." என்ற வீரன், "நின்றுக்கிட்டே பேசிக்கிட்டு இருக்கோமே, உக்காருங்க" என்றார்.... எங்களுக்குத் தயக்கமாக இருந்தது. எங்கள் தயக்கத்தை பார்த்து வந்தவர்களில் ஒருவர், "சும்மா தயங்காதிங்கம்மா உக்காருங்க" என்றார். நாங்கள் உக்காந்தோம்.

எனக்கு இது புது அனுபவமாக இருந்தது. உள்ளுக்குள் கொஞ்சம் பயம். அம்மா இப்போது தேடிக் கொண்டு இருப்பாள். இங்கு வந்தவர்களில் பேச்சின் ஆர்வம் என் மனப் பயத்தையும் வேண்டாத வீண் தயக்கங்களையும் கொஞ்சம் கொஞ்சமாக குறைக்க வைத்து விட்டன. பொதுவாக தெருப் பிரச்சினைகள். எனக்கு ஏற்பட்ட மான அவமானம். அதன் விளைவாய் ஏற்பட்ட போராட்டம். ஊர்வலம், அடிதடி, சண்டை, கல் வீச்சு, போலீஸ் கேஸ், இப்போது திறக்க முயற்சிகள் முழு வீச்சியாக நடந்து கொண்டிருக்கிற சாராயக்கடை. அதன் பின் விளைவுகள். அளத்துப் பிரச்சினைகள். கூலித்தகராறு. என்று பேச்சு நீண்டுக் கொண்டேப் போனது. மல்லிகா கொஞ்சம் கூட கூச்சம் இல்லாமல் ஆர்வமாக கலந்து கொண்டாள். எனக்கு முதலில் இந்த பயமும் கூச்சமும் கொஞ்சம் கொஞ்சமாக குறையக் குறைய நானும் மெதுவா மெதுவா பேச்சில் சலந்து கொண்டேன். இடையில் வீரன் எழுந்து போனார். வரும்போது ஒரு பெரிய எவர்சில்வர் செம்பில் காப்பி வாங்கிக் கொண்டு வந்தார். "இதெல்லாம் எதுக்கு?" என்றார் ஒரு ஆளு. பிறகு டம்ளரைக் கொண்டு வந்து ஊற்றிக் கொடுத்தார். காப்பியை வாங்கிக் குடித்தோம். நேரம் போனதேத் தெரியவில்லை. மணி ஒன்பதுக்கு மேல் இருக்கும். எங்க அம்மா தேடிவந்தாலும் வந்து விடுவாளே என்ற பயம் எனக்கு. வந்தாலும்

எனக்கு ஒன்றும் ஆகிவிடாது. ஆனாலும் பொம்பளை புள்ளைக்கு இவ்வளவு நேரம் என்ன ஜோலி என்று வையத் தொடங்கினால்? பயம் நெஞ்சை வந்து முட்டியது. "நேரம் ஆயிட்டு, நாளைக்குவேலைக்கு வேற போகணும்" என்றேன். உடனே மல்லிகா "வேலைகெடக்கட்டும் பெரிய வேல." என்றாள். "நீங்க வீட்டுக்கு போங்க. ஏன் வேலையை கெடுக்கனும். எது நடந்தாலும் நாங்க இருக்கோம். வாங்க, நான் அம்மன் கோவில் முட்டும் கொண்டு வந்து வுட்டுட்டு வாரேன்." என்று வீரன் எழுந்தார். எனக்கு அந்த வார்த்தை ஆறுதலையும் நம்பிக்கையையும் கொடுத்தது. இன்று இரவு முழுவதும் பேசிக் கொண்டு இருந்தாலும் கூட அலுப்பு தெரியாது தான். ரொம்ப நாளைக்கு பிறகு மனம் திறந்த சந்தோஷம் எனக்கு.

2

போனவாரம் தான் சாராயக் கடையைத் திறந்தார்கள். பெரிய போலீஸ் பாதுகாப்புடன் கடை திறப்பு விழா கோலாகலமாக நடந்தது. வழக்கம்போல அளத்துக்குப்போகும்போதும் வரும்போதும் இந்தச் சாராயக்கடையை தினசரி பார்க்கிறேன். சாராயக் கடையை நகட்டுவதற்காகக் கொடுத்த மனுக்கள் எல்லாம் என்னாச்சோ தெரியவில்லை. இதுக்கெல்லாம் ஒரு பதிலையும் காணோம். சாராயக் கடையில் எதிர்பார்த்ததை விட ஏகப்பட்ட கூட்டமாம். மதுரை வீரன் பாவம். "அவர் பின்னால் கூப்பிட்டவுடன் வரக்கூடிய பையன்மார்கள் இருக்கிறார்கள். என்றாலும், இந்தக் கடையை எங்களால் எதுவும் செய்ய முடியவில்லை. இன்னும் கூட வீரன் மட்டும் அஞ்சவில்லை. எப்படியாவது இந்தக் கடையை எடுக்கவைப்பேன் என்று மும்முரமாக இருந்தார்." "நமக்கு எதிரி இவன்தான்" என்று சாராயக்கடைக்காரன் நினைக்குமளவுக்கு அவருடைய வேலைகள் இருந்தன. இந்த வட்டார குடிகாரர்களுக்கு இந்த சாராயக் கடை ரொம்ப வசதியாக இருந்தது. வரப்பிரசாரம்.

இந்த சாராயக் கடையை நகட்ட முடியுமா என்பதில் பெருத்த சந்தேகம் ஏற்பட்டது எனக்கு. நம்பிக்கை கூட கொஞ்சம் இழந்து போய் இருந்தேன். ஆனால் வீரன் காட்டும் ஆர்வம். 'விடா

முயற்சி இருந்தா, எல்லோரும் ஒன்று சேர்ந்து போராடினா எப்படியும் இந்தக் கடையை நகட்டிடலாம். நம்ம அப்படியே விட்டுட்டா அவனுக்கு ரொம்ப இளக்காரமா போய்விடும்.' என்று அவர் நம்பிக்கையாவும் ஆர்வமாவும் சொல்லும்போது, எனக்கு சோர்வு குறைந்து தெம்பு உண்டாகும். இவ்வளவு ஆர்வமா இருக்கும்போது நாமே ஏன் பின் வாங்க வேண்டும் என்று எண்ணிக் கொள்வேன். அடிக்கடி காம்ரேட் வீட்லேயும், வீரன் வீட்லேயும் எல்லோருமே சந்தித்துக் கொண்டோம். சங்க நடவடிக்கைகள் எல்லாமே ஒழுங்காக நடைபெற்றன. தெரு - தெரு ஜனங்கள் - அந்த முதலாளி - இந்த சாராயக்கடை - அளத்துப் பிரச்சினைகள் - என்றெல்லாம் பேச்சு எழுந்து, பிரச்சினைகளுக்கு தீர்வுகாண முயற்சிப்பார்கள்.

இரண்டு மூன்று நாட்களாக மதுரை வீரனை பார்க்கவே முடியவில்லை. மல்லிகாவுக்கும் சரியான விபரம் தெரியவில்லை. காலையில் பீங்கான் ஆபிஸ் முக்கு ரோட்டில் லாரிகள் வந்து நிற்கும்போது, அளங்களுக்கு போகும் ஆட்கள் ஏறுவார்கள். எங்க உப்பு லோடு ஏற்றும் லாரி வரும்போது நாங்கள் எல்லோரும் ஏறுவோம். ஆனால் வீரனைத்தான் காணும், பாவம், அன்னாடு வேலை செய்தால் தான் கையில் நாலு காசைப் பார்க்க முடியும். என்னத்துக்காக வேலையை விட்டு விட்டு அலைகிறார்? வேலை முடிஞ்சு சாயங்காலம் வாக்கில் நானும் மல்லிகாவும் அவர் வீட்டுக்குப் போனோம். அவர் அம்மா, அவரைப் பற்றி எங்களிடம் ஆவலாதி சொல்லத் தொடங்கி விட்டாள். எங்களுக்கு என்னமோ மாதிரி இருந்தது. சத்தம் காட்டவில்லை. பொம்மை மாதிரி சொல்வதற்கெல்லாம் தலையை தலையை ஆட்டினோம். வீட்டில் அவர் இல்லை என்று தெரிந்ததும், அவர் அம்மாவிடம் இருந்து தப்பித்த மாதிரிதான் வெளியில் வந்தோம். உடனே அவரைப் பார்க்க வேண்டும் என்ற ஆர்வம் இருவருக்கும். அவருடன் சேர்ந்த பையமார்களையும் காண முடியவில்லை. நேராக தாத்தா வீட்டுக்குப் போனோம். அங்கு "காம்ரேட் இல்லை" என்றார்கள். மல்லிகா அப்பா கூட சரியாக வேலைக்கு வருவதில்லை. "அப்பாவை என்னால் பார்க்க முடியவில்லை!" என்றாள். மல்லிகா அம்மா நேற்றுதான் ஆஸ்பத்திரியில் இருந்து வீட்டுக்கு வந்திருந்தாள். கால் வீக்கமெல்லாம் சரியாகப் போய்விட்டது. 'இன்னும் கொஞ்ச நாட்கள் இருந்து, பிறகு வேலைக்கு போ' என்று சொன்னாராம் டாக்டர். அவளைப் போய்ப் பார்த்த போது. முன்னைக் காட்டிலும் ஆளு கெதியாகத்தான் இருந்தாள்.

இப்போது ஐந்தாறு நாட்களாக நடக்கும் இந்த நிகழ்ச்சி என்னை கதி கலங்க வைத்தது. இதுவரை இல்லாத அளவுக்கு, இப்போது வட்டிக் கடைக்காரர்கள் சிறகு கட்டி பறக்க ஆரம்பித்திருந்தார்கள். சாயங்காலமாய் வேலை முடிந்து வரும்போது, பீங்கான் ஆபிஸ் முக்கு, ரோடு சந்தி, சாராயக்கடை வாசல், என்று வட்டிக்கடைக்காரர்கள் நின்றார்கள். 'பணம் வேணுமா பணம்! என்று கூப்பிட்டு எண்ணிக் கொடுத்தார்கள். 'என்ன இது?' என்று நினைப்பதற்குள் ஆட்கள், 'சிட்ட வட்டி!' என்று சொல்லும்போது, திரேகமே அதிர்ந்து, நெஞ்சு கொதித்தது. காணாத குறைக்கு சாராயக்கடையில் கடன் வைத்துக் கொண்டு புதுசா குடிக்க ஆரம்பித்திருந்தனர். இந்தக் கடன்களை எல்லாம் கூலிப்போடும் போதே கண்காணிமார்கள் பிடித்துக் கொடுக்க ஆரம்பித்திருந்தார்கள். இன்னும் என்ன என்னல்லாமோ நடக்கப் போகிறதே....?' என்று கலங்கிப் போனேன்.

ஒரு வாரத்துக்கு பிறகு மதுரை வீரனை பார்க்க முடிந்தது. வேலை முடிந்து வீட்டுக்கு வந்து, குளித்து விட்டு உடை மாற்றிக் கொண்டிருக்கும்போது, தங்கச்சி "யக்கா ஒன்னத்தேடி மல்லிகாக்கா வந்திருக்கு" என்றாள். 'என்ன, இப்பந்தானே வேலை முடிஞ்சி வந்தோம். அதற்குள்ள என்ன விஷயம்?' என்று நினைத்துக் கொண்டே வெளியில் வந்தேன். மல்லிகா நின்றாள் ... அவள் கூட வீரனும் வந்திருந்தார். "என்ன, ஆளையே பார்க்க முடியவில்லையே?' என்றேன். அதற்கு அவர் ஒன்றும் பதில் சொல்லவில்லை. சிரித்தார். பிறகு சொன்னார். "அவசர வேலை ஜாஸ்தி இருந்துச்சு. அதுதான் வேலைக்கு கூட வரமுடியலே..." அவர் உக்கார வீட்டுக்குள் போய் பாயை எடுத்துக் கொண்டு வந்து திண்ணையில் போட்டேன். மல்லிகாவும் திண்ணையில் உக்காந்துக் கொண்டாள். அம்மாவை இன்னும் காணும். அரிக்கன் லாம்பை தீண்டி வைத்தேன். வெளிச்சம் கொஞ்சம் கூடுதலாக வந்தது. குளிர்ந்த காற்று அடித்தது. வீரன் கொஞ்சம் உற்சாகமாக இருந்தார். எங்கள் இருவரையும் ஒரு முறை பார்த்துச் சிரித்துக் கொண்டார். "நம்ம வருகிற ஞாயிற்றுக்கிழமை பெரிய ஊர்வலத்தை நடத்தப் போகிறோம்!" என்றதும் நான் பிரமித்து அவரை பார்த்தேன். "திரும்பவும் ஊர்வலமா?" என்று முணுமுணுத்துக் கொண்டேன். ஆமா திரும்பவும் ஊர்வலம் நடத்தினால்தான் என்ன? "முன்ன போல? போலீஸ் ஊர்வலத்தை தடுத்தா என்ன செய்கிறது?" என்று அவரைக் கேட்டேன். உடனே அவர், "நம்ம என்ன யாரையும் அடிக்கவா போகிறோம். இல்ல, எதையும் நம்ம போய் உடைக்க போறோமா? நம்மளே வந்து

தடுத்து நிறுத்த! நம்ம நம்ம பிரச்சனைகளெ சொல்ல ஊர்வலம் எடுக்கோம்" "ஒரு ஊர்வலம் நடத்தி அது வெற்றியாக முடியலே. அடிவாங்குன மாதிரி அடி வாங்கி இருக்கோம். அதற்குள் அடுத்த ஊர்வலமா?" என்றாள் மல்லிகா. நான் கேட்டேன். "நம்ம தெரு ஆட்க முன்ன மாதிரி வருவாங்களா?" என்று. "வந்தா வாராங்க, வராட்டா போராங்க" என்று பட்டென்று வீரன் சொன்னது எனக்கு அவ்வளவாக பிடிக்கவில்லை. "எனக்கென்னமோ நம்ம தெரு ஆட்களை ஒண்ணு சேர்க்க முயற்சி எடுக்கனும். பெறவு நம்ம போராட்டத்தை துவக்கணும்" என்றேன். "இவுங்கள வச்சு என்ன செய்ய முடியும்? ஐந்து ரூபாய்க்கும் பத்து ரூபாய்க்கும் ஆளே மாறிப் போவாங்க என்றார். அதற்காக விட்டு விட முடியுமா? அவுங்கள ஒண்ணா திரட்ட வழி என்னன்னு பார்த்து, அதற்கான காரியத்தில் இறங்கணும். அப்பந்தான் நாம் எடுக்கிற காரியங்கள் வெற்றி பெறும். அது தட்டியும் சாராயக்கடையும் வரும், வட்டிக் கடைகளும் வரும்!" இதை சொல்லும் போது மல்லிகா என்னையே பார்த்துக் கொண்டே இருந்தாள். இதை ஆமோதிப்பது போலும் இருந்தது அவருடைய பார்வை, "இதெல்லாம் நடக்கணும்ன்னு எனக்கு மட்டும் ஆசை இல்லையா? இவுங்கள ஒன்று திரட்டங்காட்டிம் வேற ஏதையாவது செய்யலாம். நம்ம நிலவரத்தை எடுத்துச் சொல்லி பாப்போம். வருகிறவங்க வரட்டும். வராதவங்க என்ன செய்ய முடியும்?" என்றார்.

அம்மா வந்தாள். வரும்போதே, மீன் வாடை கமகமவென்று அடித்தது. வேலை முடிந்து நேராக மார்க்கெட்டுக்கு போய் சாமான்கள் வாங்கி வருகிறாள். "என்ன? வீரனை இன்னைக்கித்தான் கண்ட மாதிரி இருக்கு"? என்று சொல்லிக் கொண்டே வளவுக் கரைக்குப் போனாள். சட்டியை எடுத்து, மீனை போட்டு தண்ணீ ஊத்தும் சத்தம் கேட்டது. மணி எட்டாகப் போகிறது. பக்கத்து வீட்டு ரேடியோவில் ஏழே கால் நியூஸ் முடிந்து, உழவர் உலகத்தில் "பத்து கிராம் சால்டைஸ்..." என்று யாரோ பேசிக் கொண்டியிருப்பது கேட்டது. "ரொம்ப நேரம் பேசிக் கொண்டிருந்துவிட்டோம் என்று மதுரை வீரன் எழுந்து கொண்டார். பின்னால், "நானும் போயிட்டு வாரென்" என்றாள் மல்லிகா. இருவரையும் வழி அனுப்பி வைத்து விட்டு வந்தேன்.

எட்டு மணிக்கு மேல தான் எங்க லாரி வந்தது. ஏழு மணிக்கே நானும் அம்மாவும் பீங்கான் ஆபிஸ் முக்குக்கு வந்து நின்றோம். வந்த கொஞ்ச நேரத்துலே அம்மாவுக்கு லாரி வந்து விட்டது. ஏறிப்போய் விட்டாள். லாரிகள் வர வர, தட்டு முட்டு

சாமான்களை தூக்கி போட்டு ஆட்கள் ஏறிக் கொண்டார்கள். அளத்துக்குப் போகிற ஆட்கள் கூட்டம் வெகுவாக குறைந்து விட்டது. ஏழு மணிக்கே ஏன் வந்தோம் என்று இருந்தது. ஏழரை ஏழே முக்காலுக்கு கூட வந்தால் போதும். மல்லிகா எட்டாகும்போது தான் வந்தாள். "என்ன இவ்வளவு நேரம்?" என்று கேட்டேன். "காலையிலே முழிச்சு பைப்பிலே தண்ணீ எடுத்து முடிக்க நேரமாகிற்று" என்றாள். "வீரனை எங்க?" என்றேன். "எங்க அய்யாவும் அவுங்களும் தானே ஒண்ணா வந்தாங்க. எங்கையா சோத்து கட்டி கூட எங்கிட்டத்தான் இருக்கு." என்று நாலாபக்கமும் பார்த்தாள். அதற்குள் லாரி வந்திற்று.

நாங்கள் லாரியை நோக்கி விரைந்தோம். ரோட்டோரமாக வைத்திருந்த சாமான்களைத் தூக்கி கொடுத்தோம். முதலில் லாரியில் ஏறியவர்கள் வாங்கி லாரியில் போட்டார்கள். "என்ன இன்னைக்கும் அவுங்க வேலைக்கு வர மாட்டாங்களா?" நான் திரும்பவும் கேட்டேன். "இல்ல, இன்னைக்கு வேலைக்கு வரனும்ன்னுதான் சொன்னாங்க" என்றாள் மல்லிகா. லாரி கொஞ்சநேரம் நின்றது. டிரைவர் இறங்கி பீடி பற்ற வைத்தார். அதற்குள் எங்கிருந்தோ ஓடி வந்து மதுரை வீரன் லாரியில் ஏறிக் கொண்டார். எங்கப் போனீங்க இவ்வளவு நேரம். எங்க அய்யாவே காங்கலே?" என்று மல்லிகா கேட்டாள். "வெளியூருலே இருந்து அஞ்சாறு ஆட்க வந்துறறாங்க. அவங்களே காம்ரேட் வீட்டுலே கொண்டுப் போய் விட்டுட்டு வாரோம்." என்றார். அதற்குள் மல்லிகா அப்பாவும் வந்து லாரியில் ஏறிக் கொண்டார். வேப்பலோடைக்கு போக வேண்டுமாம். வேப்பலோடை என்றதும் மலைப்பாக இருந்தது. இங்கு இருந்து இருபது கிலோ மீட்டர் தூரத்தில் இருக்கிறது. அந்த ஊர் ரோடுகள் படுமோசம். பட பட வென்று லாரி தூக்கி தூக்கி அடிக்கும். நானும் மல்லிகாவும் லாரியில் ஒரு ஓரமாக குத்தவைத்துக் கொண்டோம். எங்கள் அருகில் மற்ற ரெண்டு பொம்பளையாட்கள் குத்தவைத்து கொண்டார்கள். ஆம்பளையாட்கள் லாரியை பிடித்துக் கொண்டு நின்றார்கள்.

லாரி தருவைக்குளத்தைத் தாண்டும் போது சந்தோஷமாக இருந்தது. இன்னும் ஒரு சின்ன ஊரை கடந்துவிட்டால் வேப்பலோடை வந்து விடும். வேப்பலோடை உப்புத் தொழிலை நம்பி இருக்கும் ஊர். ஏகப்பட்ட அளங்கள். "சம்பாடு" அளங்களை எல்லாம் இங்கு பார்க்க முடியாது. எல்லாமே பெரிய பெரிய 'கல்கத்தா' அளங்கள்தான். ஏகப்பட்ட உப்பு அரவை ஆலைகள் இருக்கு. இங்கு விளையும் உப்பு கொஞ்சம் வட 'மாங்கு'

அடிக்காது. வெள்ளை வெளேரென்று இருக்கும், தரமான உப்பு. அந்த அளத்து மேட்டில் வந்து லாரி குலுக்கலோடு நின்றது. இறங்கிய உடனே வேலைகள் தொடங்கி விட்டன.

ஒரு மணிக்கெல்லாம் உப்பு லோடு ஏற்றி முடிந்து விட்டது. லாரியை எடுத்து ரோட்டின்மேல் விட்டார் டிரைவர். எல்லோரும் கொண்ட வந்த கஞ்சை குடித்தோம். பிறகு லாரியில் வந்து ஆட்கள் ஏறிக் கொண்டார்கள். லாரி லோடு உயரமாக இருந்ததால் யாரும் லாரியில் உப்பு மூடைகள் மேல் உக்காரவில்லை. உக்கார்ந்தால் பிடித்துக் கொள்ள வசம் கிடையாது. வயசான ஆள்கள் லாரியில் பின் சீட்டில் நெருக்கமாக உக்காந்துக் கொண்டார்கள். லாரி புறப்பட்டு விட்டது.

நான், மல்லிகா, மதுரைவீரன், இன்னும் எங்களுடன் சேர்ந்த ஆட்கள் இவ்வளவு பேரும் மெயின் ரோட்டுக்கு நடந்தோம். பஸ்ஸை பிடிக்கவேண்டும். அடிக்கடி தூத்துக்குடிக்கு டவுன் பஸ்கள் இருக்கு. ஏதாவது ஒன்றில் ஏறிப்போய்விடலாம். கொஞ்ச நேரத்தில் வைப்பார் வரை போய் திரும்பும் டவுன் பஸ் வந்தது. கூட்டம் அவ்வளவாக இல்லை. ஏறி உக்காந்துக் கொண்டோம். பஸ் புறப்பட்டது. பேசிக் கொண்டே பஸ்ஸில் வந்தோம்.

இரண்டு மணிக்கெல்லாம் தூத்துக்குடிக்கு வந்துவிட்டோம். பஸ் ஸ்டான்டில் இறங்கியதும் போல்டன்புரம் போகிற டவுன் பஸ் நின்றது. ஓடிப்போய் ஏறிக் கொண்டோம். நல்லவெயில், வேலை செய்யும் போது கூட இந்த வெயில் அலுப்பு தெரியவில்லை. பஸ்ஸில் வரும்போது வெக்கை காற்று முகத்தில் அடித்தது. போல்டன்புரம் வந்து இறங்கும்போது, மெயின்ரோட்டில் ஒரே கூட்டமாக நின்றது. என்ன விஷயம் என்று தெரியவில்லை. இறங்கியவுடன். நிறைய ஆட்களிடம் ஆளு ஆளுக்கு விசாரித்தோம். "என்னமோ காலையிலே பதினொரு மணிக்கு சாராயக் கடையிலே ஆரம்பிச்ச சண்டை நாலு பையமார போலிஸ் பிடிச்சுக் கிட்டுப் போயிருக்கு!" என்றார்கள். ஏன்? எதற்கு? என்று உடனே தெரியவில்லை. என்னமோ யாதோ என்று எல்லோருக்கும் ஒரே பதட்டம். ஒரு மாதிரியாகிற்று. வீரன் கைலியை மடித்துக் கட்டிக் கொண்டார். அவிந்து கிடந்த சட்டை பித்தான்களை மாட்டிக் கொண்டு, "நான் என்னன்னு பார்த்துட்டு வாரேன்?" என்று புறப்பட்டுப் போய் விட்டார். கூடவே மல்லிகா அப்பாவும் போனார்.

நாங்கள் ரோட்டோரம் நின்ற கூட்டத்தில் வந்து நின்றோம். எல்லோருமே பரபரப்பாக இருந்தார்கள். அங்குன்ன நின்ன ஆட்களிடம் கேட்டோம். "காலையிலே பதினொரு மணிக்கு ஆரம்பித்த சண்டை, ஒருத்திய கையை பிடிச்சு இழுக்கப் போய், அஞ்சாறு பையமாரோட போயி கடை முன்ன போட்டிருந்த பல்பை எல்லாம் அடிச்சி நொருக்கிட்டாங்க. பெரிய அடி தடி. எல்லோரையும் போலிஸ் பிடித்துக் கிட்டுப் போயிருக்கு. ஆட்க எல்லாம் ஸ்டேஷனுக்கு போயிருக்காங்க!" இவ்வளவும் சொன்னதுதான் எங்கள் பதட்டம் ஜாஸ்தியாகிற்று. பதறிப்போனோம். இதைக் கேட்டதும், இருக்கிற கிறக்கம் காணாது என்று கூட கொஞ்சம் ஆகி விட்டது. "வாரியா, ஸ்டேஷன் முட்டும் போயி பாத்துவிட்டு வருவோம்" என்றாள் மல்லிகா. "நாமே இப்பம் அங்க போயி என்ன செய்ய முடியும்? மொதலே வீட்டுக்கு போயி உடையை மாற்றி விட்டு வருவோம்." என்றேன். தெருவில் இறங்கி நடந்தோம். தெரு அமைதியாக கிடந்தது. வேலை வெட்டிகளுக்குப் போனவர்களைத் தவிர, வீட்டில் இருந்தவர்கள் கூட மெயின் ரோட்டுக்கு வந்து விட்டார்கள்.

வீட்டுக்கு வந்தேன். குளித்தேன். உடை மாற்றினேன். வீட்டின் முன்னே சலசலப்பு கேட்டது. போய் பார்த்தேன். சித்தி நின்று கொண்டிருந்தாள். "என்ன சித்தி, ஸ்டேஷனுக்குப் போனியா?" என்று கேட்டேன். அவள் என்னிடம் வந்து "வேலைக்குப் போயிட்டு வந்துட்டியா?" என்றாள். "ஆம்மா சித்தி, போலிஸ் ஸ்டேஷனுக்குப் போயி பாத்தியா? எல்லாத்தையும் விட்டாச்சா?" "நா போகலே, போயிட்டு ஆட்க வந்திருக்காங்க" "வந்தவங்க என்ன சொல்லுறாங்க" "அம்புட்ட பையமாருலே வேற கட்சிக்காரங்களும் உண்டு. அவுங்க கட்சிக்காரங்களும் ஸ்டேஷனுக்கு போயிருக்காங்க. எல்லாத்தையும் வுட சொல்லினாச்சு. இப்பம் வந்து விடுவாங்களாம்" என்றாள். பிறகு சித்தி "வீட்டுலே வேல கிடக்கு" என்று போய் விட்டாள். நான் வீட்டுக்குள் வந்தேன். ஆச்சி குடிக்க தண்ணீ கேட்டாள். மொகந்து கொடுத்தேன்.

வீரன் வீட்டுக்கு புறப்பட்டேன். வாசலில் ஆட்கள் குழுமி இருந்தார்கள். ஒரு படியாக உள்ளே நுழைந்து, பெண்கள் நின்றயிடத்தில் போய் நின்று கொண்டேன். மல்லிகா எனக்கு முன்னே வந்திருந்தாள். "ராத்திரி எல்லாம் ஒரு பொம்பளை அந்தப் பாதைக்கு போக முடியலே" "கண்ணடிக்காணுவே!" "ராத்திரியெல்லாம் ஊருல்லப்பட்ட பொம்பளைகளை

கொணர்ந்து ஒரே கும்மாளந்தான்!" "யாரும் கேட்க முடியாதுங்குற தைரியம்" "இன்னிக்கி அவளை இழுத்திருக்கான்னுவே. நாளைக்கு நம்மளே இழுப்பானுவே! பையங்க சண்டைக்கு போனது சரிதான்!" சாராயக் கடையில் இப்போது நடக்க ஆரம்பித்திருக்கும் மோசமான நடத்தையை பற்றி பலரும் பல மாதிரி பேசிக் கொண்டிருந்தார்கள். கேட்க கேட்க நெஞ்சு பொறுக்கவில்லை. இன்னும் நான் கேள்விப் படாத விஷயங்களை எல்லாம் கேள்விப்பட்டேன். தூக்கி வாரிப்போட்டது. இரவில் விபரச்சாரம் நடப்பதாக சொன்னபோது, முதலில் நம்ப கஷ்டமாக இருந்தது. இப்படியெல்லாம் நடக்குமோ? என்று முணுமுணுத்துக் கொண்டேன். நடக்கலாம்! ஏன் நடக்கக் கூடாது? என்று மனம் சொல்லிற்று. இன்னும் நிறைய விஷயங்களைப் பற்றி பேசிக் கொண்டார்கள். கேட்க கேட்க வியப்பாக இருந்தது. ரொம்ப நேரத்துக்குப் பிறகு மதுரை வீரன் கண்ணில் தட்டுப்பட்டார். இப்போதுதான் அவர் ஸ்டேஷனில் இருந்து வந்திருக்க வேண்டும். வெளியில் இருந்து வந்தவரை எல்லோரும் போய் சூழ்ந்து கொண்டார்கள். "என்னையா! என்னாச்சு!" "எல்லாத்தியும் வுட்டுட்டாங்களா?" "எல்லாம் வந்தாச்சா".

வீரன் வீட்டுக்குள் போய், முகம் கை கால்களை கழுவிக் கொண்டு வந்தார். வெளியில் இருந்து வெக்கை அடித்தது. சல சலவென்று பேச்சொலி, வீரன் பேசத் தொடங்கியதும் அறை அமைதியானது. ஸ்டேசனில் நடந்ததை சொல்ல ஆரம்பித்தார். அதற்குள் மொத்த மொத்தமாக இரைச்சல் வெளியில் இருந்து கேட்டது. எல்லோர் கவனமும் வெளி வாசலுக்கு சென்றது. வாசலை அடைத்தாப்போல பையமார்கள் வந்தனர். எல்லோரும் ரொம்ப சந்தோஷமாக இருந்தார்கள். வேத்து விருவிருத்து, சட்டைகள் எல்லாம் நனைந்து போய் இருந்தன. முகமெல்லாம் முத்து முத்தாய் வேர்வை. போலிஸ் ஸ்டேஷனில் இருந்து நேராக வீட்டுக்கு வராமல், இங்குன்ன அங்குன்ன நின்று கேட்கிற ஆட்கள் எல்லோரிடமும் விபரம் சொல்லிக் கொண்டே சுணங்கி வந்திருக்க வேண்டும்.

இவ்வளவு பிரச்சினைகளுக்கு இடையில் அண்ணன் அந்த சாராயக் கடையில் வேலைக்கு சேர்ந்திருந்தான்! இதை ஆட்கள் என்னிடம் முதலில் சொல்லும்போது எனக்கு கோபம்னா கோபம், சரியான கோபம். அவன் தங்கை நான் என்னை கெடுக்க வந்தவன் கடையில்லே வேலைக்கு சேர எப்படி மனசு வந்தது? அவ்வளவு அறிவில்லாமையா இருக்கான்? அம்மாவிடம் கேட்டேன். "ஆமா

அவெ அங்கத்தான் வேலைக்கு சேர்ந்திருக்கான்!" என்றாள். "அவன் சேர்ந்தது ஒனக்குத் தெரியுமா?" என்றேன். "ஒங் கண்ணாேன எனக்குத் தெரியாதம்மா!" என்று அழுகிற மாதிரி சொன்னாள். இது உண்மையிலே எனக்கு மற்றொரு அடி தான். எனக்கு மட்டுமா? சண்டைகள், சச்சரவுகள், அசிங்கங்கள், என்று தெரு அமைதி கெட்டுக் கிடக்கும் இந்த நேரத்தில், இந்த சாராயக் கடையில் சேர எப்படி அவனுக்கு மனசு வந்தது. அதுதான் போகட்டும். என்னை நினைத்துப் பார்த்தானா? அந்த அயோக்கிய ராஸ்கோலால் எனக்கு ஏற்பட்ட அவமானம். அதன் விளைவாய் வந்த பரபரப்பு, ஏற்பட்ட சண்டை, ஊர்வலத்தில் விழுந்த அடி தடி, கேஸ், போலிஸ், காயம், இன்னும் முடிந்தபாடு இல்லை. இவனுக்கு சூடு, சொரனை, வெக்கம், மானம், ரோஷம் எதுவும் கிடையாதா? என்ன கிடைக்குமென்று வேலைக்கு போய் சேர்ந்திருக்கிறான்?

என்ன கிடைக்குமா?

நினைத்த நேரம் கை செலவுக்கு பணம், குடிக்க சாராயம், திங்க மாமிசம் இதையெல்லாம் உள்ளே தள்ளின பிறகு என்ன மாதிரி உள்ள பெண்கள் மாமிசம், பாவிகள்.....! அந்த முதலாளியை விட பெரிய பாவி நீங்க தானடா? ஏதோ கோபமான உணர்ச்சிகள் எனக்குள் பரவியது. எழுந்து வெளித் திண்ணையில் போய் உக்காந்துக் கொண்டேன். யோசிக்க யோசிக்க குழப்பங்கள்தான் மிஞ்சியது. அம்மா வேலைக்கு புறப்பட்டு போய் விட்டாள். தம்பி தங்கைமார்கள் பள்ளிக்கூடம் போயாச்சு. "ஏளா, நீ வேலைக்கு போகவில்லையா?" என்று என் சத்தத்தைக் கண்டு கேட்டாள் ஆச்சி. "தலை வலி" என்று மட்டும் சொல்லி வைத்தேன். உள்ளபடியே தலை வலித்த மாதிரித்தான் இருந்தது. உதடுகள் ரெண்டும் துடித்தன.

இப்போதெல்லாம் சங்கம் தாத்தா வீடு தான். நானும் மல்லிகாவும் அங்க போனபோது, ஒரு கூட்டமே கூடியிருந்தது. வீரன் மட்டும் இருந்தார். சங்கப் பணியாளர் இருந்தார். இன்னும் ஐந்தாறு ஆட்கள் உக்கார்ந்திருந்தார்கள். "மல்லிகா, என்ன ஒங்க அப்பாவே காங்கலேயே?" என்று நான் கேட்டேன். "அம்மைக்கு காலுக்கு தேய்க்க ஒரு தைலம் வாங்க அய்யா பஜாருக்கு போயிருக்காங்க" என்றாள்.

வீண் பேச்சுத்தான் கோபமாக வெளியில் வரை கேட்டது. "நம்ம இப்படி கம்ன்னு இருந்தா.... நம்மக் குண்டியை கிழிச்சு உப்பு வச்சுபுடுவானுவே. எல்லோருமா சேர்ந்து மொதல்லே இந்த

சாராயக் கடையை அடிச்சு நொருக்க வேணும்! வேற வழியில்லை?" என்றார். நாங்க உள்ளே போய் உக்கார்ந்தோம். "இப்போமே வாங்க, அடிக்கலாம்!" என்பது போல ஆவேசம் அவருக்கு. அவர் ஆவேசம் எனக்கு நாயமாகத்தான் பட்டது. தாத்தா ரொம்பவும்பொறுமையுடன் நிதானமாக, "பொறு பொறு மதுரை வீரன்! அடிக்கணும், உடைக்கணும்ன்னு இருக்காதே" என்றார். வீரன் உக்காரவேயில்லை. "அப்பம் இந்த வாரம் ஊர்வலம் எடுப்பதாக இருந்துச்சே! அது என்னாச்சி? " என்றார். "திடு திப்பென்னு எதிலேயும் இறங்கி விட முடியாது. எல்லோரையும் கூட்டி முதல்ல ஒரு கூட்டம் போடுவோம். பெறவு ஊர்வலம் எடுப்போமா? என்ன செய்யலாம்ன்னு யோசிப்போம்" என்று தாத்தா சமாதானம் சொன்னார். "நீங்க சொல்லுறது ஒன்னும் எனக்கு பிடிக்கல? நம்ம அவனுக்கு பயந்த மாதிரி இருக்கு" என்று மதுரை வீரன் சொன்னதும், அந்த பணியாளர்தான் சொல்வார்: "அந்த முதலாளி லேசுப்பட்ட ஆளு கிடையாது. ஊர்லே ஒன்னாம் நம்பர் பணக்காரன். அளங்க மட்டுமா இருக்கு அவனுக்கு? நாலஞ்சி மரக்கடைக, ரெண்டு ஆயில் மில்லு, இதெல்லாம் காணாதக் குறைக்கு இப்பம் ஆறு சாராயக்கடை ஏலம் எடுத்திருக்கானாம்! இவன் எப்படி எதுக்கணும்கிறத யோசித்துதான் எந்தக் காரியத்திலேயும் இறங்கணும். மானாங்கானியா இறங்கி மாட்டிக்கிட கூடாது. அவர் பொம்பள விஷயத்திலே படுமோசம், படுபாவி, காருலே போகும்போது ஒரு வூட்டு முன்ன சேலை காயப் போட்டிருந்தாலும், நின்னு பார்த்துட்டுதான் போவான். எத்தனை பொம்பளைகளை கெடுத்திருக்கானோ? ஒரு பொண்ண முடிக்கணும்ன்னு நினைச்சட்டான் அவ்வளவுதான். ஆளவச்சு தூக்கிவிட்டு வந்து விடுவான். கெடுத்ததும் இல்லாமே, அவளைநடுச் சாமத்துலே காருலே தூக்கிப் போட்டுக் கொண்டு வந்து, பாளையங்கோட்டை மெயின்ரோட்லே பனிரெண்டு மணிக்கு மேல மையவாடிக்கு, அங்கிட்டு கொண்டுபோய், 'போடி தேவடியா!' என்னு காருலே இருந்த மேனிக்கே தலையை பிடிச்சு தள்ளிவிட்டுப் போய் விடுவான். அன்னைக்கு நம்ம வடிவு அவங்கிட்ட இருந்து தப்பிச்சு வந்தாலே, இது மட்டும். இப்பம் வெளியே தெரியாமே இருக்கட்டும், அன்னைக்கு அவளை எப்படியாவது கடத்திக்கிட்டுப் போய் சின்னாபின்னமாக்கி இருப்பான். இன்னிக்கி அது வெளியே தெரிஞ்சி, நம்ம போலிஸ் வரை போன பெறவு அவன் கம்மென்று கிடக்கான். இதுக்கு பழி வாங்கத்தான் இப்பம் தெரு முன்ன சாராயக் கடை ....!" இவர் சொல்ல சொல்ல எனக்கு 'அம்மாடி' என்றிருந்தது. பயமே கொடுத்து விட்டது. திரேகம் நடுங்கிற்று.

இதைக்கேட்டு வந்திருந்தவர்கள் வாப்பாரினார்கள். ஏதோ அவனைப் பற்றிக் கேள்விப்பட்டிருந்தாலும், இவ்வளவு தூரத்துக்கு மோசம் என்று இப்போது தான் நன்றாக அறிய முடிந்தது. காம்ரேட் தாத்தா யோசனையில் தலையை ஆட்டிக்கொண்டார். இவ்வளவு தூரத்துக்கு இருக்கும்போது தாத்தா சொல்லுகிற மாதிரி யோசித்து நிதானமாக பரிசோதனை செய்து தான் எந்தக் காரியத்திலும் இறங்க வேண்டும் என்பது போல இருந்தது எனக்கு. "காம்ரேட், நீங்க நினைக்கிற மாதிரியே செய்ங்க என்றார் ஓராளு. வீரனுக்கு பிடிக்கவில்லை போலும். கண்கள் ரெண்டும் சிவக்க கோபத்தோடு எழுந்து வெளியில்போய் விட்டார். அவர் கோபம் நியாயமானது தானா? அவர் சொல்லுகிற மாதிரி உடனே போய் கடையை அடித்து நொருக்கி விட முடியுமா? அப்படித்தான் அடித்து நொருக்கினாலும், அவன் சும்மா விடுவானா? சரி அவனை வீழ்த்துவதுதான் எப்படி? பணம் இருந்தால் எதையும் விலை கொடுத்து வாங்கி விடலாமா?

கொஞ்ச நேரத்தில் தாத்தா வீட்டில் இருந்து வெளியில் வந்தோம். தொங்கலில் ஓராளோடு பேசிக் கொண்டிருந்த வீரன், எங்களைப் பார்த்து சிரித்தார். பழைய கோபம் கொஞ்சம் மறைந்து போய் இருந்தது. அந்தாளு போன பிறகு வீரன், காம்ரேட்டை ரொம்பவும் குறை சொல்ல ஆரம்பித்து விட்டார். "அன்னைக்கி ஊர்வலத்திலே விழுந்த அடியை பாத்து ரொம்பவும் பயந்துப்போய் விட்டார் நம்ம காம்ரேட்! அதுதான் இப்படி பேசுகிறார்" என்றார். மல்லிகா தான் உடனே "நீங்க பேசுறீங்க. காம்ரேட் சொல்லுறது தான் சரி..." என்றாள். இதைக் கேட்டதும் வீரனுக்கு விசுக்கென்று கோபம் வந்து விட்டது: "நீங்க எல்லாம் இப்படியிருக்க போய்தான், அவன் சாராயக்கடையை இங்கேக் கொண்டு வந்து வச்சுக்கிட்டு, நம்மளையெல்லாம் இந்த பாடு படுத்துகிறான். இல்லாட்டா வடுவச்சி அண்ணங்காரன் அங்க வேலைக்குப் போய் சேர்வானா?" என்றார். நான் பதறிப் போனேன். "இப்படி மானங்கெட்டு ஆளுக போச்சுன்னா நம்ம என்ன செய்ய முடியும்?" என்றாள் மல்லிகா. "என்ன செய்ய முடியுமா? இழுத்து வச்சு அடிச்சு கொல்லணும்!" இதைக் கேட்டதும் மல்லிகா, எதுக்கெடுத்தாலும் முசுக் முசுக்கென்று கோபப்படாதீங்க. கோபமும், அவசரமும் புத்தியை மழுங்க அடிச்சிடும்" என்றாள்.

வேலை முடிந்து மார்க்கெட்டுக்கெல்லாம் போய் சர்வ சாதாரணமாக வரும் அம்மா, இன்று ஐந்து, ஐந்தேகாலுக்கெல்லாம் வந்து விட்டாள். அவள் வரும்போது நான் வீட்டுக்குள் போர்வையை விரித்துப் படுத்துக் கிடந்தேன். எழுந்து

திண்ணைக்குப் போனேன். என் வாடிய முகத்தைப் பார்த்தவுடனே, "நீ ஏம்மா கவலைப்படுறே. அவெ எக்கேடுகெட்டுப்போனா நமக்கு என்ன? வா... ஒரு கைப்பிடி" என்றாள். தலையில் உள்ள உப்பு பெட்டியை இறக்கி விட்டேன்.

வெளியில் உக்காந்து இருந்த எனக்கு 'அம்மா என்ன பேசுகிறாள்?' என்று சரியாக கேட்கவில்லை. காப்பி குடித்த பிறகு கூட திரேகம் கத கதவென்றுதான் இருந்தது. குழப்பங்களும் கவலைகளும் அதிகமாகிப் போனால், காய்ச்சல் வருமா என்ன? திண்ணையில் சீலை கீலை ஒண்ணும் விரிக்காமல் அப்படியே படுத்து விட்டேன். வீட்டுக்குள் இருந்து வெளியில் வந்த அம்மா, "என்ன ஒரு மாதிரி படுத்து இருக்க?" என்று என்னை தொட்டுப் பார்த்தாள். "மேனு கொதிக்கு!" என்றவள், "அன்னிக்கி வாங்கின 'வெஷக்குளினி' இருக்கு. அவிச்சி தரட்டா" என்றாள். என் பதிலை எதிர் பார்க்காமல் வீட்டுக்குள் சென்றாள். கொஞ்ச நேரத்தில் மருந்து செடிகளை அவிக்கும் வாசனை மூக்கை தொட்டது. கொதிக்க கொதிக்க ஆவி பறக்கும் மண் சட்டியை கொண்டு வந்து திண்ணையில் வைத்தாள். வீட்டுக்குள் கிடந்த அந்தப் போர்வையை எடுத்துக் கொண்டு வந்து என்னை நன்றாக மூடிவிட்டாள். சட்டியை முகத்துக்கு நேராக வைத்தாள். ஆவி கத கத வென்று முகத்தில் அடித்தது. மூக்கை துளைத்து தும்மல் வந்தது. வேர்த்தது. வெக்கையை தாங்கிக் கொண்டேன். பிறகு போர்வையை நீக்கி சட்டியை அம்மா தான் எடுத்தாள். அந்த தண்ணியை வடிகட்டி, மருந்தை குடிக்க தந்தாள். அந்த த்ண்ணியை குடிக்க முடியவில்லை. வாய் அருகில் கொண்டு போக முடியாத அளவுக்கு கசப்பு, பயங்கரமான கசப்பு. "ஏன் வச்சுக்கிட்டுயிருக்க, ஒரு வாயிலே குடி" என்றாள் அம்மா. கண்ணை மூடிக்கொண்டு மடக் மடக்கென்று குடித்தேன். கொஞ்சம் அரிசியை அள்ளிக் கொண்டு வந்து "இதை வாயில் போட்டுக்க" என்றாள். அரிசியை வாங்கி வாயில் போட்டுக் கொண்டேன்.

எனக்கு காய்ச்சல் என்று தெரிந்ததும், ராத்திரியே என்னை மல்லிகா பார்க்க வந்தாள். அப்போது நான் வீட்டுக்குள் போர்வையை போர்த்திக்கொண்டு படுத்திருந்தேன். காய்ச்சல் குறைந்திருந்தது. கொஞ்சம் வலி மட்டும் இருந்தது. மெதுவாக கண்களைத் திறந்துப் பார்த்தேன். "என்ன காய்ச்சல்?" என்று என்னை தொட்டுப் பார்த்தாள். உடனே சிரித்தாள். நானும் மெதுவாக சிரித்துக் கொண்டேன். காய்ந்துபோன உதடுகளை ஈரப்படுத்திக் கொண்டேன். என் நிலை அவளுக்கு வேடிக்கையாக

இருந்திருக்க வேண்டும். பக்கத்திலே உக்கார்ந்து கொண்டாள். "ஒனக்கு நேத்து சொன்னதை கேட்டதுமே இன்னைக்கு காய்ச்சல் வந்துற்று. இன்னும் என்ன என்ன நடக்கப் போகுதோ? அதையெல்லாம் பார்த்தா நீ மயக்கம் போட்டே விழுந்து விடுவே போல இருக்கே...!" என்றாள். அடுப்பங்கரையில் இருந்து அம்மா குரல் கொடுத்தாள்: "ஏளா, ஒங்க அம்மைக்கு காலு எப்படியிருக்கு" "யத்தை, இப்பம் கொஞ்சம் தாவலை, நடக்கா" "ராசாத்தியை போய் பார்த்தியா?" "அந்த பெரியம்மா ஆஸ்பத்திரியிலே இருந்து வர இன்னும் ரொம்ப நாளு ஆகும் போல இருக்கு! பாவம், தலை வீக்கம் இன்னும் அப்படியே தான் இருக்கு!" "மத்த ஆட்க எல்லாம் வந்தாச்சா?" "ஆமா எல்லாரும் வந்தாச்சு"

கண்ணு காந்தியது, கண்களை கசக்கிக் கொண்டு எழுந்து, படுக்கையில் உக்காந்தேன். "ஏன் எழுந்திரிக்க, படுத்துக்க!" என்றாள். நான் பின் மண் சுவரில் சாய்ந்து, கால்களை நீட்டிக் கொண்டேன். "இன்னிக்கி எங்க வேலை நடந்திச்சி?" "முள்ளக்காட்டு அளத்துலே. நாலு லாரி அட்டி உப்பைஅள்ளிக் கொண்டு போய், போல் நாயக்கம்பேட்டை, எம்.பி.எஸ் அரவை மில்லுலே கொண்டு வந்து தட்டினோம். மூணு மணிக்கெல்லாம் வேலை முடிஞ்சி" "வீரன் வேலைக்கு வந்துச்சா" "வந்துச்சி" "எப்படியிருக்கு" "அது எப்படியிருக்கு; ரொம்பவும் மூர்க்கமாயிருக்கு! கடையை அடிச்சு நொருக்கணும் ங்கு!" "சரி, அது கோபம் அதுக்கு!" என்ற நான், "நாளைக்கு எங்க வேலை?" என்று கேட்டேன். "நாளைக்கு காளவாசலுக்கு போகனும்னாங்க! இன்னும் சரியா தெரியலே" என்றாள். அம்மா அரிக்கன் லாம்பை வைத்துவிட்டு, கைலாம்பை தூக்கிட்டுப்போனாள். ஒன்பது மணி முட்டும் இருந்துட்டு மல்லிகா, "ரொம்ப நேரமாகிற்று. அய்யா தேடி வந்து விடுவார்" என்று சொல்லிவிட்டு போய்விட்டாள்.

மறுநாளே உடம்பு சரியாகி விட்டாலும், அதற்கு அடுத்த நாளும் வேலைக்குப் போகவில்லை. மல்லிகா சொன்னது போல அதிர்ச்சியால் வந்த காய்ச்சலாக இருக்குமோ என்ற சந்தேகம் கூட வந்தது. மூன்றாம் நாள் வேலைக்கு போகும் போதும் தேகம் வலிக்கத்தான் செய்யது. முதல் பெட்டி சுமக்கும் போது உள்ள வலி, போக போக எப்படியோ குறைந்து போயிற்று. மதுரை வீரன் வேலைக்கு வரவில்லை. "என்ன மச்சானைக் காங்கலை?" என்று மல்லிகாவிடம் கேட்டேன். "இன்னைக்கு பையமார்கள் எல்லாம் கூடி அவுரு வீட்டிலே ஏதோ மீட்டிங் போடுறாங்களாம். எங்கிட்ட கூட சொல்லல. எங்க அய்யா சொல்லித்தான் எனக்குத் தெரியும்" என்றாள். பிறகு அவள் சொல்வாள் "ஓம் மேல மச்சானுக்கு சரியாக

கோபம். ஆட்ககிட்ட கொறை சொல்லி இருக்கு.'' "எம் மேல என்னத்துக்கு கோபம்? என்று திகைப்பாய் கேட்டேன்.'' "ஒங்க அண்ணன் சாராயக் கடைவேலைக்குப் போனது அவருக்குப் பிடிக்கல'' "அதுக்கு நான் என்ன செய்யட்டும்!'' என்றேன். உள்ளபடியே என் சொல்லுக்கோ, அல்லது அம்மா சொல்லுக்கோ அண்ணன் கட்டுப்படுவானா என்ன? அவன் தரி கட்டுப் போனால் நான் என்ன செய்ய முடியும்? அவன் புத்தி அப்படி? இதை உணராமல் மதுரை வீரன் என் மீது கோபப்பட்டால் அது கசப்பானஅனுபவம்தான்.

உப்பு பெட்டி சுமக்கும் போது நினைவுகள் மாறி மாறி வந்தன. மதுரை வீரனுக்கு என் மீது வந்த கோபம், ஆத்திரம் மாதிரி அவர் மேல் எனக்கு கோபமோ, ஆத்திரமோ வரவில்லை. அந்த பக்கா போக்கிரி ராஸ்கலை - சாராயக்கடைக்காரனை - அந்த பணக்காரனை - அந்த முதலாளியை - முறியடிக்க வேண்டும் என்ற எண்ணம் யாருக்குத்தான் இல்லை? எனக்கு இல்லையா? மல்லிகாவுக்கு இல்லையா? மல்லிகா அய்யாவுக்குத்தான் இல்லையா? காம்ரேட் தாத்தா தான் சும்மா இருக்காரா? யாருக்குத்தான் இல்லை. இந்த சாராயக்கடையை எப்படி அப்புறப்படுத்துவது என்பது தான் இப்போது பிரச்சனை? தாத்தா, சொல்வதைப் போல காலம் நேரம் பார்க்க வேண்டியதாய் இருக்கிறது. தாத்தா அனுபவத்தால் பேசுகிறார். ஆனால் .... மதுரை வீரன், அவருக்கு இளமை மூர்க்கம். தாத்தா சொல்வது சரியா? வீரன் செய்வது சரியா?

வேலை முடிந்து வீடு திரும்பும் போது, "வீரனைப் போய் எதுக்கும் ஒரு தடவை பார்ப்போமா?'' என்று கேட்டேன். உடனே மல்லிகாவும் "சரி என்றாள். தெருவுக்கு வர ஆறு மணியாகிற்று'' "நான் வீட்டுலே போய் குளிச்சிட்டு வரேன். நீ வீட்டுலே ரெடியா இரு'' என்றேன். சொன்ன மாதிரியே வீட்டுக்கு வந்து முதல் வேலையாக குளித்தேன். அப்போதுதான் வேலை முடிந்து வந்திருந்த அம்மா, "உடம்புக்கு எப்படியிருக்கு?'' என்றாள். குளிச்சிட்டு வரவும் சுட சுட காப்பி போட்டுக் கொடுத்தாள். வாங்கிக் குடித்தேன். "உடம்புக்கு தேவலே. மல்லிகா வூட்டு மட்டும் போயிட்டு வந்துவிடுகிறேன்'' என்று சேலையை மாற்றி விட்டு புறப்புட்டேன். "இப்பந்தான் வேல வுட்டு வந்த. அதுக்குள்ளே எங்க போற'' என்று அம்மா சொல்வது காதில் விழுந்தது.

மதுரை வீரன் வீட்டுக்கு வரும் போது அங்கே ஒரு கூட்டமே கூடியிருந்தது. இந்த பையமார்கள் கூட்டத்தை பார்த்த உடனே எனக்கு வெக்கம் உண்டாகிற்று. தயக்கமாக இருந்தது. மல்லிகா எவ்வித தயக்கமோ, அச்சமோ இல்லாமல் வீட்டுக்கு போனாள். நான் பின்னால் போவேன். அந்த சாய்ப்பில் ரெண்டு அரிக்கன் - லாம்பு வெளிச்சத்தில் அவர்கள் பேசிக் கொண்டிருந்தார்கள். எங்களைக் கண்டதும் ஒரு மாதிரியானார்கள். ஏன் இந்த முக வாட்டம்? வீரன் தான் எங்களைப் பார்த்து எழுந்து வந்தார். "வாங்க... வாங்க" என்று வரவேற்றார். "வேலைக்கு போனீங்களா?" என்றார். அவர் முகத்தில் எந்த மாற்றத்தையும் காணும். "ரெண்டு நாளா ஒன்ன வேலைக்கு காணும்?" என்றார். "உடம்புக்கு சரியில்ல, வேலைக்கு வரல்ல" அப்படியா! வாங்க, உள்ள போய் பேசுவோம்" என்று அழைத்துக் கொண்டு போனார். தனியாக ஒரு கோரம்பாயை விரித்து உக்காரச் சொன்னார். பையமார்கள் இன்னும் எங்களை முறைத்துப் பார்த்துக் கொண்டு தான் இருந்தார்கள். இவுங்க ஏன் இங்க வந்தாங்க என்று கூட அவர்கள் நினைத்திருக்கலாம். அனேகமாக இந்த பையமார்கள் அனைவரும் எங்க தெரு பையமார்கள் தான். கண்களில் மிரட்சியோடு அதே சமயம் ஒருவித வெறுப்போடு அவர்கள் இருந்தார்கள். இந்த வெறுப்பு யார் மேல் என்று தான் தெரியவில்லை. காம்ரேட் சங்கத்தில் உள்ளவர் வீரன் மட்டும்தான் என்று சொல்ல வேண்டும். அந்த தடித்த பையமார்கள் மூன்று பேரும் அன்னைக்கி ஊர்வலத்தில் தொண்டை கட்ட கோஷம் போட்டுக் கொண்டு வந்தார்கள். ஆனால் அவர்களை ஒருநாளும் சங்கத்தில் பார்த்தது கிடையாது. மற்றப்பையமார்கள் அளத்துக்கும், கட்டிட வேலைகளுக்கும் போவார்கள், ரிக்ஷா ஓட்டுவார்கள்.

நாங்கள் வந்த பிறகு இவர்கள் ஒரு வார்த்தை கூட பேசவில்லை. எனக்கு திகைப்பாக இருந்தது. ஏன் இந்த தயக்கம்? ஏன் இந்த மௌனம்? எங்களை உளவு பார்க்க வந்தவர்கள் என்று நினைத்து விட்டார்களா? இவர்கள் பேசுவதை கேட்டு நாங்கள் வெளியில் சொல்லுவோம் என்று நினைத்து விட்டார்களா? அவ்வளவு தூரத்துக்கு நாங்கள் மட்டமானவர்களா? வீரன் மட்டும் வேலை நிலமைகளை மாறி மாறி கேட்டார். வேறு எதையும் பற்றி கேட்கவில்லை. நாங்கள் வந்திருப்பது இவர்கள் பேச்சுக்கு இடைஞ்சலாக இருப்பதாகப் பட்டது. உடனே போய்விடலாம் போல இருந்தது. எனக்கு எழுந்திரிக்க தயக்கம். என்ன செய்ய? குழப்பங்கள் எனக்கு சொந்தம் போலாகிவிட்டன. மல்லிகா

எப்போதும் போலத் தான் இருந்தாள். கலகலப்பாக பேசினாள். வேண்டாத கேள்விகளை எல்லாம் கேட்டாள். என்ன இவ இப்படி கேட்கா என்று நான் மனதில் முணுமுணுத்துக் கொண்டேன். என்ன செய்வதென்றே தெரியவில்லை. மல்லிகா கேட்டதற்கு சரியான பதில் கூட இல்லை. வீரன் சப்பக்கட்டு கட்டுவது போல ஏதோ சொன்னார். எனக்கு அது ஒண்ணும் கூட பிடிக்கவில்லை. "காம்ரேட் வீட்டுலே ஞாயிற்றுக் கிழமை இதைப்பற்றிக் கூட்டம் போட்டுபேசப் போறாங்களே? நீங்க தனியா கூட்டம் போட்டா எப்படி?" என்று அடுத்த கேள்வியை கேட்டாள். எனக்கு இது கூட வேண்டாத கேள்வியாகத்தான் பட்டது. இவுங்கதான் மர்மமாக தீவிர வேலைகளில் ஈடுபடும் போது, இதைப் பற்றி இங்கே வந்து கேள்வி கேட்பது முறை அல்ல என்று எனக்குத் தோன்றியது. பேசாமல் எழுந்து போவது தான் உத்தமம் என்று நினைத்தேன். எல்லோரையும் சந்தேகமாக நினைத்தால் எப்படி? மதுரை வீரன் தான், "யார் சொன்னா? அப்படியெல்லாம் இல்லை. பையமார்களை ஒன்று சேர்க்கத்தான் இந்த கூட்டம். காம்ரேட்டை நம்பிக்கிட்டு இருந்தா இனி ஒண்ணும் நடக்காது என்று எண்ணித்தான் நாங்க புதுசா இளைஞர் மன்றத்தை ஏற்படுத்தியிருக்கோம். இனி நாங்க தான் தெருவிலே எது நடந்தாலும் கேட்கணும் போல இருக்கு. காம்ரேட் சொல்றது எதுதான் நடக்கு! பொறு பொறுன்னுத்தான் சொல்லுகிறாரு, தவிர வேற ஒண்ணும் நடக்க மாட்டங்குது. மொதல்ல இந்த வாரம் ஞாயிற்றுக் கிழமை ஊர்வலம் வைக்கலாம்ன்னார். இன்னும் அதற்கான முயற்றியல இறங்கலே. இனுமையும் காம்ரேட்டை நம்ப முடியாது..." அவர் சொல்லி முடிப்பதற்குள், மல்லிகா "காம்ரேட் தான் ஒண்ணும் செய்யலே, ஒங்க இளைஞர் மன்றம் என்ன செய்யப் போறது!" என்று நக்கலாக கேட்டாள். "பொறுத்திருந்து பாரு. அப்பம் தெரியும்" என்று வீரன் ரொம்ப நேரத்துக்கு பிறகு சிரித்தார்.

"போகலாமா" என்று மல்லிகாவுக்கு கேட்கும்படி மெதுவாக சொன்னேன். தலையை மட்டும் ஆட்டினாள். "சரி நாங்க வாரோம்" என்றாள். "என்ன புறப்புட்டாச்சா?" என்றார் வீரன். ஏதோ மெம்புக்கு கேட்ட மாதிரி இருந்தது. "ஒங்க இளைஞர் மன்றம் தான் எங்க கூட சரியாக பேச மாட்டுங்கே. நாங்க இங்க இருந்து என்ன செய்ய? நாங்க இருப்பது ஒங்களுக்கு இடைஞ்சல் தான். அதனாலே தான் எழுந்துட்டோம்" என்றாள் மல்லிகா பட்டென்று உடைக்கிற மாதிரி. இப்படி அவள் சொல்வாள் என்று நான் கூட நினைக்க வில்லை. அங்கு இருந்தவர் முகங்கள் எல்லாம்

உடனே சுருங்கிற்று. அனைவரும் குழம்பிப் போயிருக்க வேண்டும். ஒரு பையன் "அப்படியெல்லாம் இல்ல. இங்க என்ன ரகசியம் இருக்கு. உக்கார்ந்து பேசிட்டுப் போங்க" என்றார். "அய்யையோ... நான் ஒரு பேச்சுக்கு சொன்னேன்..." என்று மல்லிகா சிரித்தாள். "இப்பம் ரொம்ப நேரமாயிற்று. நாங்கப் போறோம்" என்று எழுந்தாள். படலை கதவு அருகில் வரும் போது வீரன், "அம்மங்கோவில் முட்ட வரட்டுமா?" என்றார். நான் தான், "இல்ல வேண்டாம். நாங்க போயிடுவோம்" என்றேன். தெருவில் இறங்கி நடந்தோம். தெரு விளக்கு வெளிச்சத்தில் குழந்தைகள் தொட்டு பிடித்து விளையாடிக் கொண்டிருந்தார்கள்.

அம்மங்கோவில் முன்ன ஒரு சிறு கூட்டம் கூடி நின்றது. வீட்டு வாசலில் படியிலும் ஆட்கள் நின்றார்கள். மெயின் ரோட்டின் மேலும் ஆட்கள் கூட்டம். என்ன விஷயம்? கோவில் திண்ணையோரம் எங்க அம்மா நின்றாள். மெயின் ரோட்டு டீக் கடையோரமாக மல்லிகா அப்பா நிற்பதைப் பார்த்து "எங்க அய்யாக்கிட்ட என்னதுன்னு கேட்டுட்டு வாரேன்" என்று அவள் போனாள். நான் வேகமாக எங்க அம்மாக்கிட்ட வந்தேன். "என்ன சங்கதி, தெருவுலே கூட்டமாக நிக்கி" என்றேன். "ராசாத்திக்கு ரொம்ப சீரியசாக இருக்காம்!" என்ற போது உண்மையிலே நான் பதறிப் போனேன். "யார் வந்து சொன்னது?" "அவ மவ புள்ள வந்து சொல்லி இருக்கு. ஆட்க ஆஸ்பத்திரிக்குப் போயிருக்காங்க" "நீயும் ஆஸ்பத்திரிக்கு ஒரு நட போயி பார்த்துட்டு வரியாம்மா?" "ராத்திரி அங்க போயி என்ன செய்ய?" என்று சொன்ன அம்மா, அந்த பொம்பளையோடு ராசாத்தி பெரியம்மாவை பற்றி பேசத் தொடங்கி விட்டாள்.

கொஞ்ச நேரத்தில் ஆஸ்பத்திரிக்கு போய் விட்டு வந்தாட்கள் சொன்ன விபரம் ரொம்பவும் பரிதாபமாக இருந்தது. முகமெல்லாம் அடைத்து வீங்கி விட்டதாம். பேச முடியவில்லையாம்! ஏதோ மூளை பாதிக்கப்பட்டு விட்டதாக டாக்டர்கள் சொல்லுகிறார்களாம்... இதையெல்லாம் கேட்கவே எனக்கு என்னமோ போல இருந்தது. இன்னும் எவ்வளவு நாட்கள் நம்மோடு இருப்பாள்? என்ற சந்தேகமே வந்து விட்டது. முட்டிக் கொண்டு வந்த கண்ணீரைத் துடைத்துக் கொண்டேன். பார்த்தால் ஒரு ஊர்வலம். இந்த பிரச்சனைக்கு நியாயம் வேண்டும் என்று போன ஊர்வலம், இவ்வளவு தூரத்துக்கு போகுமா? நினைத்தாலே திரேகம் அதிர்ந்தது. ஊர்வலம் வெற்றியாகத்தான் முடியவில்லை. இப்படி உயிர் பலியா எடுக்க வேண்டும்? 'உயிரை

எடுத்தவன் உயிரை நம்ம எடுக்க வேண்டும்!' என்று மதுரை வீரன் பையமாரை கூட்டுவது இதற்குத்தானா?

மறுநாள் நான் வேலைக்குப் போகவில்லை. போக மனசுமில்லை. அதிகாலையிலே முளித்து குளித்து, நேராக ஆஸ்பத்திரிக்குப் போக புறப்பட்டுக் கொண்டு இருந்தேன். மல்லிகா தேடி வந்து விட்டாள். "என்ன, வேலைக்கு வரவில்லையா?" என்றாள். " நா ராசாத்தி பெரியம்மாவப் பார்க்கப் போறேன். நீயும் வாரியா?" என்று கேட்டேன். "அப்பம் இரு, நா எங்க அய்யாக்கிட்ட போய் சொல்லி, இன்னிக்கி உப்பு பெட்டி சுமக்க வேற ஆட்களா பார்த்துக் காங்கன்னு சொல்லிட்டு வாரேன். இல்லன்னா நம்ம வருவோம்ன்னு நெனச்சக்கிட்டு, பெறவு திண்டாடப் போறாங்க!" என்று விரசலாக அவள் வீட்டை நோக்கிப் போனாள். அம்மாவுக்கு நான் வேலைக்கு போனாலும் சரிதான், போகா விட்டாலும் சரி, உண்மையிலேயே என் கூலியை அவள் எதிர்பார்க்கவில்லை தான். நான் வேலைக்குப் போனால், ஒரு கூலி லாபம், இல்லை என்றால் ஒரு கூலி நஷ்டம். அவ்வளவு தான். போனவுடனே மல்லிகா வந்து விட்டாள். "என்ன போகலாமா?" என்று கேட்டாள். வேறு சேலை சட்டை மாற்றியிருந்தாள். "ஒங்க அய்யாகிட்ட சொல்லியாச்சா?" என்றேன். "சொல்லியாச்சி, புறப்படு" என்றாள்.

புறப்படும் போது தான் ஞாபகம் வந்தது. ஆஸ்பத்திரி பின் கேட்டு திறந்திருக்காது என்று, பின் கேட்டு திறந்திருந்தால், தெரு மெயின் ரோட்டை கடந்து, சுப்பையா முதலியார் புரம் வழியாக வந்து, ஆஸ்பத்திரி பின்னுக்கு வந்து விடலாம். தெருவும் ஆஸ்பத்திரியும் ரொம்பவும் பக்கம். கேட் எப்போதும் அடைத்துதான் இருக்கும் என்றாலும், இடையில் ஒரு ஓரமாக இருக்கும் சின்ன வாசல் எப்போதும் திறந்துதான் இருக்கும். அன்னைக்கு நடந்த ஊர்வலம். கலாட்டாவுக்கு பிறகு திறந்திருக்கிற சின்னக்கேட்டையும் கூட அடைத்துவிட்டார்கள். இப்போது எல்லாம் கேட் எட்டு மணிக்கு மேல் தான் திறக்கிறது. சுற்றித்தான் போக வேண்டும். சுற்றி என்றால் சாராயக் கடை பாதைக்கு - அதை சரல் ரோட் வழியாக சுற்றி போக வேண்டும். கொஞ்சம் சுற்று தான். இருந்தாலும் சீக்கிரம் போகலாம்! வரலாம். இதை விட்டால் சிரம்பரநகரை சுற்றித்தான் போக வேணும். ரொம்ப சுற்று இது. ஒரு பாடு நடக்க வேண்டும். சீக்கிரமாக போக வேண்டுமென்றால் சாராயக்கடைக்காரன் மூஞ்சியில் காலேயிலே முழிக்க வேண்டியதிருக்கும். காலையிலே அவனுக மூஞ்சியில் முழிக்கவா? அந்த கடையையும், அந்த கடையாட்களையும்

பார்க்க அறறே பிடிக்கவில்லை. எப்படி பிடிக்கும்? அந்த பக்கம் போயே ரொம்ப நாட்களாகி விட்டது. என்னக்கி போனது?

அந்த ரோட்டின் இரு பக்கங்களிலும் கருங்கல் சல்லி லாரி லாரியாக அடிக்கப்பட்டிருந்தது. பத்தடிக்கு ஒரு லாரியாக ரோட்டில் சல்லிகள் குவிக்கப் பட்டிருந்தன. ரோட்டில் கிடந்த சல்லிகள் காலில் குத்தின. "என்ன, புதுசா ரோடு போடப்போறாங்களா? என்று கேட்டேன். "பெருசா அறுபதடி ரோடு வருதாம்" என்றாள் மல்லிகா. "அப்பம் இந்த கடைக, வீடுகளையெல்லாம் என்ன செய்வாங்க?" "என்ன செய்வாங்களா? போலிச வைச்சு அவ்வளத்தையும் காலி செய்ய சொல்வாங்க!" எனக்கு ஆச்சரியமாக இருந்தது. மல்லிகாதான் சொல்லுவாள்! "இனிமே திருச்செந்தூர் பஸ் இந்த ரோட்டுலேதான் போகப் போகுதாம்." "ஒனக்கு யாரு சொன்னா"? "அன்னக்கி அய்யா, அம்மாகிட்ட சொல்லிக்கிட்டுருந்துச்சு கேட்டேன். அப்பந்தான் எனக்கே தெரியும் இது இனுமே திருச்செந்தூருலே இருந்து வருகிற பஸ்சுக பஸ் ஸ்டாண்டுக்கு போகிற ரோடு என்று. நம்ம மெயின் ரோட்டுலே வந்து இப்படி திரும்பி போகும். இனுமே எப்பமும் இது கல்கலப்பாகத்தான் இருக்கும்" என்றாள். "அப்பம் நியூகாலனி வழியா போகிற பஸ்?" என்றேன். அது போகிற ரோடு. இது வருகிற ரோடு".

நாங்கள் சாராயக்கடையை தாண்டிப்போகும் போதுதான் பார்த்தோம். எங்களுக்கு ஆச்சரியம்தான். பொட்டைக்கு இங்க என்னவேலை? அந்த திறந்த குடிசையில் அவள் அடுப்பை பற்ற வைத்துக்கொண்டிருந்தாள். அவள் மூன்றாவது புருஷன் - வைப்பாளன் - அந்தப் பக்குஸ் பெட்டியில் இருந்து என்னத்தையோ எடுத்து வைத்துக் கொண்டிருந்தான். சாராயக்கடை முன்ன என்ன கடை வைத்திருக்கிறார்கள்? இவ்வளவு சண்டை சச்சரவுக்கிடையில் தெருவில் இவர்கள் எப்படி இந்த சாராயக்கடை முன்ன கடை வைக்க தைரியம் வந்தது? எங்க அண்ணனே அந்த சாராயக் கடையில் போய் வேலை செய்யும்போது, இவர்களை யார் கேட்க முடியும்? மான வெட்கம் கிடையாதா?" இவ இங்க கடை வெச்சுக்கிறது இன்னக்கிதான். எனக்கும் தெரியும்"? என்றாள் மல்லிகா. "என்ன கடை வச்சிருப்பா?" என்றேன். "அதுதான் குடிகாரங்களுக்கு மீனு பொரிச்சி கொடுக்கிறது முட்டை அவிச்சி கொடுக்கிறது. நல்ல துட்டு கெடைக்கும்."

பொதுவாக பொட்டையை கண்டாலே எனக்கு அறவே பிடிக்காது. அளத்துலே அவள் பார்த்தாலே நெஞ்சு நடுங்கும். ஒரு

ஒழுக்கம் வரம்பு முறையெல்லாம் அவளுக்கு கிடையாது. எங்குனையும் கால்கள் இரண்டையும் கவுட்டை மாதிரி அகட்டிக் கொண்டு சேலையைத் தூக்கி வைச்சுக்கிட்டு "ஒன்னுக்கு" இருந்துக்கிட்டிருப்பாள். எந்த ஆம்பளையைக் கண்டாலும் பல்லை இளிச்சி, இளிச்சி பேசுவாள். அப்படியே நேரத்தை குலுக்கி குலுக்கி போக்கி விடுவாள். உடம்பை வளச்சி ஒரு வேலையும் செய்ய மாட்டாள். கெட்டின புருஷன் எங்கயிருக்கான் என்று யாருக்கும் தெரியாது. மொதல்லே ஒருத்தனை சேர்த்து வைத்து, அவனை விட்டுட்டா. இப்போது மூனாவதாக இந்த கிழவனை சேர்த்து வைத்து இருக்கிறாள். அந்தக் கிழவன் ரொம்ப காலம் அளத்துலே கங்காணியாக இருந்தவன். கூலிய கொள்ளையடிச்சி, கொள்ளையடிச்சி நிறைய சொத்து சொகம் சேர்த்து வைத்திருக்கிறான். என்னைக்கு அந்தப் பணம் காசு எல்லாம் கரையப்போகுதோ, இவ என்னைக்கு அந்த கிழவனை விட்டுட்டு ஓடப்போகிறாளோ? அளத்துலே இந்த பொட்ட மாதிரி ஆட்களை வைத்துத்தான் கண்காணிமார்களும் முதலாளிமார்களும் எல்லாத்தையும் எடை போடுகிறது.

நாங்கள் ஏழரை மணிக்கெல்லாம் ஆஸ்பத்திரிக்கு வந்து விட்டோம். ஏழு மணியில் இருந்து எட்டரை மணி வரை வெளியாட்கள் நோயாளிகளை பார்க்கலாம் என்றதும், ஆட்கள் கூட்டம் காலையிலே ஜாஸ்தியாக இருந்தது. இப்போது பார்க்க முடியாவிட்டால், இனி சாயங்காலமாகத்தான் பார்க்கலாம். அதற்கு இடையில் வாட்சுமேன் விட மாட்டான். இடையில் சோறு, காப்பி கொடுக்கனும் என்றாலும் அவனுக்கு ஐம்பது பைசா ஒரு ரூபாய் என்று கையில் கொடுக்க வேண்டியதிருக்கும். இதுக்காச்சுட்டி இப்போது இந்த கூட்டம். சைக்கிள் ஸ்டாண்டிலும் சைக்கிள்கள் நிறைய நின்றது. நானும் அவளும் ராசாத்தி பெரியம்மாவை வைத்திருந்த வார்ட்டுக்கு போனோம். எங்களுக்கு முன்னமே தெரு ஆட்கள் ஆஸ்பத்திரிக்கு வந்திருந்தார்கள். பெரியம்மா அந்தாலே கிடந்தாள். யார் வந்திருக்கா, என்னங்கிற நினைவேயில்லை. திரேகம் எங்கும் வீங்கிப் போய் இருந்தது. வயிறு பொத்துப் பொத்து என்றிருந்தது. அவளைப் பார்த்தவுடனே அழுகை வந்துவிடும். அப்படியொரு நிலமையில் அவள் கிடந்தாள். பார்த்தால் ஓர் சின்ன ஊர்வலம். அதில் பட்ட அடி, இன்னிக்கி...? அழுகை, கவலை, குழப்பமெல்லாம் போய், கோபம் மட்டும் நெஞ்சில் மிஞ்சி நின்றது. வந்த கோபங்களையெல்லாம் மிக கஷ்டப்பட்டு அடக்கிக் கொண்டேன். வந்திருந்த ஆட்கள் எல்லாம் அவளைப் பார்த்து

வாப்பாரினார்கள். பார்த்து விட்டு உடனே புறப்பட்டு விட்டோம். ரொம்ப நேரம் நிற்க மனம் தாங்க முடியவில்லை. மல்லிகா "போவாமா?" என்றவுடன், நானும் "சரி" என்றேன். இருவரும் ஆஸ்பத்திரியில் இருந்து வெளியில் வந்தோம். இப்போது பின் கேட்டில் உள்ள சின்ன வாசல் திறந்திருக்கும். பள்ளிக்கு போகும் பிள்ளைகள் பைக்கட்டு ஆட ஆட பேசிக் கொண்டும் நடந்து கொண்டும் இருந்தார்கள். பரபரப்பாக இருந்த ஆஸ்பத்திரியில் பார்க்கும்படியான மனநிலையும் இல்லை எனக்கு. இருவரும் ஆஸ்பத்திரி பின் பக்கமாக நடந்தோம்.

ரொம்பவும் சீக்கிரமாகவே தெருவுக்கு வந்து விட்டோம். "இப்பம் நீ வீட்டுக்கா போறே"? என்றாள் மல்லிகா. "ஏன் அப்படி கேட்க?" என்றேன். "இல்ல, அங்க ஒருத்தரும் இருக்க மாட்டாங்களே, நீ அங்கப் போய் என்ன செய்யப் போறன்னு தான் கேட்டேன்." என்றாள். "ஆச்சி இருக்கும், என்ன வேணும்ன்னு கேட்க வேண்டாமா?" என்றேன். உடனே மல்லிகா, "ஒங்க வீட்டுக்கு போய் ஆச்சியை பார்த்துட்டு, அப்படியே எங்க வீட்டுக்குப் போவோம்". என்றாள். நாங்கள் பேசிக் கொண்டே முதலில் எங்க வீட்டுக்குத்தான் போனோம். படலையை திறந்து கொண்டு உள்ளே போனபோது, ஆச்சி மயக்கம் வந்த மாதிரி படுத்திருந்தாள். காலை ஏறு வெயில் அவள் படுத்திருக்கும் திண்ணையில் அடித்தது. உடனே நான் அந்த சாக்கு திரையை இழுத்து விட்டேன். அரவம் கேட்டு, "யாரு?" என்றாள் ஆச்சி?. "நான் தான் ஆச்சி!" என்றேன். சத்தத்தைக் கண்டுகொண்டு, "தண்ணி இல்லை. கொஞ்சம் தண்ணி வையம்மா?" என்றாள். நான் வீட்டுக் கதவை திறந்து தண்ணீ மொகர்ந்து கொண்டு கொடுத்தேன். "யாச்சி வேற எதுவும் வேணும்மா?" என்று கேட்டேன். "வேற என்ன வேணும்?" அம்ம கஞ்சி ஊத்தி வைச்சுட்டுப் போயிருக்கா. தலை மாட்டுலே வெத்தலை இருக்கான்னு பாரு?" என்றாள். பார்த்தேன். "இருந்துச்சி!" என்றேன். "யாச்சி நா மல்லிகா வீட்டுக்கு போயிட்டு வாரேன்." என்று புறப்பட்டு விட்டேன்.

ஆச்சி முனங்கினாள், எனக்கு கேட்கவில்லை. நானும் மல்லிகாவும் தெருவில் இறங்கி நடந்தோம். மணி ஒம்பதரையை தாண்டி விட்டது. தெருவில் ஜன நடமாட்டமில்லை. ஆட்கள் அனேகமாக எல்லோருமே வேலை வெட்டியை பார்க்க போய் விட்டார்கள். பள்ளிக்கு "டிமிக்கி" கொடுத்த பிள்ளைகள் உடை மர முட்டில் விளையாடிக் கொண்டிருந்தார்கள். அவர்களை கேட்பார் கேள்வி கிடையாது. பள்ளி விடும் நேரம் பார்த்து

அலுமினிய தட்டுகளை தூக்கிக் கொண்டு சிவந்தாகுளம் போய் விடுவார்கள். அங்க உள்ள டீச்சர்மாரும் அவர்களை 'ஏன் பள்ளிக்கு வரலே!' என்று கேட்க மாட்டார்கள். ஆளோடு சாப்பிட்டு வந்து விடுவார்கள். சாயங்காலமாகத்தான் அவர்கள் அம்மை அய்யாவே பார்க்க முடியும். அம்மங்கோவில் திண்ணையில் ஒரு பரதேசி நல்ல தூக்கத்தில் இருந்தான். எப்போதும் இருப்பது போல அந்த அழுக்கு துணி மூட்டைக்கு அடியில் ஒரு பழைய ஓட்டை விழுந்த பீங்கான் பாத்திரம் கிடந்தது. மத்தியானம் பன்னிரெண்டு மணிக்கு மேல் இந்த சுற்று வட்டாரத்தில் எங்கு வேண்டுமானாலும் பார்க்கலாம். அவன் பிச்சை எடுப்பதே தனி, வாய் திறந்து 'பிச்சை' என்று ஒரு நாளும் கேட்கமாட்டான். தந்தா வாங்குவான். இல்ல என்றால் பதில் பேசாமல் போய் விடுவான். எப்படியும் வயிற்றுக்கு கிடைக்கும். ஆனால் அவனை வேற தெரு எங்கேயும் இருக்க கூட விடமாட்டார்கள். எப்போதும் அம்மங்கோவில் திண்ணைதான் இருப்பிடம். இங்கு அவனை என்னன்னு கூட கேட்க ஆள் கிடையாது. அவன் பக்கத்தில் ரெண்டு ஆடுகள் அம்மஞ்சி மாதிரி படுத்துக் கிடந்து அசைப்போட்டது. கோயிலை தாண்டி நடந்தோம். வழக்கம் போல் பன்றிகள் கேட்பாரற்று அலைந்து திரிந்தன.

வீட்டு வாசலில் குவிந்திருந்த கருவேல உடையை வெட்டிக் கொண்டிருந்தாள் அத்தை. நீட்டியிருந்த காலில் இன்னும் கொஞ்சம் வீக்கமிருந்தது. எங்களைப் பார்த்து சிரித்தாள். "ஆஸ்பத்திரிக்குப் போயிட்டு வந்துட்டிகளா? ராசாத்திக்கு எப்படியிருக்கு"? என்றாள். "யம்மா பார்க்க சகிக்கலே"! என்றாள் மல்லிகா. "அவ்வளவு தூரத்துக்கா மோசமாயிருக்கு?" என்று திகைப்போடு கேட்டாள். அத்தை முகத்தில் உள்ள சிரிப்பு மறைந்து விட்டது. விசனத்தோடு சுள்ளியை வெட்டத் தொடங்கினாள்.

நாங்கள் வீட்டுக்குள் போனோம். "கருவேல முள்ளு வெலைக்கா வாங்குன்னது?" என்று கேட்டேன். "இல்லை, போன ஞாயிற்றுக் கெழமை அய்யா ஒடைக்கித் தெக்க போய் வெட்டிக்கிட்டு வந்துப்போட்டாரு" என்றாள். எனக்கு சினிமாவுக்குபோக வேண்டுமே என்ற எண்ணமேயில்லை. இவள் இப்படி கேட்பாள் என்று நினைக்கவுமில்லை. சினிமா என்று போய் மாதக்கணக்காக ஆகிற்று, முன்ன எல்லாம் வாரத்துக்கு ஒரு படமென்று பார்த்த காலமும் உண்டு. அம்மா பெரிய சினிமா பைத்தியம். அளத்துக் காட்டில் பகல் எல்லாம் வேலை செய்து விட்டு, வீட்லேயும் மாடு கணக்காக வேலைப் பார்த்து விட்டு, ராத்திரியில் செகண்ட் ஷோவுக்கு போய்விட்டு வந்து விடுவாள்.

இப்பம் கொஞ்சம் நாளைக்கு முன்னாலே, போல்டன்புரத்துக்கு தெற்க கால்டுவெல் காலணி பக்கமாக ஆறுமுகா டாக்கீஸ் வந்த பிறகு கேட்கவே வேண்டாம். வாரத்துக்கு ரெண்டு படங்கூட பார்த்து விடுகிறாள். அவள் முந்தா நாளு சினிமாவுக்கு போகும்போது கூட என்னையும் கூப்பிட்டாள். 'நான் வரவில்லை' என்று சொல்லி விட்டேன். எப்படியாவது, 'சினிமாவுக்கு போகலாம்?' என்றால், அர்த்த ராத்திரியானாலும் தெருவில் ஆட்கள் சேர்ந்து விடுவார்கள். "என்ன நான் சொல்லுறது? இப்பம் எனக்கு மனசே சரியில்லை. சினிமாவுக்கு போயும் ரொம்ப நாளாகிற்று. வாரியா?" என்றாள். எனக்கு என்ன பதில் சொல்வதென்று தெரியவில்லை. இவ்வளவு குழப்பங்களுக்கிடையில் சினிமா என்ன வேண்டிக் கிடக்கு? "என்ன, பதிலே காணும்? " என்றாள். "சினிமாவுக்குப் போயித்தான் ஆகனும்மா?" என்றேன். "சும்மாவா? சினிமா பாக்குறதுலே என்ன கெட்டுப்போகும்? பேசாம ரெண்டு மணி நேரம் நிம்மதியா இருக்கலாம்! "நல்ல படம் என்ன நடக்கு?" "டவுனுக்கு போகலாமா?" "இப்பம் போனா மத்தியானம் வேகு வேகுன்னு வரனும்?" மத்தியானம் சாப்பாட்டுக்கு மேலே போவோம். பொழுது அடைய வீட்டுக்கு வரலாம்." "ஒங்க அம்மா ஏசுவாளே?" என்றபோது எனக்கு சிரிப்புத்தான் வந்தது. "அவளா சினிமா பார்க்க ஏசப் போகிறாள்" என்றேன்.

மாட்னி ஷோவுக்குப் போவதாக முடிவு செய்துகொண்டு வீட்டுக்கு வந்தேன். ஆச்சிக்கு 'என்னமும் வேனுமான்னு" கேட்டேன். "தண்ணீ மொகந்து கொண்டு வையி" என்றாள். மொகர்ந்து கொடுத்தேன். சேலையை மாற்றிக் கொண்டேன். உள் நிலையில் வைத்திருந்த அந்த மூன்று ரூபாயும் சில்லரை காசையும் எடுத்து முந்தியில் முடித்துக் கொண்டேன். இந்த வெயிலுக்குள் போகவா என்றிருந்தது. தினசரி வேனா வெயியில் காய்கிறவள். இப்படிலீவு கிடைக்கிற போதாவது வீட்டில் இருக்கலாம். மத்தியானத்துக்கு மேல் கொஞ்சம் கண் அசரலாம். போகாமல் இருந்தால் மல்லிகா திகைத்துப்போவாள். "என்னடா, வருகிறேன்' என்று சொன்னவளை காணும் என்று வீடு தேடி வந்து விடுவாள். சினிமாவுக்கு வாரேன் என்று சொல்லியாச்சு. இனி போகாமல் இருந்தால் சரியாகாது. போதும்போது கண்ணாடி பார்த்து கொஞ்சம் பவுடரை முகத்துக்கு போட்டுக் கொண்டேன். சேலை முந்தியை சுற்றி, இடுப்பில் சொருகிக் கொண்டேன். வாசலில் மல்லிகா ரெடியாக நின்றாள். பளிச்சென்று கோடி வாயல் சேலையை கட்டிக் கொண்டு, என்னை எதிர்பார்த்துக்

கொண்டு இருந்தாள். "இந்த சேலையை எப்பம் எடுத்த?" என்று கேட்டேன். போனவாரம் பஜாருலே எடுத்தது" "எவ்வளவு?" "நல்லாயிருக்கா? நாப்பத்தைஞ்சி ரூபா" என்றவள், திரும்பி "எம்மோவ், நாங்க போயிட்டு வாரோம்." என்று குரல் கொடுத்தாள். வீட்டுக்குள் கைவேலையாக இருந்த அத்தை, "நடந்துப்போவாதீங்க. பஸ்சுலே போங்க" என்றாள், மணி ஒன்னுத்தான் ஆகிறது. இன்னும் நேரமிருக்கிறது. நடந்து கூடப்போகலாம். வெயிலை எல்லாம் தாங்கிய திரேகந்தான். ஆனால், பட்டப்பகலில் கூட தெருவில் நடக்க பயம்.

சினிமா முடிந்து வீட்டுக்கு வர அன்னா இன்னான்னு மணி ஆறுக்கு மேலாகிவிட்டது. பாலகிருஷ்ணாவில் ஐந்தரைக்கெல்லாம் படம் விட்டது. பொடி நடையாகவே நடந்து வந்து விட்டோம். படம் சுமாராக இருந்தது. ஏதோ ஒரு தடவை உக்கார்ந்து பார்க்கலாம். அவ்வளவுதான். இரண்டு மணி நேரம் எல்லாவற்றையும் மறந்து படம் பார்க்க முடிந்தது. அண்ணந் தம்பிக்குள்ள உள்ள சொத்து தகராறு, அடிதடி, சண்டை, காதல், சோகம், பாட்டு, இப்படியாக படம் இரண்டு மணி நேரம் ஓடிவிட்டது.

நான் வீட்டுக்கு வந்தேன். படலை வெறுமனவே திறந்துதான் கிடந்தது. ஏதோ விருந்தாளுங்க மாதிரி திண்ணையிலும் முத்தத்திலும் ஆட்கள் குத்த வைத்திருந்து பேசிக் கொண்டிருந்தார்கள். அம்மா கொஞ்சம் தள்ளி, அந்தத் தொட்டி பக்கம் கிடந்த கருங்கல்லில் அமர்ந்திருந்தாள். ரொம்ப கோபமாக இருப்பதைப்போல அவள் கண்கள் சிவந்துபோய் இருந்தன. என்ன என்று விளங்கவில்லை. சுற்றிப் பார்த்தேன். அய்யோ என்றிருந்தது. ஏதோ ஒன்று நெஞ்சில் அடைத்தது. திண்ணையில் எங்க அய்யா உக்கார்ந்திருந்தார்! நல்ல கருப்பு தேகத்தில் வெள்ளை சட்டை, குன்னிப் போய் இருந்தார். இவர் ஏன் இங்கு வந்தார்? எவளையோ கூட்டிக் கொண்டு பொண்டாட்டி பிள்ளைகளை மறந்து ஓடிப்போன ஆளுகக்கு இங்க என்ன ஜோலி? அவர் பக்கத்தில் என்னமோ பெரிய ஜமீன்தார் தோரணையில் எங்க அண்ணன் உக்கார்ந்திருந்தான். அவனையும் ரொம்ப நாளைக்குப் பிறகு இப்பந்தான் பார்க்கிறேன். உடம்பில் தசை பிடித்துப் போய் இருந்தது. எதிரில் அசையாமணி தாத்தா. இன்னும் இரண்டு கங்காணிமாருக, அடுத்த வீட்டு அத்தை, அடுத்த வீட்டு பேச்சி அக்கா, எல்லோரும் இருந்தார்கள். வெளியில் இருந்து ஓடி வந்த தங்கச்சி, அம்மா மடியில் பொத்தென்று உக்கார்ந்து கொண்டாள். தம்பிமார்களை காணும். பேச்சை நிறுத்தி விட்டு, ஒரு முறை

புதிதாக பார்க்கிற மாதிரி, என்னை எல்லோரும் ஒரு மாதிரி பார்த்தார்கள். நான் விரு விருவென்று வீட்டுக்குள் போய் விட்டேன். ஒரே குழப்பம். மத்தியானம் வேர்க்க வேர்க்க கொட்டகையில் சினிமா பார்க்கும்போது இல்லாத தலைவலி இப்போது வந்தது.

"என்ன பூவதி, பேசாம இருந்தா எப்படி? அவென் புள்ளைக்கி நகை போட்டு கட்டிக் கொடுக்கேன் எங்கான்! நீ விட்டுவுட வேண்டியதுதானே?" அசையாமணித் தாத்தா குரல் சத்தமாகக் கேட்டது. என்னைப் பற்றித்தான் பிரச்சினை என்றதும், அவிழ்த்த சேலையை அப்படியே கட்டிக் கொண்டு வெளியில் என்ன நடக்கிறது என்று கதவு இடுக்கு வழியாகப் பார்த்தேன். "ஆமா எல்லாத்தையும் விட்டுட்டு ஓடி மூணு, மூணே காலு வருஷமாகுது. இப்பந்தான் புள்ளமேல் அக்கறை வந்துச்சாங்கும்?" என்று அம்மா கேட்கிறாள். "புள்ளையே வைச்சுக்கிறமாதிரி வைச்சு இருக்கனும். ஊருலே திரிய விட்டா...?" என்று ஐயா கனைப்பது காதில் விழுந்தபோது, எனக்கு விளம் (கோபம்) உச்சி முட்டும் ஏறியது. அந்த கேந்தி (அதிகமான கோபம்) வாக்குலே, "யாருடா ஊருலே மேஞ்சா? போங்கடா வெளியிலே!" என்று கனைக்க வேண்டும் போல இருந்தது. மீற வந்த ஆவேசத்தை கஷ்டப்பட்டு அடக்கிக்கொண்டேன். "யாரு ஊருமேல மேஞ்சா? நீரு ஊர்லே மேஞ்சவரு. ஓம்மே தாய் பிள்ளைங்க ஊருலே மேய்ஞ்சியிருப்பாங்க!" என்று கோபத்தோடு எழுந்தாள் அம்மா. இவ்வளவு தூரத்துக்கு அவள் கோபப்படுவதை இதற்கு முன் நான் கண்டதில்லை. "கண்டாறவோளி யாரைப்பார்த்து ஊருலே மேய்ஞ்சவனுங்குற,"? என்று அய்யா எழுந்திருக்க, அம்மாவும் எழுந்து கொண்டாள். "ஓம்ம யோக்கியதை ஊருலே நாறது தெரியாதாக்கும்! பெருசா புள்ளைய நான் கெட்டிக் கொடுக்கேன்னு வந்தாச்சு" எல்லோரும் எழுந்து கொண்டார்கள். "ஏளா, சண்டை போடாதீங்க. இங்க சண்டை போடவா வந்திருக்கு!". வந்தவர்கள் சொன்னதும் அய்யா பழையபடி உக்கார்ந்து கொண்டார். கொஞ்சநேரம் யாரும் பேசவில்லை.

"அவன் ஊருலே, மேஞ்சான்! இவ ஊருலே மேஞ்சா என்பதெல்லாம் ரெண்டாவது. வடுவச்சி ஒனக்கு மவா, அவனுக்கும் மவா, பெத்தவன் வந்து புள்ளையை எங்கிட்ட கொடு. நா நக நட்டு போட்டு கெட்டி கொடுக்கேன்னு கேட்கான். நீ என்ன சொல்லுற அத மொதல்ல சொல்லு...?" என்று பேச்சை ஆரம்பித்தார் தாத்தா. அம்மாவுக்கு தாத்தா மேலே கோபம் வந்து விட்டது. "நீரு என்னையா? அவ என்ன சின்ன பாப்பா - தூக்கி

இந்தான்னு கையில் கொடுக்க!" என்றாள். "சரி, வடுவச்சியை கூப்பிடுவோம். அவ என்ன சொல்லுகிறாள்னு கேப்போம்!" என்றார் பக்கத்தில் உள்ளவர். "ஏளா வடுவச்சி! இங்க வாளா?" என்று என்னைக் கூப்பிடவும், திக் திக் என்றிருந்தது. திரேகம் வேர்த்து விட்டது. எல்லாவற்றையும் மீறி கோபம் மூக்கு நுனியில் நின்றது. நான் குழம்பிப் போய் நின்றேன். "ஏளா வூட்டுக்குள்ளே என்ன செய்கிற! முட்டையா வுடுகிற" என்று நேரம் காலம் தெரியாமல் நக்கலாக சொன்ன பேச்சியின் குரல், என் கோபத்தை கூட கொஞ்சம் கிள்ளி விட்டது. நான் வீட்டுக்குள்ளே கனைக்கிற குரலில் சொன்னேன். "எனக்கு எங்க அப்பன் மூஞ்சிலே முழிக்க அறவே பிடிக்கலே? மொதல்ல இங்க இருந்து போக சொல்லு! அன்னைக்கி நான் கதி கலங்கி இருந்தப்போ... தெருவே பரபரத்து நின்னுச்சி! அப்பம் எங்க போச்சாம் இந்த பாசம்? இன்னைக்கி பொத்துக்கிட்டு வருதாக்கும்! இவுரு பேச்சைக் கேட்டுக்கிட்டு நீங்களும் வந்திருக்கீங்களா? சொஞ்சம் மான ரோஷம் வேண்டாம்?" என்று நான் சொல்லி முடிக்கவில்லை. அண்ணன் விருட்டென்று வீட்டுக்குள் ஓடி வந்து விட்டான். "சிருக்கி, யாரையடி மான ரோஷம் இருக்கான்னு கேட்ட?" அடிக்க கைய ஓங்கினான். "ஏலே, மருவாதியா பேசு! மேல கை பட்டுச்சி, மானம் கெட்டுப் போகும்!" என் குரல் முடிவதற்குள் என்னை ஓங்கி ஒரு குத்து விட்டு விட்டான். இருக்கிற வேதனை, அந்த குத்து வாங்கின வலி, என் இரத்த ஓட்டமே நின்றது போலாகி விட்டது. கண்கள் இமைக்கும் நேரத்தில், பக்கத்தில் கிடந்த அந்த உடைந்த நாற்காலி கட்டையை தூக்கி ஓங்கி, தலை ல் அடி வைத்து விட்டேன்! அவன், "அம்மா?" என்று தலையில் கை வைத்தான். போட்டிருந்த சட்டை எல்லாம் ஒரே இரத்தம்.

வெளியில் உக்கார்ந்திருந்தவர்கள் ஓடி வந்து விட்டார்கள். யாரும் இதை எதிர் பார்க்கவில்லை. அய்யா அதே நாற்காலி கட்டையை தூக்கிக்கொண்டு என்னை அடிக்க ஒடி வந்தார். அம்மா ஒவென்று ஒப்பாரி வைத்துக் கொண்டு என்னை மறித்தாள். அவள் சத்தத்தைக் கேட்டு அடுத்த வீடு அண்டைய ஜனங்கள் எல்லாம் வந்து கூடி விட்டார்கள். ஒரே கூட்டம் முத்தத்தில். "எம் மேல ஏதாவது பட்டுச்சி, வும்பா சீரழிஞ்சிப் போவிங்க?" என்றேன். அவர் பின்வாங்கி விட்டார். ஒரு வேளை அதைப்போல அடி நம் மேல விழுந்தாலும் விழலாம் என்ற பயமாகவும் இருக்கலாம்.

உக்கார்ந்திருந்த ஆட்கள் மட்டும் எழுந்து விலக்கு பிடிக்கவில்லை என்றால் நிலமை இன்னும் மோசமாக போய் இருக்கும். அண்ணனுக்கு விழுந்த அடியில் எல்லோரும் பயந்து

போனார்கள். இப்படி நடக்கும், இந்த அடி விழும் என்று அவர்கள் நினைத்திருக்க முடியாது. அண்ணனை இதுநாள் வரை கையை நீட்டி அடித்ததே கிடையாது. அவன் தான் என்னை, நெட்டிருக்கும், நொருக்குக்கும் அடிப்பான். கண்டதையும் எடுத்து நன்றாக சாத்தி விடுவான். என்னாளும் ஒன்றுபோல இருக்காது என்பதற்கு இதுவே நல்ல உதாரணம். இங்கு அடுத்து நடக்கும் நிகழ்ச்சிகளை எல்லாம் பார்த்து பார்த்து சும்மாவே இதற்கு ஓர் வடிகால் தெரியாமல் குழம்பிப் போய், நாளுக்கு நாளு குழப்பங்களும் நெஞ்சி குமுறல்களும் ஜாஸ்தியாகிற்றேயிருக்கு. இன்னும் பழைய வடுவச்சி என்று நெஞ்சை மலத்திக்கொண்டு வந்தால் எப்படி? என் மீது தப்பிருந்தால் சரி. நீதான் ஆக அயோக்கிய ராஸ்க்கோலாக இருக்க! அப்பனே மாதிரி பிள்ளை என்று ரெண்டுபேரும் சேர்ந்து அடிக்க வந்தால்?

நான் கூட இப்படி அடிப்பேன், என்று எதிர்பார்க்கவில்லை. கண்ணே மூடி முழிக்கிறங்காட்டியும் விழுந்த அடி, சரியாக தலையில் விழுந்து, ரத்தம் பொங்கியதைப் பார்த்தபோது முதலில் எனக்கே பயம் உண்டாகிற்று. இருந்தாலும் கொடுத்த அடி சரிதான் என்று சமாதானப் பட்டுக் கொண்டேன். "ஏய் பாவி மொட்ட; இந்த மாதிரி அடிச்சிட்டேயே?" என்று இருந்த ஆள்களும் பதறினார்கள். யார் பதறி யார் என்ன செய்ய? "ஏளா வூட்டுக்குள்ளே காப்பித் தூள் இருக்கா, இந்தா சீக்கிரம் கொண்டாளா?" மொதல்லே ராமசாமிக்கிட்டே கொண்டு போவோம். கெட்டுப் போட்டு, ஒரு ஊசி போடுவாரு, சரியாப் போகும். ரொம்ப அவசர அவசரமாக முதலுதவிகளை செய்தார்கள். ஒராளு காப்பித் தூளைக் கொண்டு வந்திச்சு. இன்னொரு ஆளு சீலைத் துணியை கிழிச்சிக் கொடுத்துச்சி. காப்பித்தூளை தலையில் அமுக்கி, துணியால் கட்டினார்கள். தலையை கட்டும் வரை கம்மென்று குனிந்து கொண்டிருந்த அண்ணன், "தேவடியா, இரு ஒன்ன பின்னாலே கவனிச்சிக்கிடுறேன்" என்று கனைத்துக் கொண்டே வெளியேறினான். அவன் பின்னால் அவுரும், அய்யாவும் போய்விட்டார்கள். இதை அவன் சொன்னபோது, மேலும் கோபம் எனக்கு பொத்துக் கொண்டு வந்தது. "யாரலே பாத்து தேவடியான்னே?" என்று சொல்லிக் கொண்டே அவன் மேலே பாய்யலாம் போல இருந்தது அவந்தான் அறிவில்லாம பேசுகிறான் என்றால், நானும் அவனைப்போல கோதாவில் இறங்க வேண்டுமா?'போடாப் போ' என்பதைப்போல அவனைப் பார்த்தேன்.

"இருந்தாலும் பொட்டச்சிக்கி இவ்வளவு திமிரு ஆகாதம்மா...?" என்று ஒருத்தி விசனப்பட்டு சொல்லி முடிப்பதற்குள், நான் பட்டென்று கேட்டேன். "ஆமாக்கி! பொட்டச்சிங்கிறனாலே தானே இந்த மாதிரி லோலுப்பட்ட பாடு!" அதற்கு பிறகு யாரும் சத்தம் மூச்சுக் காட்டவில்லை. அண்ணனுக்கும் அய்யாவுக்கும் வக்காலத்துப் பேச வந்த ஆட்கள் இப்படி நடக்குமென்று நினைத்திருக்க முடியாது தான். இந்தாட்களும் முன்ன பின்ன யோசிக்காமே, அவர் சொல்லக் கேட்டு வந்தாச்சு. அவுரு யாரு? அவரு மகன் எப்படி? என்று கொஞ்சம் கூட யோசிக்க வேண்டாமா? அம்மையும் மவளும் பொட்டைச்சித்தானே? சொன்னா கேட்டுகிட மாட்டாவளா? என்று நினைத்து வந்தவர்களுக்கு இப்படியொரு சம்பவம் நடந்தது பெரிய அதிர்ச்சி. இந்த அடி கொடுக்கலை என்றாலும்... தகப்பன் மகன் கூட சேர்ந்து, வந்தாட்க தலை மேல ஏறி விடுவாங்க!

விஷயம் தெரு முழுவதும் பரவி விட்டது. தெரு ஆட்களுக்கு கொஞ்சம் என்றாலும் போதும், வந்து கூடிவிடுவார்கள். ஆட்கள் எல்லாம் வந்து, 'என்ன நடந்துச்சு? என்ன நடந்துச்சு?' என்று கேட்டு, நடந்ததை தெரிந்து கொண்டதும், வாய்பாரிப் போவார்கள். அம்மா தான் வந்தாட்களுக்கெல்லாம் அழுகையோடு பதிலையும் சொன்னாள். நான் வெளித்திண்ணையில் வந்து குத்த வைத்துக் கொண்டேன். எனக்கு ஒரு பக்கம் வேடிக்கையாகக் கூட இருந்தது. நான் வீட்டுக்குள் போய், லாம்புகளுக்கெல்லாம்' எண்ணை இருக்கா?' என்று பார்த்து, சிம்னிகளை துடைத்துப் பொருந்த ஆரம்பித்து விட்டேன். அந்த லாம்புக்கு மண்ணெண்ணை ஊற்றிக் கொண்டிருந்த போது வெளியில் மல்லிகா சத்தம் கேட்டது.

எழுந்துபோய் பார்த்தேன். பதட்டத்தோடு "என்ன நடந்தது?" என்று விசாரித்துக் கொண்டிருந்தாள். அவளருகில் அவள் அம்மா, நிற்க முடியாமல் நின்றாள். நடக்கும் போது காலை இழுத்து இழுத்து நடந்தாள். அந்த அத்தையை பார்க்கும்போது பாவமாக இருந்தது. என்னைக்கி இந்த காலு நல்ல சுகமாகும்? என்னைக்கி வேலைக்கு வருவா? என்ன வந்துற்று இப்பம் - இவ்வளவு தூரத்துக்கு இந்தக் காலை இழுத்து வர...? என்னைக் கண்டு அழுகிற மாதிரி, மல்லிகா அருகில் வந்தாள். "என்ன நடந்தது?" என்று பயம் கலந்த நடுக்கத்தோடு கேட்டாள். நான் நடந்ததை ரொம்ப சாதாரணமாகத்தான் சொன்னேன். எனக்கு பயமோ, குழப்பமோ இப்போதில்லை. அவளும், நானும் திண்ணையில் உக்காந்து கொண்டோம். மல்லிகாவின் பதட்டத்தைப் பார்க்க எனக்கு

சிரிப்பாக வந்தது. "நீ என்னத்துக்கு இப்படி பயப்படுகிற?" என்று அவளை சமாதானம் செய்தேன். அம்மாவைத்தான் வந்தாட்கள் சூழ்ந்து கொண்டார்கள். என்னை விட அம்மா தான் விளக்கமாக சொன்னாள். எனக்கு அதை திரும்ப திரும்ப சொல்ல அவ்வளவு விருப்பமும் இல்லை; ஆர்வமும் இல்லை.

ஏழரை மணி சுமார்க்கு மதுரை வீரன் இன்னும் அஞ்சாறு பையமார்கள் என்று ஒரு கூட்டமே வந்து விட்டது. "என்ன நடந்துச்சி?" "இந்த அடி காணாது" கொடுத்த அடி சரிதான் "இவனுகளை சும்மாவுடக்கூடாது" "கை கால்களை எடுக்கணும்" என்றெல்லாம் ஆளாளுக்கு பேச ஆரம்பித்து விட்டார்கள். நிலமை இன்னும் பதட்டமாயிறது. வெளியில் நின்ற ஆட்கள் திரும்பவும் உள்ளுக்குள் வந்து விட்டார்கள். நல்ல வேளை சண்டை வரும்போது இவர்கள் இல்லை. இந்த பையமார்கள் இருந்தால் வெட்டு, குத்து கூட விழுந்திருக்கலாம். இவர்கள் வந்து இப்படியொரு பதட்டத்தை உண்டாக்குவார்கள் என்று நான் கூட எதிர்பார்க்கவில்லை. "இதெல்லாம் இந்த சாராயக்கடைகாரன் வேலையாகத்தான் இருக்கும்?" என்று ஒரு பையன் சொன்ன போது, எனக்கு அதிர்ச்சியாக இருந்தது. இருந்தாலும் இருக்கலாம்! "எங்கிட்ட எம்மவளக்குடு" என்று கூப்பிட்டுட்டு போய், அந்த முதலாளியிடம் விற்று விட்டு ஓடினாலும் ஓடலாம். நம்ப முடியாது? பிறகு இவ்வளவு நாளாக இல்லாத அக்கறை திடிரென்று என் மீது தோன்றக் காரணம்? பெத்த அப்பனும், உடன் பிறந்த சகோதரனும் நேர்ந்து சூழ்ச்சி செய்ய நினைக்கும்போது யாரைத்தான் நம்ப முடியும்?

அம்மா தலை நிமிரவேயில்லை. இவ்வளவு நேரம் வந்தாளுகளுக்குப் பதில் சொல்லிக் கொண்டே அந்தக் கல்லில் குத்த வைத்திருந்தவள், திரேகம் இன்னும் நடுங்கிக் கொண்டே இருந்தது. கண்களில் நீர் கொட்டி வடிந்தது. முகத்தில் பயம், அவமானம், துக்கம், எல்லாம் மண்டிக் கிடந்தன. படலைக்கு வெளியே பரபரப்பாக நின்ற ஆட்கள் விலகவும், தலை நிமிர்ந்து பார்த்தாள்.

வெளியில் காம்ரேட் தாத்தா தலை தெரிந்தது. பின்னால் சங்கத்தாட்கள் ஒரு கூட்டமாய் வந்தார்கள். "அந்தா காம்ரேட் வராங்க. வழி விடுங்க." என்று யாரோ சொல்லுவது காதில் விழுகிறது. படலையை தாண்டி உள்ளுக்குள் வந்தார். அம்மாவிடம் போய் "என்ன" என்று கேட்டார். அம்மா எழுந்து, அழுது கொண்டே நடந்தவைகளை சொன்னாள். தெருவே திரண்டு

வந்தது போல, வீட்டு முத்தத்திலும் தெரு வாசலிலும் கூட்டம் நின்றது. ஒரு சின்னப்பிரச்சினை என்றால் இவ்வளவு சாதி ஜனங்கள்அருகில் வந்து பார்த்ததில், கொஞ்சம் ஆறுதலாக இருந்தது. ஜனங்கள் அருகில் இருக்கும்போது, ஏன் வீணாக மனத்தை போட்டு குழப்ப வேண்டும்? தாத்தா என்னிடம் வந்து, நடந்ததை கேட்டார். நான் சொன்னேன். "நீ ஒண்ணுக்கும் பயப்பிடாதே! இங்கியிருக்க பயமா இந்தா நம்ம வீட்டுக்கு வந்து விடு!" என்றார். என்ன சொல்வதென்றே தெரியவில்லை. இந்த ஆறுதலும் பாசமும் என்னை குளிர வைத்தது. இனி ஏன் பயப்பட வேண்டும் என்றிருந்தது. ரொம்ப சந்தோஷமாக இருந்தது. "இல்ல தாத்தா, அம்மாவை அறியாமலேயே எதுவும் நடந்து விடப்போகுது?" என்றேன். தாத்தா வந்து விசாரிக்கும் போது இவ்வளவு நேரமாக காரசாரமாக பேசிக் கொண்டிருந்த பையமார்கள். யாரோ விரோதியை கண்ட மாதிரி ஒதுங்கி போய் விட்டார்கள். அவகள் முகமெல்லாம் ஏனோ மாறிப்போனது. அதையெல்லாம் பார்க்க எனக்கு சங்கடமாக இருந்தது. ஏன் தாத்தாவை கண்டு இவர்கள் இப்படியாகிறார்கள்? சொல்லாமே கொள்ளாமே பையமார்கள் வெளியே போய்விட்டார்கள். தாத்தாவும் கொஞ்ச நேரம் இருந்து விட்டுப் போனார். ஒம்பது மணிக்கு மேல்தான் கூட்டமே குறைந்தது. மல்லிகா வீட்டுக்கு போகும் போது மணி ஒம்பதரை.

3

திங்கட் கிழமை சாயங்காலம் வேலை முடிந்து வரும்போது, பீங்கான் ஆபீஸ் முக்கில் வைத்து, மணமேட்டுக்கு போகிற ஒரு பரவாஸ் பொம்பள, "ஏக்கி... ஒங்க தெருவுலே 'போலிஸ் லாரி நிக்கி...?" என்றாள். அதைக் கேட்டவுடனே பதறிப்போனோம். பயம் கொடுத்துற்று. "நிஜமாவா?" என்று மல்லிகா அப்பாத்தான் கேட்டார். "நா என்ன பொய்யா சொல்கிறேன். அங்கப் போயி பாரும்!" என்று விசனப்பட்டுக் கொண்டே அவள் போய் விட்டாள். லாரியில் இருந்து இறங்கி ஓட்டமும் நடையுமாக விரசலாக வந்தோம். சொன்ன மாதிரியே இரண்டு போலீஸ் லாரிகளும், ஒரு ஜீப்பும் மெயின் ரோட்டில் நின்று கொண்டிருந்தன. எதிரில் வந்தவர்களிடம் "என்ன, போலிஸ் நிக்கி?" என்று பதட்டமாக கேட்டோம். "ஒன்னுமில்லே...

பெரியாஸ்பத்திரிக்கு போகிற ரோட்டுலே கடைகளை எல்லாம் காலி செய்ய சொல்லுறாங்க..... அதுதான்?" அப்போது தான் மூச்சே வந்தது. இப்போதெல்லாம், "போலீஸ்' என்றாலே பயந்தான்!.

நாங்கள் அந்த போலிஸ் லாரிகளை தாண்டி வந்தோம். அந்த பெரியாஸ்பத்திரி ரோட்டை பார்த்தோம். ரோடு துப்புரவாக இருந்தது. ஒரு பக்கம் உள்ள குடிசைகளும் பெட்டி கடைகளும் அப்புறப்படுத்தப்பட்டிருந்தன. யார் யாரெல்லாம் அழுது கொண்டே போனார்களோ? வழக்கம் போல சாராயக்கடை நடந்து கொண்டிருந்தது. அதன் முன்னால் தோன்றிய புதிய குடிசை கடைகளையும், கட்டில் கடைகளையும் காணும்! நேர்க்கோடு போல அந்த ரோடு தெரிந்தது. தூரத்தில் பாளையங்கோட்டை பைப்பாஸ் ரோட்டில் விருட்டென்று பஸ்களும், லாரிகளும் போவது சின்னதாக தெரிந்தன. அன்னைக்கிப் பார்த்ததை விட இன்னைக்கி ஜாஸ்தியாக கருங்கல் சல்லிகள் லாரி லாரியாக அடிக்கப் பட்டிருந்தன. காணாத குறைக்கு லாரி லாரியாக செம்மன் சரல். ரெண்டு ஓரங்களிலும் பெரிய பெரிய தார் டப்பாக்கள் இறக்கி வைக்கப்பட்டிருந்தன. நிறைய டப்பாக்களில் தார் இளகி வடிந்து போய்க்கிடந்தன. இன்னும் கொஞ்ச நாட்களில் இது பெரிய ரோடாகி விடும். பட்ட பகல் மாதிரி இரவு முழுவதும் லைட்கள் எரியும். எப்பொழுதும் வாகனங்கள் போய் வந்த சீராக இருக்கும். டவுன் பஸ்கள் மட்டும் வந்து போகும் போல்டன்புரம் ரோடு, இனி திருச்செந்தூர் பஸ்கள் போகும் மெயின் ரோடாகிவிடும். எதிரில் தெரியும் உடங்காட்டை வள்ளுசாக வெட்டி தள்ளி விட்டார்கள். ஒண்ணு ரெண்டு நின்ற பனை மரங்களையும் இப்போது காணும். ஆளும் பேருமாக நின்று வெட்டிய மரங்களை எல்லாம், இப்போது லாரிகளில் ஏற்றும் வேலைகள் நடந்தன. "யய்யா! இந்த காட்டை அழிச்சிட்டாங்களே! இதுலே என்ன செய்யப்போறாங்க" என்றாள் மல்லிகா. "என்னமோ ஓட்டல் வரப்போகுதான்!" என்றார் மாமா. "ஓட்டலுக்கு இவ்வளவு பெரியயிடமா" என்றேன். "பெரிய ஓட்டலாயிருக்கும்!" "சாராயக்கடைக்காரன் கட்டப் போகிறான்?" பெறவு யார் கட்டப் போறா, அவந்தான். அவங்கிட்டதான் துட்டு இருக்கு." என்று மல்லிகா அப்பா சொன்னபோது நான் திகைத்துப் போனேன். அசைக்க முடியாத அஸ்திவாரத்தை அவன் இங்கு ஊண்டிவிட்டதாகப்பட்டது.

முதல் முதலில் ரோடு போட பயன்படுத்தப்படும் இயந்திர வாகனங்கள் வந்து நின்றன. புதிதாக 'நடைபாதை' குடியிருப்புகள் தோன்றின. குழந்தைகளும், குட்டிகளுமாக வேலையாட்கள் வந்து விட்டார்கள். இவ்வளவு ஆட்களை எங்கிருந்துதான்

பிடித்துக் கொண்டு வந்தார்களோ?" அனேகமாக அவர்கள் எங்களை மாதிரி அரிஜனங்களாகத்தான் இருக்கணும். இவர்களைப் பார்த்த போது, இவர்களுக்கு நாங்கள் பரவாயில்லை போல தோன்றியது. எங்கே சோற்றுக்கு அவதிப்பட்டார்களோ? மக்காச்சோள உப்புமாவுக்குக் கூட 'வக்கு' இல்லாம கஷ்டப்பட்டார்களோ? ஒருவேளை மழை தண்ணியிருக்காதோ? பஞ்சம் வந்திருக்குமோ? இந்த கங்காணிகள் .... இல்லை.... இல்லை... மேஸ்திரிமார்கள் எங்கே போய் இவர்களை கூட்டிக் கொண்டு வந்தார்கள்? ஆசை ஆசையாக எதையெல்லாம் சொல்லியிருப்பார்கள்? வேலைகளை செய்யுங்க. அங்கணவே இருந்து பொங்கி திங்கலாம். வாரம் முடிஞ்சதும் கைக்கு கூலி வந்துவிடும். ஒங் கூலி, ஒம் பொண்டாட்டி கூலி, ஒம் புள்ள கூலி கை நிறைய பணம். இதற்கு மேல் என்ன வேண்டும்? குடும்பம் குடும்பமாக வந்து விட்டார்கள். குறைந்தது இருபது இருபத்தைந்து குடும்பங்களாவது இருக்கும். குழந்தைகளை படிக்க வைக்க மாட்டார்களா? ரொம்பயில்லை. குறைந்தது ஐந்தாவோப்பு வரையாவது எழுத படிக்க? சேர்ந்தாப் போல எல்லாரும் வந்த பிறகு அவர்களுக்கு படிப்பு ஏது? போகிறயிடங்கள் எல்லாம் பிறந்தயிடந்தானா?

புதிதாக ரோடு போடும் வேலைகள் நடக்க தொடங்கிற்று. முதல் முதலில் பெரிய பெரிய கருங்கல் சல்லிகளையும், செம்மண் சரலையும், கலந்து ரோட்டை மேடு படுத்தினார்கள். ஒரு நான்கு ஐந்து நாட்களில் இந்த ரோட்டை மேடு படுத்தினார்கள். ஒரு நான்கு ஐந்து நாட்களில் இந்த வேலைகள் முடிந்தன. அகலமான ரோடு கிட்டத்தட்ட ஐம்பதடிக்கு குறையாமல் இருக்கும். பிறகு தார் ரோடு போடும் வேலை மும்முரமாக நடக்கத் தொடங்கியது. இந்த ரோடு போடும் வேலைகளோடுதான், அந்த சாராயக்கடை மைதானத்தில் பாதாளமாக அஸ்திவாரங்களை தோண்டும் வேலைகளும் நடக்கத் தொடங்கி விட்டன. நிஜமாகவே ஹோட்டல்தானா? ஏகப்பட்ட ஆட்கள் வேலை செய்தார்கள். யார் யாரை தடுக்க? "ஏய், நமக்கு அந்த சாராயக்கடைக்காரன் எதிரி...! அவன் கட்டப்போகிற கட்டிடத்துக்கு வேலைக்குப் போறீங்களே?" என்று நானோ, மல்லிகாவோ சொல்ல முடியாது. "ஒங்க ஜோலி மையித்த பாத்துட்டு போங்க!" என்பார்கள். மதுரை வீரன் சொல்லலாம். காம்ரேட் தாத்தா சொல்லலாம். மற்றபடி பையமார்கள் தடுக்கலாம். உடனே ஓர் ஊர் கூட்டத்தை ஏற்பாடு செய்யலாம். அப்படியாக ஊர் கூடினாலும், "நம்ம என்ன அவங்கிட்ட உக்கார்ந்திருந்தா கூலியை கேட்கிறோம்? வேலை

செய்கிறதுனாலே கூலிதாரான். அவன் அளத்துக்காட்டிலே ஆட்க வேல செய்யலையா? அவன் நமக்கு எதிரின்னு வேலைக்கு போகாமையாயிருக்கோம்? என்றால் ஒன்னும் பதில் சொல்ல முடியாது. அவரவருக்கும் அந்த உணர்வு இருக்க வேண்டும். அவ்வளவுதான்.

இவ்வளவு சீக்கிரமாக ரோடு வேலைகள் நடக்குமென்று நான் நினைக்கவேயில்லை. படபடவென்று அந்த ராஸ்சஸ மிஷின்கள் சத்தங்களை எழுப்பின. அந்த ரோடு அமுக்கும் பெரிய மிஷின் கார் அதிர்ந்துகொண்டே போனது. தார் காய்ச்சும் மிஷின் தாரை காய்ச்சியது. தார் காலில் அப்பி விடாமல் இருப்பதற்காக, அனேகமாக எல்லோருமே காலில் சாக்கு துண்டுகளை இறக்கி கட்டியிருந்தார்கள். அந்த இயந்திரங்களோடு போட்டி போடும் வேலை பொம்பளையாட்கள் ஐந்தாரு பேரு சிந்தாகுளம் கிணற்றடிக்குப் போய் தண்ணீர் எடுத்துக் கொண்டு வந்து டிரம்களில் ஊத்தினார்கள். ஆம்பளையாட்கள் சவுல் பிடித்து அள்ளி விட்டார்கள். ரோட்டோரம் தொட்டிலில் அழுத குழந்தைகளை அமர்த்தப் போன தாய்மார்களை அந்த மேஸ்திரி ஏசினான். அதை காதில் வாங்கிக் கொள்ளாதவர்களாய், குழந்தைகளை அமர்த்தி விட்டு வந்து வேலைகளில் ஈடுபட்டனர்.

சாயங்காலம் வேலைகள் முடிந்ததும், ரோட்டோரமாக அங்க இங்க கிடந்த கல்லை அடுப்பாக்கி, சுள்ளைகளை பொறக்கி வந்து சமையல் ஆரம்பித்து விட்டார்கள். மேற்காற்று அடுப்பை எரியவிடாமல் அணைத்தது. புகை மண்டிப் போனது. மூக்க நாடார் கடையில் சாயங்காலம் தான் 'பற்று வழி!. அந்த மேஸ்திரி நாடாரிடம் வந்து, 'இவுங்க என்ன கேட்டாலும் கொடுங்க, நான் கூலி போடும்போது பிடித்துக் கொடுத்து விடுகிறேன்...." என்றானாம். நாடாருக்கு கேட்கவா செய்யனும். இந்த ஒரு வாரத்துலே சரியான வியாபாரம், "என்ன வேணும்!' இது போதுமா? இன்னும் வேணும்மா? வேணும்னா வாங்கிக்க?" என்று கேட்பதையெல்லாம் கொடுத்தார். கடனை பிரித்துக் கொடுக்க ஆள் இருக்கும் போது அவருக்கென்ன பயம்? ஆறு ஆறரைக்கெல்லாம் வேலைகள் முடிந்ததும் கடைக்குத்தான் ஓடிவந்தார்கள். சும்மாவே கருத்திருக்கும திரேகத்தில் இப்போது அங்கும் இங்குமாய் தார் ஒட்டி, இருக்கும் இடங்களில் மண்ணெண்ணை போட்டு எடுக்கக்கூட அவர்களுக்கு நேரமில்லை. கொமருப் பிள்ளைகள் சரியாகக் கூட மார்பை மூடவில்லை. அதைப் பற்றி நினைக்க கூட அவர்களுக்கு நேரமில்லை போலும். சாடசப்பட்டன்னு சேலையை கட்டியிருந்தார்கள்.

சின்னக்குழந்தைகள் மூக்கு வடிய கைகளில் சவ்மிட்டாய்களை வாங்கி சப்பிக் கொண்டிருந்தார்கள். அவர்கள் குண்டியில் ஒரு சின்ன துண்டு துணிகூடயில்லை. ஒரே கருப்பு புழுதி.

அப்போதுதான் அந்தாட்களோடு, எங்க தெரு ஆட்களுக்கு பழக்கம் ஏற்பட்டது. எந்த ஊரு? என்ன கூலி, எவ்வளவு நாள் வேலை? என்றெல்லாம் கேட்டதற்கு பதில் சொன்னார்கள். கழுதை கூட்டம். கீழ மன்னாரு. முப்லிப்பட்டி, சிப்பிலிப்பட்டி, என்றார்கள். கிட்டத்தட்ட அளத்து கூலியை மாதிரிதான் இவர்களுக்கும் கூலி இருந்தது. மிஞ்சி மிஞ்சி போனால், பெரிய கூலி பன்னிரெண்டு ரூபாய். குடும்பமாக வேலை செய்தால், வேலைகள் முடிந்து போகும்போது ஏதோ கொஞ்சம் மிஞ்சலாம்! பாவம் ராத்திரி படுக்கை ரோட்டோரம்தான்.

வேலையோடு வேலையாக சாராயக்கடை பொட்டல் இப்போது பெரிய பெரிய கட்டிடங்களாக, எல்லா வேலைகளும் தொடங்கவிவிட்டன. அன்னக்கி ஓர் கலியாண நாளோட தொடங்கிய வேலை... ரொம்ப விரசலாக நடைபெற்றது. தெருவில் இருந்து அங்க கொஞ்சம் ஆட்கள் வேலைக்குப் போன பிறகு, போகலாமா - போகக் கூடாதா என்று தயங்கியவர்கள் கூட ஒவ்வொருவராக வேலைக்குப் போய் விட்டார்கள். மதுரை வீரன் பையமார்களோடு போய் தடுத்துப் பார்த்தார். யாரும் கேட்பதாகத் தெரியவில்லை. தெரு முன்ன வேலை என்றவுடன் கொஞ்சம் சவுரியம் என்று நினைத்தார்கள். இந்த சவுரியம் எங்க கொண்டு போய் முடியுமோ?

அடித்துப் போட்ட மாதிரி தூங்கிக் கொண்டிருந்தேன். பகலெல்லாம் சரியான வேலை. நாலு லாரி உப்பு சுமந்த அலுப்பு. வந்து சாப்பிட்டு எட்டு மணிக்கெல்லாம் படுத்து விட்டேன். காலடியோசை, பேச்சொலி, இதெல்லாம் காதில் விழுந்தபோது திடுக்கிட்டு விழித்தேன். 'நல்ல அடியாமே!' என்ற சொல் காதில் விழவும் 'என்னது?' என்று குழம்பிப் போய் எழுந்தேன். நல்ல இருட்டு, மணி என்ன இருக்கும்? மூலையில் சிம்னி விளக்கு சின்னதாக எரிந்து கொண்டிருந்தது. தீண்டி வைத்தேன். அறை முழுவதும் கொஞ்சம் வெளிச்சம் வந்தது. தெரு விளக்கு வெளிச்சத்தில் ஆட்கள் கூட்டமாக நிற்பது தெரிந்தது. அம்மா யாரிடமோ பேசிக் கொண்டிருந்தாள். நான் படலையை திறந்து கொண்டு வெளியில் வந்தேன். அம்மங்கோவில் முன் ஏகப்பட்ட ஆட்கள் நின்றார்கள். ஏதோ ஒன்று நடந்திருக்கிறது?

அம்மாவிடம் போய் என்ன நடந்தது?" என்று கேட்டேன். "நீ முழிச்சிட்டியா?" என்றாள். "சொள்ளமுத்துக்கு அடியாம்! என்றாள். இதற்கு முன்னால்கூட அவனுக்கு அடி விழுந்தது ஞாபகம் வந்து. "யாரடிச்சா?" என்றேன். "போலிஸ் அடி!" "போலிசடியா?" "ஆமா.. ரோடு போடுறாங்களே, அதுலே தூங்கிகிட்டியிருந்த புள்ள ஒருத்தியை தட்டி எழுப்பி இருக்கான்....! அந்தாளுக நைட்டோட நைட்டா போலிசுக்குப் போயிட்டாங்க! ஒடனே போலிசு வேனுலே வந்து, சாராயக்கடையிலே உக்கார்ந்திருந்த சொள்ளமுத்து... இன்னும் அஞ்சாறு ஆட்கள பிடிச்சுக்கிட்டுப் போயிட்டாம். நல்ல அடியாம்...!" இவ்வளவு அம்மா சொன்னதுதான். உடனே மனதில் ஒரு வகை மகிழ்ச்சி. சந்தோஷம். கொஞ்சம் என்றவுடனே போலிசுக்குப் போன அந்த ஜனங்களை பாராட்டாமல் இருக்க முடியவில்லை. அதற்கு மேல் எனக்கு வெளியில் நிற்க மனசுயில்லை. வீட்டுக்குள் வந்தேன். அப்படியே படுத்து விட்டேன்.

அதிகாலையில் அம்மா எழுப்பினாள். எழுந்து வெளியில் வந்தேன். ராத்திரி இருந்த கலகலப்பு இன்னும் இருந்தது. தெருவில் நிறைய ஆட்கள் நின்று பேசிக் கொண்டிருந்தார்கள். "நைட்டோட நைட்டா பிடிச்சுக் கொண்டுபோன ஆட்களை எல்லாம் வுட்டாச்சாம்!" என்று அம்மா சொன்னதுதான் எனக்கு ஒரே ஆச்சரியம். திகைத்துப் போய், 'எப்படி விட்டாங்க!' என்றேன். "ராத்திரியோட ராத்திரியா சாராயக்கடை முதலாளி போனுலே பேசினானாம். வுட்டுட்டாங்களாம்!" அம்மா சாதாரணமாகத்தான் சொன்னாள். எனக்குத்தான் திரேகம் சிலுத்தது. பணமும் வசதியும் உள்ளவர்கள் நினைத்தால் எதுவும் செய்யலாம்? ஏதேதோ நினைவுகள். அந்த நினைவுகளோடுதான் அம்மாக்கூட காட்டுக்குப் போனேன். திரும்பி வரும்போது தெருவில் ஒரே கூப்பாடாக இருந்தது!.

சொள்ளமுத்து நன்றாக குடித்து விட்டு வந்து, தெருவை அறுத்துக்கிழித்துக் கொண்டிருந்தான். காதை பொத்திக் கொள்ளும் படியான கெட்ட வார்த்தைகள். ஒரே தூஸ்கனம்".... எவ்வனுக்கலே தைரியமிருக்கு! வாலே... ஒம்மா!" இப்படி கத்திக் கொண்டே அங்கும் இங்கும் அலைந்தான். யாரும் அவன் அருகில் நெருங்கக் கூட வில்லை. பயந்த மாதிரி தூரத்தில் நின்றுதான் வேடிக்கை பார்த்தார்கள். அவன் ரொம்பத்தான் கத்தினான். "இங்க உள்ளவனுவேதாலே என்ன போலிசுக்கு காட்டிக் கொடுத்தது எனக்குத் தெரியும், வா.... இப்பம் வா .... பாப்போம்... !" ஒரே கெட்ட வார்த்தை. கிழி கிழி என்று கிழித்தான். ராத்திரி அந்த

ரோட்டு வேலைக்கு வந்திருக்கிற பொம்பளையாட்களை தட்டியதால் போலிஸ் பிடித்தது என்று அம்மா சொன்னாள். ஆனால் இவன் தெரு ஆட்களை ஏசுகிறான். இப்பமே போயி யாரேலே ஏசுகிற...ன்னு ஒரு தட்டி தட்டி விடலாம். ஒரு தட்டுக்கு தாங்க மாட்டான். அவ்வளவு தூரத்துக்கு நோஞ்சான் உடம்பு. இந்த திரேகத்தை வைத்துக் கொண்டு அவன் வருகிற வரத்துதான் பெரிய வரத்து. சாராயக்கடை முதலானி நம்மக்கிட்ட இருக்கான் என்கிற எக்காளம். எப்படி உள்ளவன் எல்லாம் எப்படியோ போயாச்சு, இது எத்தனை நாளைக்கோ?

கொஞ்ச நேரத்தில் வெளியில் ஒரு கும்பலான சத்தம் கேட்டு, 'என்ன?' என்று வெளியில் வந்து பார்த்த போது, "யாரலே ஏசுற? ஒம்மாவாம் ஒம்மா! தெருவுலே உள்ள ஆட்க என்ன ஒனக்கு பெத்தாக் கிடக்கு! ஒத்தைக்கு ஒத்தவான்னியே வந்தாச்சி... வா!" பையமார்கள் சொள்ளமுத்துவை சூழ்ந்து கொண்டார்கள். ஒரு பையன் முந்திக் கொண்டு அடித்து விட்டான்! ஒரு அடின்னாலும் வசமான அடிதான்! அடித்த அடியில் அவன் தள்ளிப் போய் தூரமாய் தரையில் விழுந்தான்.

அதற்குள் ஆட்கள் வந்து சூழ்ந்து கொண்டார்கள். வழக்குப் பிடித்து விட்டார்கள். "வாங்க வாங்க. இந்தடி இப்பம் போதும் இவனுக்கு" என்று வீரன் தான் மற்ற பையமார்களை அழைத்தார். உடனே, "ஏலே... ஒழுங்கா இருந்துக்க...!" என்று பையமார்கள் அவர் பின்னால் புறப்பட்டு விட்டார்கள். விழுந்தவனை ஆட்கள் தூக்கி விட்டார்கள். அதற்கு மேல் அவன்? அங்க நிற்கவில்லை. ஏசிக் கொண்டே போய் விட்டான். அவன் போன போக்கை பார்க்கவே பயமாக இருந்தது. எங்கப் போயி... வேண்டாத ஆட்ககிட்டே இல்லாததையும் பொல்லாததையும் சொல்லி பெரிய சண்டைக்கு வழி வைத்து விடுவானோ! என்கிற பயம். அவன் போன பிறகு வேடிக்கை பார்த்த கூட்டமும் கலைந்தது.

பொதுவான ஞாயிற்றுக்கிழமைகளில் மத்தியானத்துக்குமேல் ஓர் சந்தோஷமான நேரந்தான். வாரம் முழுவதும் உழைத்த உழைப்புக்கு, உடம்பை பகல் வேளையில் சாய்த்துக் கொள்ளும் நேரம் அது. சந்தோஷமாக காலையில் எழுந்து, சனிக்கிழமை சாயங்காலம் வாங்கிய கூலியில், நல்லபடியாக கறி, புளி வைத்து சோறு பொங்கி சாப்பிட்டு விட்டு 'அக்கடா' என்று கண் அசரும் நேரம் அது. அம்மங்கோவில் வேப்ப மர நிழலில் ஒரு கூட்டமே துண்டை விரித்து படுத்துக் கொண்டு, அரை தூக்கத்தில் இருந்தது. நிறையபேர் மாட்னிக்கு போயாச்சு... ஆறுமுகா டாக்கீஸிலே நல்ல

படம் போட்டிருக்கானாம். மொத்தத்துலே தெருவுலே ஆட்கள் நடமாட்டம் கிடையாது. தெருவு வெறிச்சென்று கிடந்தது.

இந்த அமைதியெல்லாம் கிழித்துக்கொண்டு, திடிரென்று ஓர் பரபரப்பு. தூங்கிக் கொண்டிருந்தவர்களும், வீட்டுக்குள் கைவேலையாக இருந்தவர்களும் அடித்துக் கரை ஏறி ஓடினார்கள். நான் அப்போது தான் வீட்டில் படுத்துக் கண்ணசந்திருப்பேன். தங்கச்சிதான் ஓடி வந்து "யக்கா யக்கா எந்திரி, எல்லோரும் ஓடறாங்க!" என்றாள். நான் திடுக்கிட்டு பதறி எழுந்தேன். "என்ன...? என்ன விஷயம்?" என்றேன். "எனக்கு தெரியலே" என்றாள். அம்மாவும் வீட்டில் இல்லை. காலையிலே பத்து மணிக்கு மேல தெருக்காட்டுக்கு உப்பு விற்கப் போனவளை இன்னும் காணும். சேலை முந்தியை இடுப்பில் தூக்கி சொருகிக்கொண்டு, அவசர அவசரமாக வெளியில் ஓடி வந்தேன்.

ஆமா தெருவே அடித்துக் கரை ஏறியது போலத்தான் ஆட்கள் ஓடிக் கொண்டிருந்தார்கள். பெரியாட்களும், சின்னாட்களும் நான் முந்தி நீ முந்தி என்று ஓட்டப் பந்தயத்துக்கு ஓடுவோர்களைப் போல ஓடிக் கொண்டிருந்தார்கள். "என்னக்கா!" என்ன விஷயம்?" என்று பதறிப்போய் தட தடவென்று ஓடியவளிடம் கேட்டபோது, அவள் ஓடிக்கொண்டே, "வா...வா.. மதுரை வீரனை சாராயக்கடைக்குள்ளே வச்சு வெட்டிட்டாங்களாம்!" என்றாள். இதை கேட்டது தான், காதில் ஈயத்தை காய்த்துவிட்ட மாதிரி இருந்தது. அவள் பின்னால் நானும் தலை தெறிக்க ஓட்டம் எடுத்தேன். தெருவின் வெளிச்சமே வீரன் தான். அதுவும் அணைந்தா போகிற்று? சரியான நேரம் பார்த்து அணைத்துவிட்டார்களா? அவர்களின் எண்ணங்களும் காரியங்களும் நிறைவேறி விட்டனவா? மதுரை வீரனுக்கே வெட்டு எங்கிறபோது தெருவில் வேறு என்ன இருக்கிறது? யாருக்கு யார் ஆறுதல் சொல்ல? வீரன் அவர்களின் எண்ணப்படி பகையாளியாக இருக்கலாம்? எதற்கெடுத்தாலும் வெட்ட வேண்டும், அடிக்க வேண்டும் என்று சொல்லும் முரடராக இருக்கலாம். அந்த கருத்த பையமார்கள் கூட்டத்துக்கு தலைவராக இருக்கலாம்? இதற்காக வீரனை இழக்க முடியுமா என்ன? ஒரு வீரனா அவர்? எதையும் இப்போதே செய்து முடிக்க வேண்டும் என்கிற ஆர்வம் கொண்ட வீரன். தெருவிலோ அளங்களிலோ தன் சாதி ஜனங்களுக்கு ஒன்று என்றால்... உடனே போய் நிற்கும் வீரன். எதையும் வெட்டு ஒண்ணு துண்டு இரண்டு என்று பேசும் வீரன். யாருக்கும் பயப்படாத வீரன். இந்த செயல் வீரனை இழந்து விட்டோமா? வீரனையே இழந்து விட்டபோது இனி யாருக்கு

பயப்பிடவேண்டும். எல்லோர் வாயிலும் மண் விழுந்து, போல்டன்புரமே இருள் சூழ்ந்த போது, யார் இருந்து என்ன? இல்லாவிட்டால் என்ன? வாழ்க்கை அர்த்தமில்லாமல் போய் விட்டதைப்போல ஓடினேன்.

துக்கத்தால் கரையும் கண்ணீரோடு, அந்த பெரும் கூட்டத்தில் நுழைந்து கொண்டிருந்தேன். இதயம் பலமாக அடித்துக் கொண்டது. 'கடவுளே!' வீரனுக்கு சின்ன வெட்டாகத்தான் இருக்க வேணும். ஆஸ்பத்திரிக்கு தூக்கிக் கொண்டு போய் பிழைத்துக் கொள்ள வேண்டும். மீண்டும், அந்த கம்பீரமான வீரனை, துடிப்புள்ள வீரனை, சேவை செய்கிற வீரனை, தட்டிக்கேட்கிற வீரனை திரும்பவும் பார்க்க வேண்டும். கடவுளே இரங்கும்!.

ஒரு படியாக கட்டடத்துக்குள் நுழைந்து விட்டேன். கஷ்டப்பட்டு தலையை மட்டும் நீட்டி பார்க்க முடிந்தது. தலையை நீட்டியதுமே தலை சுற்றியது போலாகிவிட்டது. "அய்யையோ என்னப் பெத்தராசா! ஏ வீரா, மதுரை வீரா, எங்களை எல்லாம் வுட்டுட்டு போயிட்டி யாயைய்யா....!" என்று கேட்கும் ஒலிக்குரல்களுடன் என் அழுகைக் குரலும் சேர்ந்து கொண்டது. ஒரே இரத்த வெள்ளம். வீரன் கை கால்களைச் சேர்த்து கட்டியிருந்தார்கள். தலையை அறுத்திருக்க வேண்டும்! தொங்கிய நிலையில் அது கிடந்தது. உறைந்து கிடந்த இரத்த வெள்ளத்தில் மதுரை வீரன் செத்துக் கிடந்தார். வாழ்க்கையே சொந்தமில்லாதது போலாகி விட்டது. அந்த அவசரத்தில் கூட்டத்தில் இருந்து வெளியில் வந்து 'ஓ' வென்று அலறினேன். அந்த அலறலோடு தான் வந்த கூட்டம் சாராயக்கடையை அடித்து நொருக்கும் டம்-பீம் என்ற சத்தமும் கேட்கத் தொடங்கிற்று. கண்டதையும் கடியதையும் எடுத்து அடிக்கிற சத்தம் எங்கும் கேட்டது. அழுகை எல்லாம் கொஞ்சம் நிறுத்தி வைத்து விட்டு, ஆண்களும், பெண்களுமாய் சாராயக்கடையை ஆளுக்கொரு பிடி பிடித்தார்கள். அது அக்கு வேறு ஆணி வேறாகிப் போனது! கண்ணை மூடி முழிப்பதற்குள் கடை தரை மட்டமானது. திறந்த வெளியான போது, வெளிச்சம் குப்பென்று பரவியது. மதுரை வீரனை நன்றாகப் பார்க்க முடிந்தது!. அதற்குள் அந்த மைதானத்தில் புதிதாகக் கட்ட ஆரம்பித்து இருக்கும் கட்டிடங்களைச் சுற்றிலும் நடைபெறுகிற வேலைகளை யாரும் பார்க்காதபடி அடைக்கப்பட்டிருந்த தென்னந்தட்டிகள் எல்லாம் தீ பிடித்து எரிய ஆரம்பித்து விட்டன.

இதற்கு இடையில் போலிஸ் படை லாரி லாரியாக வந்து இறங்கிற்று. எங்கள் கூட்டத்தில் அவர்கள் வந்து நுழையும்போது தான் கவனித்தோம். 'உடனே எல்லோரும் கலைந்து போங்கள்!' என்று லத்திக் கம்பால் அடிக்கத் தொடங்கி விட்டார்கள். மொத்து மொத்தென்று அடிகள் விழும் சத்தங்கள் கேட்டது. அதை அடுத்து 'அம்மா! அய்யா! என்ற அலறல். கலைகிற கூட்டம் சாராயக்கடைக்குள்ளும், அங்கு அடி வாங்கிய கூட்டம் ரோட்டு மேலும் வந்து நின்றது. மற்றபடி யாரும் அந்த இடத்தை விட்டு அகலவில்லை. கொஞ்ச நேரத்தில் போலிஸ்க்கும் எங்களுக்கும் தகராறு ஏற்பட்டு விட்டது. சரியான கல் வீச்சு. கல்லு, கம்பு, தடி என்று கையில் கிடைத்ததையெல்லாம் எறிய ஆரம்பித்து விட்டோம். தூரமாக நின்ற போலிஸ் லாரிகளில் - ஒரு லாரி - கண்ணாடி கல்லடிபட்டு சுக்கு நூறாக உடைந்து போகிற்று! பெரும் கூட்டம். கலவரம் போலிஸ் கொஞ்சம் தான். ஐந்தாறு போலிஸ்காரர்களுக்கு மண்டை உடைந்து போகிற்று. ரத்தம் கொட்டி, காக்கி சட்டை சிவப்பாகிப் போனது. அப்போதுதான் அந்தகுண்டை தூக்கி அடித்தார்கள். ஒரே புகை மயம். கண்ணீர்புகை. இங்கு வாழ்க்கையே கண்ணீராக நிற்கும்போது, இந்த கண்ணீர் புகை என்ன செய்து விட முடியும்? வானில் குண்டு வெடிக்கும் சத்தம் கேட்டது. துப்பாக்கிகளைக் கொண்டு வானை நோக்கி சுட்டார்கள். பிறகு கூட்டத்தை நோக்கி சுட ஆரம்பித்து விட்டார்கள்! யார் மீது குண்டு பாய்ந்தது? யார் செத்தா? 'அய்யோ! அம்மா! அய்யோ! என்று மரண ஓலங்கள் எங்கும் எழும்பியது. ஆட்கள் நாலாபக்கமும் சிதறி ஓடினார்கள். கூட்டம் மின்னல் வேகத்தில் கலைய ஆரம்பித்தது. 'ஏலே...! ஓடு .... துப்பாக்கியை வச்சு போலிஸ் சுடுது! தட தடவென்று ஓடினோம். யாரையும் யாரும் பார்க்க முடியவில்லை. கீழே விழுந்து கால்களில் மிதிபட்டவர்கள் பட்டதுதான். இதையெல்லாம் பார்க்கவும் கேட்கவும் பிரியப்படாதவனாய் சூரியனும் வேகமாய் கீழ் இறங்கிக் கொண்டிருந்தது. எங்கும் தீர்ந்த சிவப்பு, மேகம் சிவப்பாய் அலை பாய்ந்து கிடந்தது.

இரண்டாவது முறை நடந்த துப்பாக்கிச் சூட்டிலே கூட்டம் முழுமையாக கலைந்து விட்டது. 'யம்மா! யய்யா! என்று தெக்க பார்க்கத்தான் ஓடினோம். எல்லோரும் பதற்ற பதற்ற ஓடி, தெரு மெயின் ரோட்டில் வந்து நின்றோம். திரும்பவும் போலிஸ் வந்து விரட்டியது. தெருவுக்குள் ஓடினோம். அந்த காக்கி சட்டை போலிஸ் படையினர் சாராயக்கடையை சூழ்ந்துகொண்டார்கள். துப்பாக்கி சூட்டில் யாரெல்லாம் கீழே விழுந்தார்களோ

தெரியவில்லை? ரெண்டு மூன்று பேர்களை தூக்கி அந்த லாரியில் ஏற்றுவது மங்கலான படம் மாதிரி தெரிகிறது. உடனே அந்த லாரி போகிற்று.

இருள் மூழ்கிப்போனது, தெரு விளக்குகள் எல்லாம் மினு மினுக்கத் தொடங்கின. போலிசை படை படையாக கொண்டு வந்து குமித்து விட்டார்கள். எங்கெங்கு பார்த்தாலும் காக்கி சட்டை, காக்கி பேண்ட் போட்டுக் கொண்டு. தலையில் தொப்பியும், கைகளில் துப்பாக்கியோடும் அலையும் போலிஸ்காரர்களை பார்த்தாலே பயமாக இருந்தது. மறுபடியும் ஒரு சின்ன சண்டை நடந்தாலும் கண்ணு மூக்கு தெரியாமல் சுட தயாராக இருந்தார்கள். தெற்கே காட்டுப் பாதைக்குப் போயி சுற்றிப் போனால். திருச்செந்தூர் ரோட்டை பிடித்து, டவுனுக்குப் போகலாம். மற்றபடி வழியே இல்லை. தப்பித் தவறி வெளியில் தலையைக்காட்டினால் கூட பிடித்து லாரியில் போட்டுக் கொண்டு போய் விடுவார்கள்! தெருவை விட்டு யாரும் நகரவில்லை. தெருவுக்கும் ரோட்டுக்கும் இடைப்பட்ட பாதையில் தான் நிக்கிறோம். தங்கையையும் தம்பிமார்களையும் தேடினேன். முதலில் ஒரு தம்பியை பார்த்து, அவன் தான் போய் மற்ற இருவரையும் கூட்டிக் கொண்டு வந்தான். அவர்களைப் பார்த்த போதுதான் கொஞ்சம் ஆறுதல் அணைத்துக் கொண்டேன். “அம்மாவை பாத்தீங்களா?” என்றேன். “அம்மாவே பாக்கலே” என்றாள் தங்கை. இருக்கிறபயம் காணாது என்று இப்போது புதிய பயம் அப்பி பிடித்துக் கொண்டது. “அம்மாவுக்கு எண்ணமும் ஆகியிருக்குமோ...?” என்று முணுமுணுத்துக் கொண்டேன். ‘செ! அம்மாதான், உப்பு விற்கப் போயி விட்டாளே! இங்கு நடந்ததை கேள்விப் பட்டு, ரா தங்கி விட்டு காலையில் வருவாள்!’ என்று என்னை நானே சமாதானப்படுத்திக் கொண்டேன்.

கூட்டத்தில் மல்லிகாவை தேடினேன். தங்கை தான், “மல்லிகாக்கா அழுதுகிட்டு அவுங்க அம்மாகிட்ட உக்காந்திருக்கு!” என்றாள். நான் மூவரையும் கூட்டிக் கொண்டு கூட்டத்தை விலக்கி, தங்கை காட்டியயிடத்துக்கு வந்து சேர்ந்தேன். மெயின்ரோட்டை பார்க்க வரிசையாக இருக்கும் வீட்டு வாசல்களில் ஆட்கள், நெருக்கியடித்துக் கொண்டும், திமு திமு என்றும் நின்று கொண்டிருந்தார்கள். இது கொஞ்சம் ஆபத்தானயிடந்தான். எந்த நேரமும் போலிஸ் விரட்டலாம். தங்கை காட்டியயிடத்தில் மல்லிகா உக்காந்து, கண்ணீர் வடித்துக் கொண்டிருந்தாள். என்னைக் கண்டது தான், ஓடி வந்து ஆவி சேர்த்து அணைத்துக் கொண்டு ‘ஓ’ வென்று அழுது விட்டாள்.

முட்டிக் கொண்டு வந்த கண்ணீரைஅடக்கிக் கொண்டேன். இது கண்ணீர் விடும் நேரமாக எனக்கு படவில்லை. பழிக்குப் பழி வாங்க வேண்டும் என்ற கோப வெறியே நெஞ்சில் புதைந்து கிடந்தது. அவள் வாய் விட்டு அழுதவுடன், பக்கத்தில் நின்ற பெண்கள் எல்லாம், ஒப்பாரி வைத்து அழ ஆரம்பித்து விட்டார்கள். "எங்கையா, என்ன பெத்தராஜா.... எங்களை வுட்டு போயிட்டாயா?" என்று அழும்போது பக்கத்தில் நின்ற ஆம்பளையாட்க, "கொஞ்சம் சும்மாயிருங்க! என்றார்கள். அழுகையை விட்டால் வேறு வழியும் தெரியவில்லை. "மனத்தை தேட்டிக்க!" என்றேன். அவள் விம்மி விம்மி அழுதாள். என்னை அறியாமலே வடியும் கண்ணீரைத் துடைத்துக் கொண்டேன். "இப்படி வந்து உக்காருங்க!" என்றாள் மல்லிகா அம்மா அங்குன்னவே குத்தவைத்துக் கொண்டோம்.

"அத்தை மொதலே என்ன நடந்துச்சு?" என்று கேட்டேன். அத்தை ரொம்ப விசனத்தோடு தான் சொல்வாள், "எல்லாம் அந்த பாதகச்சியாலே வந்த வினை!" "யாரு அந்த பாதகச்சி" "அதுதான் சாராயக்கடை முன்ன கடை வச்சுயிருந்தாளே .... தேவடியா!" "யாரு ... பொட்ட கிழவியா?" "ஆமா அவதான்!" "அவ என்ன செஞ்சா?" "அவ வச்சுயிருந்த பெட்டிக் கடையை எவனோ ஒரு குடிகாரன் தூக்கி எறிஞ்சிட்டானாம்! எறிஞ்சதும் காணாதுன்னு அவ புருஷனுக்கும் நல்ல அடி! ஓடிவந்து அலறிக் கிட்டே வீரன்கிட்ட சொல்லியிருக்கா! போன மனுஷன், கூட ரெண்டு ஆட்களோடு போக கூடாது? ஒத்தையிலே போயிருக்காரு! வீரன் வருவான்னு முன் கூட்டியே தெரிஞ்சு வைத்தோ என்னமோ... கங்கணங்கட்டிக்கிட்டு கடைக்குள்ள இழுத்துக்கிட்டுப் போயி, காலை கையை கட்டி போட்டு தலையை அறுத்துட்டாங்களாம்!" இதை அத்தை சொல்லும் போது மல்லிகா கூட கொஞ்சம் தான் அழுதாள். அங்கின கூட உள்ளவர்கள் எல்லாம் அத்தையைச் சூழ்ந்து கொண்டார்கள். "அது தட்டியம் பொட்டே பாத்துக் கொண்டா இருந்தா?" என்றேன். "அவளுக்கும் வயித்துலே குத்து! அவ அங்குனயே விழுந்துட்டாளாம். "கிழவந்தான் ரத்தக் காயத்தோட ஓடி வந்து விஷயத்தை சொல்லவும், தெருவே அடிச்சுக் கரை ஏறி ஓடியது."

புதிதாக ஐந்தாறு போலிஸ் லாரிகள் தெரு மெயின் ரோட்டில் வந்து நின்றன. அந்த லாரிகளில் இருந்து ஒரு பட்டாளமாக போலிஸ்காரர்கள் இறங்கினார்கள். ஒரு கையில் துப்பாக்கி, மறுகையில் இரும்பு தடுப்பு. சர சர வென்று பூட்ஸ் ஒலி, அங்குன இங்குன உக்காந்தவர்களும், நின்று கொண்டிருந்தவர்களும் அவசர

அவசரமாக எழுந்து பயந்து கொண்டே தெருவுக்குள் ஓட்டம் எடுக்கலாமா, என்று நினைந்து பெரும் கூட்டமாக திரண்டு நின்று கொண்டோம். நல்ல வேளை எங்களை ஒன்றும் செய்யவில்லை. ஏதோ போலிஸ்காரர்கள் ஊர்வலம் போவது போல, பெரிய பெரிய போலிஸ் அதிகாரிகள் முன்னால் போக, திமு திமு வென்று போலிஸ் படை பின்னால் போனது! தெருவை ஒரு சுற்று சுற்றிவந்தார்கள். திகைத்துப்போய் நாங்கள் நின்றோம். அவர்கள் வர வர வழி விட்டோம்.

ராத்திரி முழுவதும் தெருவில் தான் காத்துக் கிடந்தோம். ஒருத்தரும் வீட்டுக்குப் போகவில்லை. குடும்பம் குடும்பமாக அங்க அங்க உக்கார்ந்து தலையைச் சாய்த்துக் கொண்டார்கள். குழந்தைகள் எல்லாம் உக்கார்ந்து மேனிக்கே தூங்கிட்டுக. மற்றபடி பெரியாட்களுக்கு ஒருத்தருக்கும் கண்ணுக்கு தூக்கம் கிடையாது. அடிக்கு ஒரு போலிஸ் காவல். ரோட்டு வெளிச்சத்தில் சாராயக்கடை தெரிந்தது. உடைத்து நொறுக்கப்பட்ட கடைச்சாமான்கள், உடைக்கப்பட்டு சிதறிக் கிடந்த சாராய பீப்பாய்கள், பிளாஸ்டிக் வாளிகள், மண் பானைகள், முற்றிலுமாய் எரிந்துபோன செத்தைகள், எங்கும் கண்ணங்கரேலென்று கரி மயம் இந்த சாராயக் கடையை என்றாவது ஒரு நாள் உடைத்தெறிய வேண்டும் என்று மனம் எண்ணியது உண்மைதான். ஆனால் இப்படி உடைத்து எரிக்கப்படும் என்று யார் தான் நினைத்தா? இப்படி உயிர்களை பலி கொடுத்துத்தான் கடையை எடுக்க வேண்டுமென்றால், இந்த கடை இருந்துக் கிட்டு போய் இருக்கலாம். இனி வீரனை காண முடியாது. வீரன் இல்லாத தெரு எப்படியிருக்கும அவரை நினைக்கும்போது, எதிலாவது முட்டிக் கொண்டு அழ வேண்டும் போல இருந்தது. கண்ணீரை அடக்க முடியவில்லை.

திடீரென்று உக்காந்திருந்தவர்கள் மத்தியில் சலசலப்பு ஏற்பட்டது. "காம்ரேட், காம்ரேடோட சேர்ந்தாட்க எல்லாத்தையும் போலீஸ் பிடித்துக் கொண்டு போயாச்சு!" என்றார்கள். நான் மல்லிகாவை பார்த்து, "ஒங்க அப்பாவை பார்த்தியா," என்றேன். "மத்தியானம் எல்லாத்தையும் மாதிரி ஓடிப்போன ஆளுதான்! இன்னும் காங்கலே...?" என்றாள் அத்தை. "மாமாவையும் சேர்ந்து பிடித்துக்கிட்டு போய் இருப்பார்களோ?" என்றேன். "இருக்கலாம்!" யார் கண்டது?" என்றாள் மல்லிகா. "ஒங்க அம்மையை எங்க காங்கலே!" என்று கேட்டாள் அத்தை. "காலையிலே உப்பு பெட்டியை தலையில் வச்சிக்கிட்டுப் போன ஆளு, இன்னும் காணும்!" என்று நான் சொல்லி வாய் மூடவில்லை.

அதற்குள் "ஏளா... ஒங்க அம்மே சண்டை நடக்கும் போதே வந்து விட்டாளே! அவளும் சேர்ந்து தானே கடையை உடைச்சா...? நா ரெண்டு கண்ணாலே பார்த்தேனே!" என்றாள் பக்கத்தில் இருந்த தோட்டையந்தோப்பு பெரியம்மா. உடனே எனக்கு பயம் கொடுத்து விட்டது. திரேகமெல்லாம் நடுநடுங்கிப் போயிற்று. "நீ நல்லா பாத்தியா?" என்றேன். "நா என்ன பொய்யா சொல்லுகிறேன்?" என்றாள்.

அப்பம் எங்க அம்மாவை எங்க? ஒரு வேளை போலிஸ் துப்பாக்கி சூட்டில் சிக்கியிருப்பாளோ? கடவுளே அப்படியெல்லாம் இருக்கக் கூடாது! அவள் எங்கிருந்தாலும் நல்ல சுகமாக இருக்க வேண்டும்! புதிய குழம்பம், பயம், கவலை எல்லாம் நெஞ்சை வந்து அடைத்துக் கொண்டது. நினைத்தாலே தலை சுற்றியது. அம்மா இப்போது எங்கிருப்பாள்? எப்போது விடியும்? அம்மா, அம்மா....

விடிய கருக்கலில் முதல் டவுன் பஸ் வந்து திரும்பியது. அடுத்தாப் போல திருச்செந்தூர் வழி நாகர்கோவில் பஸ் போயிற்று. "ஏலே... ஏலே... எந்திரி!" என்று குழந்தை குட்டிகளை எழுப்பினார்கள். ஆட்கள் பெரியாஸ்பத்திரிக்கும் போலீஸ் ஸ்டேசனுக்குமாய் நடக்கத் தொடங்கி விட்டார்கள். விடியக் காலமே தெருவே திரண்டு போனது போல இருந்தது. ராத்திரி முழுவதும் எங்களோட முழித்துக் கிடந்த போலிஸ்காரர் எங்களை ஒன்றும் செய்யவில்லை. நாங்கள் போவதை வேடிக்கை பார்த்தார்கள். எல்லாமே முடிந்து விட்டது மாதிரி நடையில் ஓர் அவசரம். இனி என்ன செய்யக்கிடக்கு? பெரிய மனச் சுமையோடு விடியாப் பயணம். "விரசலா நடங்க" என்று யாரோ சொல்வது காதில் விழுகிறது. தார் ரோட்டில் பாதம் அழுத்தி, சர சரவென்று சத்தம். சாராயக்கடை அடியோடு நாசமாகி விட்டது. அந்த அறை குறை புதிய கட்டிடமே மிஞ்சிக் கிடந்தது. அவைகளை எல்லாம் கடந்து, வேகமும் ஓட்டமும் நடையுமாக விரைந்தோம். என்னன்ன எல்லாம் நடக்கக் கூடாதோ, அதெல்லாம் முடிந்து விட்டது. கன்னங்கள் வீங்கி, மீண்டும் மீண்டும் அழுத கண்ணீர். குளிர் அடித்தது. பால் நிலா ஒளி வீசியது. கொத்து கொத்தாய் நட்சத்திரங்கள். இருள் இன்னும் பிரியவில்லை.

கொஞ்சம் ஆட்கள் நேராக போலீஸ் ஸ்டேஷனுக்குப் போனார்கள். கொஞ்ச ஆட்கள் நேராக ஆஸ்பத்திரிக்குப் போனார்கள். ஆஸ்பத்திரிக்குத் தூக்கிக் கொண்டுபோன ஆட்களில் அம்மாவும் இருப்பாளோ? அம்மாவுக்கு

குண்டடிபட்டிருக்குமோ? கடவுளே, இது என்ன சோதனை! இருக்கிற வேதனைகளும் துன்பங்களும் காணாது என்று மேலும் மேலும் ஏன் இந்த கஷ்ட நஷ்டங்கள்?" "நான் ஆஸ்பத்திரிக்குப் போகிறேன்" என்றேன். "நானும் அங்க வாரேன்" என்றாள் மல்லிகா. அத்தை "நீங்க அங்க போங்க. நான் போலிஸ் ஸ்டேஷனுக்கு ஆளோட போயி, என்னன்னு பாத்துட்டு வருகிறேன்." என்றாள். நானும் மல்லிகாவும், பெரியாஸ்பத்திரிக்கு வந்தோம். அந்த பெரிய கேட் பூட்டிக் கிடந்தது. உள்ளே உள்ள வட்டமான மைதானத்தில் மெர்க்குரி விளக்குகள் பிரகாசமாக எரிந்துகொண்டிருந்தன. வராண்டாவில் தூங்கிக் கொண்டிருந்த வாட்சுமேன் சலசலப்பைக் கேட்டு எழுந்து வந்து விட்டார். தூக்க கலக்கத்தில், "என்ன? என்ன...?" என்று பதறினார். "உள்ளே போகணும்!"ன்னோம். "அதெல்லாம் முடியாது! மணி ஏழான பெறவு தான் போக முடியும்" இன்னும் மூணு மணி நேரமிருக்கிறது. "அதற்குள்ளே போலீஸ் ஸ்டேஷனுக்குப் போய்விட்டு வந்து விடலாம் என்று ஆட்கள் திரும்பினார்கள்.

போலீஸ் ஸ்டேஷன் அப்படியொன்றும் தூரம் கிடையாது. இரண்டு எட்டு வைத்தால் ஸ்டேஷன். அங்கையாவது போவோம்? என்ன நடக்குன்னு தெரிஞ்சுக்கிடுவோம்! என்று நானும் மல்லிகாவும் ஆட்களோடு நடந்தோம். இன்னும் விடிய ஒரு மணி நேரத்துக்கும் மேலயிருக்கும் மெயின் ரோடு அமைதியாக இருந்தது. சோகத்தை தாங்கிக் கொண்டு நடந்து கொண்டிருந்தோம். ஸ்டேஷன் முன் வராண்டாவில் டியூப் லைட்கள் எரிந்தன. வந்த ஆட்கள் தூரமாய் உக்கார்ந்திருந்தார்கள். அவர்களைச் சுற்றிலும் ஒரே போலீஸ், வராண்டாவில் சின்னக் கூட்டமாய் ஆட்கள் நின்று பேசிக் கொண்டிருந்தார்கள். உக்கார்ந்திருந்த கூட்டத்தில் வந்து சேர்ந்துகொண்டோம். "யாரும் அங்க போகக் கூடாதுங்காங்க!" என்றார் எங்களைப் பார்த்து ஒராளு. இங்க இருந்து வராண்டாவில் நிற்பவர்களை நன்றாகப் பார்க்க முடிந்தது. இரண்டு மூன்று போலீஸ்காரர்கள். அந்தா ... காம்ரேட் தாத்தா! தாத்தாவை பிடித்துக் கொண்டு போனதாகச் சொன்னார்களே? "இங்க பாரு யார் நிக்காகன்னு?" என்றாள் மல்லிகா. அவள் காட்டிய திசையில் தாத்தா அருகில் இசக்கிமுத்து பெரியப்பா நின்று கொண்டிருந்தார்.

இருட்டில் எங்கள் குரலை வைத்துக் கண்டுகொண்ட தாயம்மாக்காத்தான் சொன்னாள். "ஏளா வடுவச்சி, ஒங்க அம்மைக்கி துப்பாக்கிச் சூடாம்!" அவ்வளவுதான். இவ்வளவு நேரம் கட்டுப்படுத்தி வைத்திருந்த துயரம் அழுகையாக பொத்துக்

கொண்டு வந்துற்று. நடக்க முடியவில்லை. "ஓவோ" வென்று ஒப்பாரி வைத்து விட்டேன். "யம்மா... யம்மா...!" என்று தலையில் அடித்து அடித்து அழுதேன். என்கைகளை உக்கார்ந்திருந்த பொம்பளைகள் எழுந்து பிடித்துக் கொண்டார்கள். "வடிவச்சி, வடிவச்சி, அழாதே. ஒங்க அம்மாவுக்கு ஒண்ணுமாகி இருக்காது!" என்றார்கள். அழுதே தீர்க்க வேண்டும் போல இருந்தது எனக்கு. அதிகாலை அமைதியை கிழித்துக் கொண்டு, எங்கும் என் அழுகைக் குரல் நிறைந்தது. இவ்வளவு பெரிய துயரத்தையும் துன்பத்தையும் தாங்க முடியுமா? இதை யாரிடம் போய்ச் சொல்ல? அழுது தீர்ப்பது தானா? "அழுதா ஒண்ணும் நடக்காது! வா அப்படிப் போய் உக்காரலாம்?" என்று என்னை தனியாக கூட்டிக்கொண்டு போனாள் மல்லிகா. நான் அழுகையை தொடங்கியவுடனே அங்குன அங்குன அதிகாலை பொழுதை கிழித்துக் கொண்டு எங்கும் அழுகை குரல் எழும்ப ஆரம்பித்து விட்டது. ஒரு மூச்சு அழுதவுடன், மூக்கு சளியை சிந்திப் போட்டேன். முகத்தை முந்தாணியால் தொடைத்துக் கொண்டேன். அழுது அழுது முகமெல்லாம் வீங்கியது போல இருந்தது.

கொஞ்சம் கொஞ்சமாய் இருள் விலகுகிறது. கீழ் வானம் எங்கும் செக்கச் செவேரென்று சிவந்து போனது. எங்கும் சிவப்பு, இரத்த சிவப்பு, புதிய சூரியன் உதிக்கப் போகும் அறிகுறி. இன்னும் கொஞ்ச நேரத்தில் அது வெளியில் வந்து விடும். புதிய காலை எங்கும் ஒளி மயந்தான். இந்த ஒளிமயம் எங்களுக்கு உண்டா? உண்டென்றால் அது எப்போது கிடைக்கும்? சுற்றியிருந்த மரங்களில் பறவைகளின் சத்தங்கள் கீச் கீச் சென்று கேட்டன. நன்றாக இருள் விலகிப் போனது. வெளிச்சம் எங்கும் நிறைந்தது. ஆட்கள் நடமாட்டம் ஆரம்பித்து விட்டது. சாலையிலே வேடிக்கை பார்க்க கூட்டம் சேர்ந்து விட்டது. அந்த பெரிய விஸ்தாரமான ரோட்டில் எங்கும் மனிதர்களின் கூட்டம். யாரோ தினத்தந்தி வாங்கிக் கொண்டு வந்தார்கள். முதல் பக்கத்திலே சாராயக்கடையில் நடந்த கலவரம்! மதுரைவீரன் படுகொலை! கோஸ்டி சண்டையால் துப்பாக்கி சூடு! குழப்பமாக இருந்தது. கோஸ்டி சண்டை எப்போது வந்தது? மேற்கொண்டு படித்தேன். துப்பாக்கி சூட்டில் இறந்தவர்கள் பெயர்களைப் போட்டிருந்தார்கள். முதல் பெயரே எங்க அம்மாவின் பெயர்தான்! பூவதியம்மாள் (வயது 52)! படிக்கும் போது அழுகை அழுகையாக வந்தது. "அழாதே, அழாதே, மேலே படி!" என்றார்கள். கன்னங்களில் வடிந்த கண்ணீரை துடைத்துக் கொண்டேன். தெரு

பையமார்கள் எல்லாம் கைதியாகி இருந்தார்கள். முதலாளிக்கு கையாளுகள் என்று மார் தட்டியவர்களும் கைது செய்யப்பட்டிருந்தனர். எங்க அண்ணன், சொள்ளமுத்து, இன்னும் ரெண்டு கங்காணி பெயர்களை போட்டிருந்தார்கள். இவர்கள் தான் எதிர் கோஸ்டியினரா? சாராயக்கடைக்காரன் ரொம்ப தந்திரமாக தப்பியிருந்தான்! தெருக்காரர்களே எதிரும் புதிருமாக மாட்டி வைத்துக் கொண்டு, தான் தப்பினால் போதும் என்பதைப் போல, காரியங்கள் நடந்திருந்தன. உள் பக்கத்தில் மாவட்ட உயர் போலீஸ் அதிகாரி பேட்டி வெளியாகியிருந்தது. அதை படிக்கும் போது எனக்கு நெஞ்சி 'பகிர்' ரென்று இருந்தது. சொல்லி வைத்த மாதிரி முன்னாலே போட்ட திட்டங்கள் ஒழுங்காக நிறைவேறி இருக்கின்றன. அந்த போலீஸ் அதிகாரி சொல்லியிருந்தார். சாராயக்கடையில் முன் பகையால், இரண்டு கோஸ்டிகளுக்கிடையில் வெட்டிக் கொண்டார்கள். கலவரம் நடந்தயிடத்தில் இருந்து துப்பாக்கி, அரிவாள் போன்ற பயங்கர ஆயுதங்கள் கைப்பற்றப்பட்டு இருக்கின்றன. நிலைமை கட்டுப்பாட்டுக்குள் உள்ளது.

தெரு பைப்பில் தண்ணீர் வருகிறது. தூக்க கலக்கத்தோடு கண்களை கசக்கிக் கொண்டு, பொம்பளையாட்கள் தண்ணீர்க்காக உட்கார்ந்திருக்கிறார்கள். வரிசையில் நின்று ஒருத்தி தண்ணீர் பிடித்துக் கொண்டிருக்கிறாள். எங்கும் மங்கிய ஒளி. பூப் போன்ற பனி நிறைந்திருக்கிறது. குளிர் உடம்பில் பட்டு சிலுத்தது. தண்ணீர் கொஞ்சம் வேகமாய் வருகிறது. வரிசையில் கிடந்த குடங்களும், பானைகளும், ஒவ்வொன்றாக நிறைகிறது. இன்னும் ஒரு குடம் நிறைந்தால் வடுவச்சியின் வரிசை வந்து விடும். குடம் நிறைகிற சத்தம் கேட்கிறது. குடத்தை நகட்டுகிறார்கள்.

அவளுடைய வரிசை ஒவ்வொன்றாக பிடிக்கிறாள். தலையில் சேலை முந்தியை சும்மாடாக கட்டி, அலுமினிய பானையை தலையில் தூக்கி வைத்துக் கொள்ளுகிறாள். இடுப்பில் ஒரு மண்குடம். அதே கையில் தழும்ப தழும்ப வாளி தண்ணீர். படலையை கடந்து வீட்டுக்குள் வரும் போதே துக்கம் பொங்கி உள் மனத்தை அழுத்துகிறது. கண்கள் நீரால் நிறைகிறது. அம்மாதான் இவ்வளவு காலமும் இந்த வேலைகளையெல்லாம் செய்து கொண்டிருந்தாள். ஒரு நாள் கூட, "எம்மா எந்திரி. தண்ணீர் பிடிக்க வா?" என்று சொன்னது கிடையாது. இப்போது செய்கிற வேலையை, அம்மா இருக்கும் போதே எழுந்து, அவள் கூட மாட செய்திருக்கலாம். அப்படியே எழுந்து வடுவச்சி செய்தால் கூட அவள் சம்மதித்திருக்க மாட்டாள். "நீ படும்மா, நான் பிடித்துக்

(153)

கொள்ளுகிறேன்" என்றுதான் சொல்லியிருப்பாள். காலை வேலைகளை அத்தனையும் செய்து விட்டுதான் வடுவச்சியை எழுப்புவாள்.

இந்த அம்மாவின் முகம் நெஞ்சில் புதைந்து, என்னமோ செய்தது வடுவச்சிக்கு. கண்களை முந்திச் சேலையை இழுத்து கசக்கிக் கொண்டாள். தம்பிமார்களையும் தங்கச்சியையும் பார்த்தாள். அழுக்கு தலையாணி ஒரு பக்கமாய் சரிந்து கிடந்தது. கிழிந்து போன போர்வை இன்னொரு பக்கமாய் நகண்டுக் கிடந்தது. சாணி மெழுகிய களிமண் தரையில் தூசியும், அழுக்கும் அப்பி பிடித்தவாறு, குளிர் தாங்காமல் சுருண்டு படுத்திருக்கும் கூடப் பிறந்தவர்களைத் தூக்கி நேராக கிடத்தினாள். அவர்களைப் பார்க்க பார்க்க அவளுக்கு அழுகைதான் மிஞ்சி நின்றது.

'வடுவச்சி ஒன்ன நம்பித்தான் இவுங்களை விட்டுட்டு போறேன். கண்கலங்காமே பார்த்துக்கம்மா?' என்று அம்மா நின்று சொல்வது போல இருந்தது? மகளை கல்யாண கோலத்தில் பார்ப்பதற்கு அம்மா ரொம்பவும் ஆசைப்பட்டாள். அதற்கான முயற்சியில் ஈடுபட்டாள். தாயைப் போல சுமக்க வேண்டிய பொறுப்புகள் நிறையவே இருக்கிறது. இனி கலியாணத்தை நினைத்துக் கூட பார்க்க முடியாது. அது கண் காணாத தேசத்து அற்புதக் கனி. கூட பிறந்தவர்களை மனம் கோணாமல் கவனிக்க வேண்டிய பொறுப்புகள் நிறையவே உள்ளன அவளுக்கு. அம்மா இதைத்தான் இவளுக்கு சொத்தாக விட்டு வைத்துப் போயிருக்கிறாள்.

அம்மாவின் படங்கள் கூட வீட்டில் இல்லை. வடுவச்சிக்கோ, அவளுடைய அம்மாவுக்கோ போட்டோ ஸ்டூடியோவில் போய் ஒரு படம் எடுத்துக் கொள்ள வேண்டும் என்ற நினைவு கூட இதுநாள் வரை வந்ததில்லை. அதற்கான அவசியமும் ஏற்படவில்லை. போர்வையை உதறி மூடிப் போட்டாள்.

அம்மா செத்து, பதினாறு நாட்களுக்கு வேலை வெட்டிக்கு போக கூடாது என்றார்கள். வசதி இருந்தால், துக்கத்தை கூட சடங்கு, சமுதாய வர முறை என்று கொண்டாடலாம். வசதியில்லாதவர்களின் பாடுதான் பெரும்பாடு. "மூன்றாம் நாளே துக்கத்தை கலந்து விடுங்கள்" என்றாள் வடுவச்சி. துஸ்டி கேட்க வந்தவர்கள். "பாதகத்தி! தாய் செத்து மூணு நாள் ஆகலே? அதுக்குள்ளே வேலைக்கு ... போறேங்காளே....?" என்றார்கள். உடன்குடியில் இருந்து வந்திருந்த மாமாவும், தம்பியும் அக்கா சொன்னதுக்கு "சரி" சொன்னார்கள். ரொம்ப சிம்பிளாக அதைக் கழித்தார்கள். போகும்போது மாமா கொஞ்சம் பணம்

கொடுத்துவிட்டுப் போனார். வேண்டாம் மாமா என்றாலும் கேட்கவில்லை. வாங்கிக் கொண்டாள். மாமா ஊரில் இருந்து வரும்போதே பதினைந்து கிலோ அரியும் கொண்டு வந்தார். இப்போது சொந்தமென்று இருக்கிற ஒரே ஆதரவு மாமா குடும்பம் தான். அப்பா, அண்ணன் இருந்தும் ஒரு ஆதரவும் இல்லை. அப்பா எட்டிக்கூடப் பார்க்கவில்லை.

தெருவும் முன்னே மாதிரியில்லை. பழைய கலகலப்பு போய்விட்டது. போலிஸ் அடிக்கடி "ரெய்டு" வருகிறது. சும்மா நிற்கிற பையன்மார்களையும் பிடித்துக்கொண்டு போய் விடுகிறார்கள். தாத்தா தான் நடையாக நடந்து ஜாமின் எடுத்து வருகிறார். மதுரை வீரன் அப்பா, அம்மா கெதி அதோ கெதிதான்.

அந்தப் பெரிய கட்டிட வேலைகள் வானை நோக்கி மிக வேகமாய் வளர்ந்துகொண்டிருக்கின்றன. அந்தத் தார் ரோட்டில் கலவரம் நடந்தபிறகு, வடுவச்சி போக வில்லை என்றாலும், தெருவில் நின்றே தினமும் பார்க்கிறாள். பெரிய தண்ணீர் தொட்டி கட்டும் வேலைகள் கூட முடியும் தருவாயில் இருக்கிறது. மேலே, மேலே போகிற கட்டிடங்களில் லாரி லாரியாக தென்னந்தட்டிகளைக் கொண்டு வந்து, அடைக்கிறார்கள்.

போல்டன்புரத்தின் நிலத்தின் மதிப்புக் கூட இப்போது கூடிவிட்டது. சரியான விலைக்குப் போவதாகச் சொன்னார்கள். ஏற்கனவே கால்வாசிப்பேர் விற்றாகிற்று. இன்னும் கொஞ்சம் நாட்களில் ஒவ்வொன்னாகக் காலியாகிவிடும். போல்டன்புரத்தில் பறைச்சேரியே இல்லாமல் போனால் ஆச்சரியம் இல்லை. சிதம்பரநகர், கப்பையா முதலியார்புரம் மாதிரி காரை காரையாக வீடுகள் முளைத்து விடும். இங்கு இருப்பவர்கள் நிலத்தைக் கொடுத்துவிட்டு, எங்கேயாவது ஒரு புறம்போக்கான இடத்தைப் பார்த்து குடிசைகளைக் கட்டிக் கொண்டு காலத்தைக் கடத்த வேண்டியது தான். அதற்கும் அவர்கள் தயாராகத்தான் இருந்தார்கள் ....

தண்ணீரை பிடித்து விட்டு காப்பி போட்டு இறக்கினாள் வடிவச்சி, உலையை அடுப்பில் வைத்துவிட்டு, தங்கச்சியை எழுப்பும்போது அவள்...ம்....ம்...." என்று புரண்டு படுத்தாள். கோபம் வந்தது. ஒரு அடி வைத்தாள். அழுகிற மாதிரி தங்கை எழுந்துகொண்டாள். ஏன் கோபப்பட்டோம் என்று அவளுக்கே தெரியவில்லை. "சீக்கிரம் வா. நேரமாகிற்று" என்று அவசரப்பட்டாள். எழுந்து முகத்தைக் கழுவினாள். இரண்டு பேரும் வேகமாய் காட்டிற்கு நடந்து போனார்கள், வரும் போது

நன்றாக விடிந்து விட்டது. தம்பிமார்களை எழுப்பி, குளிக்க சொல்லி, பிறகு சுட சுட கஞ்சி குடித்து முடிப்பதற்குள் மணி ஏழரையைத் தாண்டிவிட்டது. தூக்குச் சட்டியில் கஞ்சை ஊத்தி வைத்துக் கொண்டு, சும்மாட்டு துணிகளை எடுத்துக் கொண்டு புறப்பட்டுப்போனாள் வடுவச்சி. அவளுக்காகத்தான் மல்லிகாவும் காத்துக் கொண்டிருந்தாள்.

முற்றும்.